चिदंबर रहस्य

सडलेलं समाजजीवन, निसर्गाचं शोषण... आणि अपरिहार्यपणे होणाऱ्या मानवी विध्वंसाची साहित्य अकादमी विजेती कादंबरी

लेखक
के. पी. पूर्णचंद्र तेजस्वी

अनुवाद
उमा कुलकर्णी

मेहता पब्लिशिंग हाऊस

Please contact us at **Mehta Publishing House,** Pune 411030.
✆ +91 020-24476924 / 24460313 / Mob. No. 9545000513
Email : production@mehtapublishinghouse.com
Website : www.mehtapublishinghouse.com

◆ *या पुस्तकातील लेखकाची मते, घटना, वर्णने ही त्या लेखकाची असून त्याच्याशी प्रकाशक सहमत असतीलच असे नाही.*

CHIDAMBAR RAHASYA by K. P. PURNACHANDRA TEJASVI
Translated into Marathi Language by Uma Kulkarni

चिदंबर रहस्य / अनुवादित कादंबरी

अनुवाद : उमा वि. कुलकर्णी
Email : author@mehtapublishinghouse.com

मराठी अनुवादाचे व प्रकाशनाचे हक्क मेहता पब्लिशिंग हाऊस, पुणे.

प्रकाशक : सुनील अनिल मेहता, मेहता पब्लिशिंग हाऊस,
१९४१, सदाशिव पेठ, माडीवाले कॉलनी, पुणे ४११०३०.

मुद्रक : पार्कसन्स ग्राफिक्स

मुखपृष्ठ : फाल्गुन ग्राफिक्स

प्रकाशनकाल : ऑक्टोबर, १९९५ / पुनर्मुद्रण : ऑगस्ट, २०१६

किंमत : ₹ १९५

P Book ISBN 9788171614738
E Book ISBN 9789387319042
E Books available on : amazonkindle Apple Books Google Play Books

---

चार शब्द

श्री. के. पी. पूर्णचंद्र तेजस्वी हे कर्नाटकातल्या आधुनिक लेखकांपैकी अग्रगण्य नाव. 'पंचधारा' या त्रैमासिकासाठी 'कर्वालो' आणि 'गूढ माणसं'चा अनुवाद करताना आमचा या लेखकाच्या लेखन-शक्तीशी प्रत्यक्ष परिचय झाला. त्यानंतर त्यांच्या आठ-नऊ कथांचे अनुवादही मी केले.

श्री. तेजस्वींच्या काही कथांवर गाजलेल्या दिग्दर्शकांनी नव-चित्रपट तयार केले आणि त्या चित्रपटांना अनेक पुरस्कारही मिळाले. त्यांपैकी 'तबरन कथे' हा चित्रपट विशेष गाजला आणि त्यानं राष्ट्रपती सुवर्णकमळासह अनेक राष्ट्रीय आणि आंतरराष्ट्रीय पुरस्कार मिळविले.

१९८२ साली एका वेगळ्या संदर्भात श्री. गिरीश कर्नाड यांची भेट झाली. त्यावेळी गप्पांच्या ओघात त्यांनी श्री. तेजस्वी यांचा 'इतर सर्व भाषांमध्ये गेला पाहिजे असा लेखक' अशा शब्दांत उल्लेख केला.

प्रस्तुत लेखकाच्या केंद्र साहित्य अकादमी पुरस्कार विजेत्या 'चिदंबर रहस्य' या कादंबरीचा अनुवाद मराठी सूज्ञ वाचकांसाठी !

'कर्वालो' वाचून तिच्या प्रेमातच पडलेल्या मराठीतील सुप्रसिद्ध लेखिका श्रीमती कमल देसाई यांनी या कादंबरीचा अनुवाद पूर्ण होताच प्रकट वाचन करण्याची कल्पना मांडली आणि त्यांना 'कर्वालो' उपलब्ध करून देणाऱ्या डॉ. अनिल आणि डॉ. सुनंदा अवचट यांनी ती कल्पना उचलून धरली. कादंबरी-वाचनानंतर समाधानही व्यक्त केलं.

आता तीच कादंबरी मराठी वाचकांपुढे ठेवण्याची जबाबदारी मेहता पब्लिशिंगच्या श्री. सुनिलभाई आणि श्री. अनिलभाईंनी घेतली आहे. श्री किणीकरांची नजरही या कादंबरीवरून फिरली आहे.

श्री विरूपाक्ष कुलकर्णी यांचा याही अनुवादात महत्त्वाचा सहभाग आहे. डॉ. भैरप्पांप्रमाणेच श्री. तेजस्वींचेही मराठी वाचक स्वागत करतील ही अपेक्षा!

सौ. उमा वि. कुलकर्णी

१

"स्साऽऽलीऽ, क्रांती व्हायला पाहिजे, रे!" निःश्वास सोडत जोसेफ अंगार स्वतःला सांगावं, तसं म्हणाला. केसरूरच्या बाजारपेठेतल्या एका टोकाच्या दगडी बाकावर गप्पा मारत बसलेले चौघं मित्र अखेर या निर्णयाप्रत येऊन पोहोचले होते आणि अंगारनं त्याचाच उच्चार केला होता.

केसरूरमधल्या ज्यूनियर कॉलेजमध्ये अर्थशास्त्र शिकवणाऱ्या प्राध्यापक रामचंद्राचं काही दिवस शिष्यत्व पत्करल्यानंतर त्या चौघांनाही हा साक्षात्कार झाला होता. या मागे आर्थिक दडपण, सामाजिक जाणीव किंवा राजकीय महत्त्वाकांक्षा यांपैकी एकही कारण नव्हतं. त्या चौघांच्या दृष्टीनं यामागे एक वेगळंच कारण होतं.

या आधी ते चौघंही इंग्लिशच्या प्राध्यापकांचे शिष्य होते. त्यावेळी केसरूरच्या रस्त्यांवर वावरणाऱ्या टंच मुलींवर भरभरून प्रेम करून ते अखेर हताश होऊन बसले होते. सूट-बूट-टाय-सिगारेटचा थाट करून, शिट्या मारत - खाकरत मुलींच्या मागोमाग स्टाईलमध्ये फिरत कितीतरी दिवस काढले. परंतु एकाही मुलीच्या मनावर परिणाम झाला नाही आणि प्रभावही पडला नाही. त्यामुळं आता तो थाट फेकून देऊन खादीचा पायजमा - झब्बा अंगावर चढवून त्यांनी रामचंद्राचं शिष्यत्व पत्करलं होतं. इंग्लिशचे प्राध्यापक शिकवत असलेल्या प्रेमकविता आणि कन्नड-हिंदी चित्रपटांतील प्रेमकथा म्हणजे कोणत्यातरी वेगळ्याच जगातल्या पुराण-कथा असल्याबद्दल आता त्यांच्या मनाची खात्री झाली होती. आपल्या मनातला विशाल प्रेमसागर आणि आपला त्यागमय - साहसप्रिय स्वभाव जाणून घ्यायची या केसरूरमधल्या दळभद्री पोरट्यांची लायकी नाही, या अत्यंत विषादपूर्ण निर्णयापर्यंत ते चौघं दुःखद अंतःकरणानं पोहोचले होते. पण तरीही आपल्या अव्यक्त प्रेमाचं अमूर्त स्वरूप न जाणणाऱ्या या भरलेल्या छातीच्या छचोर कार्ट्या फिदी फिदी खिदळत झाडांमागं जाऊन घुबडासारख्या मुलांशी बोलत उभ्या राहिल्या, की या क्रांतिकारकांच्या पोटांत डचमळत असे!

या सगळ्याचाच एकत्रित परिणाम म्हणून ते चौघं एकत्र येऊन समाजातील असमानता, अन्याय आणि शोषण यांवर संतापून, क्रांती झाली पाहिजे, या निर्णयावर सर्वानुमते येऊन ठेपले होते. नुसता क्रांतीचा उच्चार करतानाही त्यांना किती तरी समाधान वाटत होतं!

मागंही जातीनिर्मूलनाचा कार्यक्रम ठरवून आंतरजातीय विवाहाच्या विचाराला पाठिंबा देऊन जाति-भेद, अंधश्रद्धा आणि लाचलुचपतीविरुद्ध लढा द्यायचं ठरवल्यावरही त्यांना असंच समाधान वाटलं होतं. पण काय करायचं? त्या विचारांनी प्रभावित झालेल्यांमध्ये एकही तरुण मुलगी नव्हती! त्यांच्या हृदयात धडधडणाऱ्या प्रेमाच्या वडवानलाला घाबरून एकही मुलगी त्यांच्या जवळपासही फिरकत नव्हती. मुलींच्या या सर्व मतानं घेतलेल्या निर्णयामुळं मुलांच्या विचारांमधला हा प्रवाह हळूहळू ओसरून गेला होता.

आता तो प्रश्न नव्हता. क्रांतीसाठी एकपक्षीय निर्णय पुरेसा होता. केसरूरमधील दडपशाही करणारे अधिकारी, सगळ्यांत महत्त्वाचं म्हणजे, केसरूरमधल्या घोळदार परकर-पोलकीवाल्या कार्ट्यांना व्यवस्थित धडा शिकवता येईल, या ध्येयानं ते या निर्णयापर्यंत येऊन पोहोचले होते.

त्यांच्यापैकी एक रामप्पागौडा. डोळे घारे आणि तांबूस केस. त्यात त्याचा रंगही गोरापान असल्यामुळं त्याला सगळे इंग्लिश गौडा म्हणूनच हाक मारत. आधी त्याला याविषयी अभिमान होता. पण जेव्हा प्रेमाचे सगळेच्या सगळे प्रयत्न विफल झाले, तेव्हा त्याला स्वत:च्या घाऱ्या डोळ्यांचा आणि तांबूस केसांचा तिटकारा वाटू लागला. आपली आजी-पणजी त्या वेळी इथं असलेल्या एखाद्या युरोपियनाबरोबर झोपली असेल, या विचारानं त्यानं आपल्या घराण्यातल्या त्या अज्ञात स्त्रीला अनेकदा अर्वाच्य शिव्या हासडल्या होत्या.

यांतला दुसरा चंद्रा. याचे डोळे मंगोलियन पद्धतीचे बारीक होते आणि चेंगीजखानासारख्या मिशा होत्या. फक्त ओठांच्या टोकांना उगवलेल्या. बाकी चेहऱ्यावर नीट दाढी-मिशा उगवल्या नाहीत, याची खंत त्याच्या मनात होती. ब्लेडनं खरवडलं, तर मुलींनाही मिशा येतात, असं कुणाचं तरी ऐकून तो दिवसातून चार वेळा दाढी खरवडत होता.

तिसरा जोसेफ अंगार. रंग काळा, बुटका, नीग्रोप्रमाणे कुरळे केस. तो दक्षिण कन्नड जिल्ह्यातून आला होता. त्याच्या पूर्वजांनी महार जात टाकून धर्मांतर केल्यामुळं त्याच्या वडिलांना रॉड्रिक्सच्या मळ्यावर रायटर म्हणून नोकरी मिळाली होती. याच कारणामुळं त्याला इतर तिघांच्या खांद्याला खांदा लावून वावरणं शक्य होतं.

चौथा रमेश. लहानपणीच आई-वडील गेल्यामुळं तो केसरूरमधल्या एका दारूच्या दुकानात दारू द्यायचं काम करत होता. कॉलेजचा वेळ वगळता त्याचा अधिकांश वेळ तिथंच जात होता. नेहमी दारुड्यांमध्ये राहून सतत दारू तयार करणाऱ्यांच्यात वावरल्यामुळं आणि छाप्यांसारख्या अनुभवांमधून गेल्यामुळं तो बेदरकार होऊन गेला होता. त्याला सगळे पराकोटीचा क्रूर समजत असले, तरी मुळात रमेश चांगला मुलगा होता. दारूचे व्यवहार, त्या भोवतालची लाचखोरी आणि तिथला व्यभिचार पाहत वाढल्यामुळं त्याच्या

मनात त्या सगळ्यांविषयी पराकोटीचा तिरस्कार भरला होता. त्याच्याकडूनच त्याच्या इतर मित्रांना आणि रामचंद्र सरांना केसरूरमध्ये भरून राहिलेल्या अनाचाराचा परिचय झाला होता. अशा प्रकारे, ते चौघंही, काहीही करून क्रांती झाली पाहिजे, अशा निर्णयापर्यंत येऊन पोहोचले होते. देश, समाज आणि सरकार यांमध्ये बदल होणं, त्यांना अत्यावश्यक वाटत होतं.

प्रेमाचा शनि कुणाला, कशा प्रकारे ग्रासेल, हे सांगणं खरोखरच अत्यंत कठीण आहे! कानांवर पडणारा प्रत्येक आवाज, दृष्टीला दिसणारे सगळे आकार, बुद्धीपर्यंत पोहोचणारे सगळे शब्द या तरुणांना विशिष्ट अर्थानं जाणवून विव्हल करत होते. उखळ-मुसळ, बल्ब, बलून, हॉर्न, खिसा, पर्स, टेबल, ड्रॉवर - एकजात सगळ्याच वस्तू प्रतिकं होऊन त्यांच्याद्वारे केसरूरच्या टंच पोरट्या त्यांना यमयातना देत होत्या.

या पोरी समोर आल्या, की छातीची धडधड - भय! आल्या नाहीत, की हताश भावना! आपल्याकडे वळल्या, की याचा अर्थ काय, म्हणून आशंका अन् वळल्या नाहीत, की स्वत:च्या मिशा, हेअरकट, रूप, रंग, कपडे - यांवर संताप!

हे असंच चाललं असतं, तर त्यांच्यापैकी प्रत्येकाला कसला ना कसला आजार होऊन मरणच आलं असतं! नेमक्या अशा वेळी डॉक्टर रामचंद्र केसरूरच्या ज्यूनियर कॉलेजात बदली होऊन आला होता. या आधीच्या गावी मुलांना चिथवून, दंगा घडवून आणण्यासाठी त्याला जबाबदार धरण्यात येऊन, शिक्षा म्हणून त्याला केसरूरला टाकलं होतं.

रामचंद्र प्रत्यक्ष येऊन पोहोचण्याआधी त्याच्या हुशारीच्या कथा केसरूरमध्ये पोहोचल्या होत्या. त्याचबरोबर त्यानं घडवून आणलेल्या विद्यार्थ्यांच्या दंग्याची कथाही पोहोचली होती. गावात तो नक्षलवादी कम्युनिस्ट असल्याची बातमी पसरली होती; आणि त्याचबरोबर तो अमेरिकेतल्या सी. आय्. ए. चा एजंट असल्याचंही बरेच जण छातीठोकपणे सांगत होते.

तो प्रत्यक्ष आला, तेव्हा तोही इतरांप्रमाणेच मनुष्यदेहधारी असल्याचं बघून या मुलांना मात्र खूपच बरं वाटलं होतं.

बोलता-बोलता समोरच्या विद्यार्थ्यांना गुंगवून ठेवण्यात रामचंद्राचां हातखंडा होता. आल्या-आल्या त्यानं वर्गात 'नष्ट होत चाललेल्या या देशात प्रेम-लग्न वगैरे अर्थहीन गोष्टी आहेत! - वडिलांच्या संपत्तीवर जगणाऱ्या परतंत्र जीवांना आत्माच नसतो! - जो देशावर प्रेम करू शकतो, तोच खऱ्या अर्थानं स्त्रीवर प्रेम करू शकतो!- वगैरे गंभीरपणे सांगितलं. स्त्री-समानता, स्वातंत्र्य या विषयांवरही भरभरून भाषण ठोकलं. त्याच्या बोलण्यानं संमोहित झालेल्या या क्रांतिकारकांनी मग देशावर प्रेम करायला सुरुवात केली. रामचंद्रानं त्यांना सांगितलं,

"तुमच्यामध्ये खरोखरच प्रेम आणि आत्मगौरव असेल, तर तुम्ही या देशावर प्रेम करायला पाहिजे! - म्हणजेच हा देश प्रेम करायला लायक बनवायला पाहिजे! -"

या क्रांतिकारकांच्या मनातही, नाहीतरी, प्रेम भरभरून वाहतच होतं! आपल्या देशाचा समाज, राजकारणी लोक, इथली अधिकारशाही हे त्यामधले महत्त्वाचे अडथळे आहेत, हे त्यांना आता कुठं समजू लागलं! या आधी त्या बिचाऱ्यांची समजूत होती - केसरूरच्या शामळू पोरी धैर्य एकवटून पुढाकार घेत नाहीत, हाच महत्त्वाचा अडथळा! आता मात्र गावचे तहसीलदार, बी.डी.ओ, डी.सी., गावातले धनवान, व्याज गोळा करणारे मारवाडी हे सगळे वैरी आहेत, असं मानून ते चौघंही, क्रांती झाली पाहिजे, या निर्णयापर्यंत येऊन पोहोचले होते.

यानंतर पुढचा कार्यक्रम काही का ठरेना, ह्या त्यांच्या निर्णयामुळं उठता-बसता हृदयाच्या धडधडीवर परिणाम घडवून आणणाऱ्या केसरूरच्या पोरींच्या मानसिक छळापासून त्यांची काही काळ तरी सुटका झाली होती!

२

"हॅलो... गुड इव्हनिंग. माय नेम इज अंगाडी. श्यामनंदन अंगाडी..."

केसरूरच्या विश्वभवन कॉफीबारमध्ये एका कोपऱ्यात निवांतपणे कॉफी घेत गप्पा मारणाऱ्या तिघांशेजारी येऊन उभ्या राहिलेल्या उंच व्यक्तीनं आपण होऊन ओळख करून देत सांगितलं.

बोलण्यात अचानकपणे आलेल्या व्यत्ययानं तिघांनीही वळून त्या व्यक्तीकडे पाहिलं. आगंतुकाच्या हालचाली आणि त्याची विचित्र कन्नड भाषा ऐकून त्या तिघांनाही यावर काय प्रतिक्रिया दर्शवावी, ते समजेना.

त्यांच्या परवानगीची वाट न बघता, तिथल्या एका खुर्चीकडे वळलेल्या त्या व्यक्तीनं सांगितलं,

"तुम्ही कुणीही मला आपली ओळख करून द्यायची गरज नाही. मी आपल्याला ओळखतो..."

हे ऐकून टेबलाभोवतालचे तिघंही चांगलेच दचकले. तिघांनीही आपापल्या स्मरण-दिगंतात शोध घेतला. पण त्यांना आगंतुकाची ओळख पटली नाही. काय करायचं, ते न सुचल्यामुळं त्यांनी त्या हसतमुख आगंतुकाला बसायला सांगितलं.

खुर्चीवर बसल्यावर सावधपणे सिगारेट शिलगावून त्या तिघांपैकी एका व्यक्तीकडे निर्देश करत अंगाडी म्हणला,

"आपण मिस्टर हेगडे, संशोधन केंद्राचे पॅथॉलॉजिस्ट - ठीक ? तुम्ही सिद्दप्पा. सशोधन केंद्रातले कीटक - शास्त्रज्ञ. बरोबर आहे ना?-" म्हणत तो तिसऱ्या व्यक्तीकडे वळला.

हेगडे आणि सिद्दप्पानं मान हलवून त्यानं सांगितलेली माहिती खरी असल्याचं दर्शवलं.

तिसऱ्या व्यक्तीकडे वळून अंगाडीनं विचारलं,

"पण हे कोण? यांची ओळख पटली नाही. आय् ॲम सॉरी - बट् - "

"मी रामचंद्र. इथल्या ज्यूनियर कॉलेजमध्ये अर्थशास्त्राचा प्राध्यापक आहे... "

"कोण? तुमकूरला टी. आर, रामचंद्र नावाचे एक होते, ते..."

"तोच मी..." रामचंद्र उत्तरला.

"ओह! वंडरफुल! सरकारच्या पंचवार्षिक योजनेवरच्या तुमच्या कॉमेंट्स वाचल्यात मी! काय भादरलंय् तुम्ही सरकारला! फार आनंद झाला तुम्हांला भेटून!-" म्हणत त्यानं रामचंद्रचा हात हातात घेतला.

आपल्याला अपरिचित असलेल्या रामचंद्रच्या कीर्तीनं हेगडे आणि सिद्दप्पा चकित झाले.

आता रामचंद्रही अंगाडीचं तीक्ष्णपणे निरीक्षण करू लागला. कुठल्या तरी कोपऱ्यात छापून आलेला आपला लेख वाचून आपलं अभिनंदन करणाऱ्या या वाचकाला बघून तोही आश्चर्यचकित झाला होता. त्यानं स्पष्टच विचारलं,

"आपण कोण, ते नीट समजलं नाही, मिस्टर अंगाडी!"

"ओह.... सॉरी! स्वत:विषयी सांगितलंच नाही मी - मी इंटलिजन्स ऑफिसर म्हणून अलेप्पीमध्ये काम पाहतो."

इंटलिजन्स ऑफिसर म्हणताच त्या तिघांच्या मनांत एक प्रकारची अपराधी भावना आणि अतिसावधपणाचा भाव आपसूक जन्मला.

रामचंद्रनं विचारलं,

"कुठल्या? सेंट्रल एजन्सीमध्ये, की स्टेट इंटलिजन्स एजन्सीमध्ये?"

आता आपल्या पुढ्यात काय वाढून ठेवलंय, हे त्यांपैकी कुणाच्याच लक्षात येईना. काहीतरी निमित्त सांगून काढता पाय घ्यावा, असं हेगडेला वाटू लागलं.

अनेकांना आपला परिचय देण्याची सवय असलेल्या अंगाडीच्या दृष्टीनं या अनुभवात काहीच नवं नव्हतं. त्यांच्या मनातली आपल्या विषयीची भीती कमी करण्यासाठी तो म्हणाला,

"खरं सांगायचं, तर माझं मूळचं आडनाव हे अंगाडी नाही. मूळचा मी याच भागातला. इथून आठ मैलांवर अंगडी म्हणून खेडं आहे ना? त्या गावचे पटेल होते माझे वडील. माझं नाव श्यामेगौडा. माझा इंटरव्ह्यू कलकत्त्याला होता. तिथं नोकरीच्या संदर्भात आपली जात कुणाच्याही लक्षात येऊ नये, म्हणून मी आडनाव अंगडी सांगितलं. इंटरव्ह्यू घेणारे सगळे बंगाली होते. त्यांना दक्षिण भारतीय माणूस म्हटला, की तिटकारा वाटतो. म्हणून मी हे विचित्र आडनाव धारण केलं. माझं मूळ नाव अंगडी श्यामेगौडा. तुम्ही हा कुठला इंटलेजन्सवाला आला, म्हणून घाबरायची काहीही गरज नाही. मी हा इथलाच...."

बोलता-बोलता अंगाडीचा ढंग इतका बदलला, की तो थेट मलेनाडचा गौडा वाहू लागला.

"मला सेंट्रल इंटलिजन्सकडून वेलदोडा बोर्डावर इंटलिजन्स ऑफिसर म्हणून प्रमोशनवर डेप्यूट केलंय्. ही पोस्ट आधी स्टेट-इंटलिजन्सच्या स्केलमध्येच होती. मी जाणार नाही, म्हणून स्पष्ट सांगितलं, तेव्हा सेंट्रल स्केल बदलून माझी

नोकरी इथं कायम केली. आता वेलदोडा बोर्ड इंटलिजन्स म्हणून एक वेगळं डिपार्टमेंटच केलंय. सगळा पॉलिटिक्सचा भाग म्हणायचा!'' त्या तिघांनाही बोलताना मोकळं वाटावं, म्हणून अंगाडीनं वस्तुस्थिती थोड्या मोकळ्या - ढाकळ्या पद्धतीनं सांगितली.

अंगाडी वेलदोडा केंद्राच्या पाटलांना भेटायला आला होता. केसरूर परिसरातलं उत्पादन अत्यंत धोकादायक पद्धतीनं घटल्यामुळं सरकारनं या बाबतीत भीती दर्शवून वेलदोडा बोर्ड आणि व्यापार यांतील सर्व पातळ्यांवर चौकशी करायची जबाबदारी अंगाडीवर सोपवली होती.

''कर्नाटकप्रमाणे केरळमधलंही वेलदोड्याचं उत्पादन घटलंय?'' सिद्दप्पानं विचारलं.

''होय. गेल्या दोन वर्षांत तिथंही उत्पादनात घट होत आहेच. पण केसरूरचा वेलदोडा अधिक प्रसिद्ध आहे. त्यामुळं इथल्या उत्पादनातली घट हा अधिक तीव्र चिंतेचा विषय आहे -'' अंगाडीनं खुलासा केला.

डॉक्टर जोगीहाळ इथल्या वेलदोडा सशोधन केंद्राचे प्रमुख असताना फील्ड-डे साठी आपण आलो होतो, हेही अंगाडीनं सांगितलं आणि म्हणाला,

''त्या वेळा सिद्दप्पा आणि हेगडे - तुमची भाषणंही मी ऐकली होती. म्हणूनच आल्या-आल्या मी तुम्हांला ओळखलं.''

सिद्दप्पा हसत म्हणाला,

''मिस्टर अंगाडी, वेलदोड्याचं पीक कमी होण्यासाठी कितीतरी कारणं आहेत. कृमी-कीटक, फंगस-बुरशी, व्हायरस, प्रतिकूल हवामान - शिवाय बाजारभावाचे चढउतार वगैरे! अक्षरश: शेकडो कारणं यासाठी सांगता येतील. यावर चौकशी करायची, म्हणजे तो वनस्पति - शास्त्राच्या अध्ययनाचाच एक भाग आहे. हे पोलीस किंवा इंटलिजन्स डिपार्टमेंटचं काम नाही! अशा चौकशीचा काय उपयोग होणार? समजा, या वेलदोड्याला इफिट्स् नावाच्या किडीचा त्रास आहे. हे शोधून त्यासाठी अमुक औषध फवारलं पाहिजे, असा मी रिपोर्ट देईन. मग पोलीस यावर काय करतील? इफिट्स्‌ना बेड्या ठोकून घेऊन जातील?''

या थट्टेवर अंगाडी मोकळेपणानं हसला आणि म्हणाला,

''सिद्दप्पा, तुमच्या या प्रश्नालाही मी समर्पक उत्तर देऊ शकतो! पण...' अंगाडी एखादं गुपित सांगावं, तसं सांगू लागला, 'अरब देशांना वेलदोड्यांची निर्यात करून आपल्या देशाला चारशे कोटींचं परकीय चलन मिळायचं. आता ते पन्नास कोटींवर घसरलंय! सरकार त्यामुळं भयभीत झालंय! ही घट, तुम्ही म्हणता, तशी केवळ रोग आणि कृमी कीटकांमुळं झाली असेल, तर माझं इथं काहीच काम नाही, हे तुमचं म्हणणं अगदी खरं आहे. पण बऱ्याच वेळा अशा प्रकरणांमध्ये क्रिमिनल्सही

असतात ना! म्हणूनच अशा प्रकारच्या चौकशांमध्ये आमच्यासारख्यांची नेमणूक केली जाते. जे तुमच्या लक्षात येत नाही, तेच नेमकं आमच्या लक्षात येतं!'' म्हणत अंगाडी एकदम गप्प बसला.

त्याचं कर्तव्यगूढ, रहस्यमय मौन पाहून हे तिघही घाबरे झाले.

हे लक्षात येताच अंगाडी पुन्हा बोलू लागला

''हे सगळं ऐकून तुम्ही कृपा करून मला जेस्मबाँड किंवा त्याचा अवतार समजू नका. हेर म्हणजे पोरींशी मजा आणि पिस्तुल घेऊन साहस, अशी कल्पना असते. खरं सांगायचं, तर मीही पूर्वी याच भ्रमात होतो! पण आता पाहतोय ना! इंटलिजन्सवाल्यांचं काम, म्हणजे तालुका - कचेरीतल्या कारकुनाचं काम! विषय पूर्णपणे समजून घ्यायचा - सगळे मुद्दे नीट लक्षात ठेवायचे- परस्परांशी क्रॉसचेक करत मधले निसटलेले दुवे जुळवायचे! गद्धेमजुरी सगळी!

अंगाडीचं बोलणं ऐकून त्या तिघांच्या मनांवरचं दडपण थोडं-फार कमी झालं. तरी पोलीस-डिटेक्टिव्ह म्हटल्यावर थोडं सावधपणेच बोललं-वागलं पाहिजे, याबाबत त्या तिघांचं मनोमन एकमत झालं.

अंधार होऊ लागला, तसा रस्त्यापलिकडच्या भांड्यांच्या दुकानातला मारवाडी मालक गल्ल्यावरून उठला आणि दिव्याचा स्विच दाबून, दिव्याला हात जोडून पुन्हा गल्ल्यावर बसला.

अंगाडीनं कुतूहलानं सिद्दप्पाला विचारलं,

''बाय् दि बाय् - डॉक्टर जोगीहाळ वारले ना? काय झालं होतं त्यांना?''

हेगडे उत्तरले,

''काहीही नाही. चांगलेच होते ते. आदल्या दिवशी त्यांनी आम्हाला मीटिंगसाठी बोलावलं होतं. त्यात वेलदोड्यावर झालेल्या संशोधनावरच्या चर्चेतही त्यांनी पुढाकार घेतला होता. रिसर्च विद्यार्थ्यांची काही निरीक्षणं पाहिली. दुसरे दिवशी सकाळी पाहिलं, तर लॅबमध्ये मृतावस्थेत पडले होते. हार्टफेल, की आणखी काय, ते नीटसं समजलं नाही. स्लाईड प्रोजेक्टरलाही काही तरी झालं होतं म्हणतात -'' तीच ती घटना वरचेवर सांगावी लागल्यामुळं त्याच्या आवाजात कंटाळा डोकावत होता.

''पण, हेगडे, ते डी.डी.टी. बाँबवर काही तरी संशोधन करत होते ना ?''

''सिद्दप्पाला त्याविषयी तपशिलासकट ठाऊक आहे. त्यानंच ती स्कीम जोगीहाळना तयार करून दिली होती.''

''त्या स्कीमविषयी मला ठाऊक असलेलं सगळं सांगतो. पण इंटलिजन्स शब्द ऐकल्यापासून छातीत धडधडतंय् बघा! बोलावं, की बोलू नये, हेच समजेनासं झालंय. जोगीहाळ वारल्यावर पोलिसांनी ही चौकशी - ती चौकशी म्हणत जीव

नकोसा केलाय! आतापर्यंत झाली, तेवढी कटकट पुरेशी आहे-'' सिद्दप्पा म्हणाला.

''नो नो नो! गप्पा मारायला एक विषय म्हणून मी हे विचारलं, एवढंच! तुमचंही बरोबर आहे, म्हणा! मी या खात्याचा आहे, म्हणून समजलं, की लोक अनावश्यक रोमांचक कथा करून सांगू लागतात - नाहीतर सगळंच झटकून मोकळे होतात! पण मी तुम्हांला पुन्हा सांगतो - मी जोगीहाळांच्या मृत्यूची चौकशी करायला मुळीच आलो नाही. तुम्ही त्यांच्या हातांखाली काम केलंय, म्हणून उगाच उत्सुकतेनं विचारतोय, एवढंच. त्याहीपेक्षा महत्त्वाचं, म्हणजे तुम्ही माझ्याशी साधं-सरळ वागावं, एवढीच माझी अपेक्षा आहे-'' अंगाडीनं पुन्हा-पुन्हा सागितलं.

''स्फोटक पदार्थांशेजारी डी.डी.टी ठेवून तयार केलेला बॉंब शेताजवळ उडवला, तर डी. डी. टी. फवारणीचं काम वाचेल, म्हणून असं करणं शक्य आहे काय, याचा प्रयोग चालला होता. पण त्याचा जोगीहाळांच्या मृत्यूशी कुठल्याही प्रकारे संबंध पोहोचत असावा, असं दिसत नाही. जोगीहाळांच्या मृत्यूनंतर पोलिसांनीही या मुद्द्यावर सिद्दप्पाची चौकशी केली होती.''

''तसं नव्हे, सिद्दप्पा, तुम्हाला ही डी.डी.टी. बॉंबची कल्पना कुठून सुचली?'' हेगडेनं विचारलं.

''का? माझ्या डोक्यात मेंदू नावाचा पदार्थ आहे, यावर तुम्ही विश्वास का ठेवत नाही ? थोडी सवड मिळाली, तर असल्या एकच काय - शंभर कल्पना सुचतील!'' सिद्दप्पा वैतागून म्हणाला.

''जाऊ द्या. एकाच विषयावर शंभरजणांना शंभर वेळा सांगून तुम्हांला वैताग आलेला दिसतो. एकीकडे जोगीहाळसारखा शास्त्रज्ञ वेलदोड्यावर संशोधन करत असतानाही केसरूरच्या वेलदोड्याच्या पिकात एवढी घट येतेय, ह्यानं मीही वैतागून गेलोय, बघा! त्यांनी कर्नाटकात द्राक्षांवर आणि सिमल्यात सफरचंदांवर जे संशोधन केलं, त्यासाठी त्यांना मॅगसेसे पुरस्कार मिळावा, म्हणून प्रयत्न चालले होते. अशा वेळी ते वारले, हे अगदी वाईट झालं. आज आपल्या देशात प्रत्येक गल्ली-बोळाच्या कोपऱ्यात द्राक्षं-सफरचंदं ढीगानं दिसतात. हे यामुळंच शक्य झालंय ना? आधी कुठं शक्य होतं हे? पूर्वी कुठं तरी सिनेमातल्या राजा-राणीला खायला मिळणारी ही फळं आता कुणीही विकत घेऊन खाऊ शकतो-'' अंगाडी म्हणाला.

या गप्पा चालल्या असताना शेजारच्या चौकात कुठं तरी हलगीचा आवाज आला. तिकडं बघत रामचंद्र म्हणाला,

''हं! झाली वाटतं सुरुवात! पुन्हा आली वाटतं कुठल्या तरी वेलदोडे पिकवणाऱ्या शेतकऱ्याच्या घरावर जप्ती!''

''वेलदोड्याचं कमी पीक यायला कृमी-कीटक कारणीभूत आहेत, की क्रिमिनल्स कोण जाणे - पण वेलदोडे पिकवणाऱ्यांची घरं उठवण्यात मात्र पतपेढीतल्या

क्रिमिनल्सचा हात आहे, हे नक्की!'' पुन्हा रामचंद्र संतापानं म्हणाला.

अंगाडी मात्र काही न बोलता, घड्याळ बघत-

'निघू? पुन्हा भेटू केव्हा तरी. केव्हा भेटायचं? - ' म्हणत उठला.

''डॉक्टर पाटलांना भेटायला येणार आहातच ना? तिथं भेट होईलच. इथंही आम्ही दररोज संध्याकाळी गप्पा मारायला जमतोच. इथंही भेटता येईल पुन्हा, हवं तर - '' हेगडेनं सांगितलं.

पतपेढीचा नोकर हलगी वाजवत पुकारत चालला होता-

''ऐका - ऐका - ऐका, हो! उद्या सोप्पिनगुडे रामेगौडांच्या घरचा लिलाव होणार आहे हो! - एक लोणच्याची बरणी - पंधरा झाडू - तीन ॲल्युमिनिअमची भांडी-''

पतपेढीचा नोकर यादी वाचत हलगी वाजवत पुढं चालला होता.

उंच श्यामनंदन अंगाडी उठून राहिला आणि कोट हातावर घेत सावकाश कॉफीबारच्या पायऱ्या उतरून निघून गेला.

तो दिसेनासा होईपर्यंत त्याच्यावर खिळलेली त्या तिघांची दृष्टी परस्परांकडे वळली.

३

'काही तरी करून क्रांती झालीच पाहिजे –' हा निर्णय घेऊन झाला होता. पण पुढं काय? चक्रव्यूहातून बाहेर पडायचा मार्ग ठाऊक नसलेल्या अभिमन्यूप्रमाणे केसरूरचे चारही क्रांतिकारक एका दगडी बाकावर बसून केसरूरच्या क्षितिजाचं निरीक्षण करत बसले होते. बराच वेळ होऊ लागला, तसा घरी जायचा विचार अंगारच्या मनात डोकावून गेला. पाठोपाठ वाटलं, हे घर नावाचं प्रकरण कशासाठी असतं, कोण जाणे! त्यापेक्षा मित्रांच्या बरोबरीनं क्रांती वगैरे करत रस्त्यात भटकणं किती सुखाचं असतं!

तो रमेशकडे वळून म्हणाला,

"सायकल-शॉपच्या रामची धिंड काढायला पाहिजे, रमेश –"

"का, रे? तुला काय केलं त्यानं ?" इंग्लिश गौडानं विचारलं.

"सकाळी मी त्याच्याकडे भाड्यानं सायकल मागितली, तर नाही म्हणाला हलकट!"

"का? सायकलींची तो पूजा करणार आहे काय नुस्त्या ठेवून?"

"परवा त्याच्या सायकलवर दोघांना घेऊन मी जुन्या केसरूरला जाताना त्यानं पाहिलं मला. आता उगाच चाक मोडलं, म्हणून सायकल द्यायला नाही म्हणतोय! तिब्बल सीट जातो, म्हणून!"

"ते बघून घ्यायला पोलीस आहेत की! ह्याला काय करायचंय? उद्या सगळे मिळून जाऊ या - मग बघू, तो कसं देत नाही म्हणताये ते!"

एवढ्यात हलगीचा आवाज ऐकू आला. तो ऐकताच इंग्लिशगौडा म्हणाला,

"अरेच्चा! कुणाच्या तरी घरावर जप्ती आलेली दिसते! पतपेढीच्या हलकटांना काय करावं? काल आमच्या मामाच्या घरावरही जप्ती आली होती म्हणे. घरात शिरून भांडी- कुंडी घेऊन गेले."

"छे:! या सगळ्यांवर एकच उपाय आहे – क्रांती!" रमेश म्हणाला.

"बिचारा पतपेढीचा नोकर रुद्र! कालच येऊन सांगून गेला होता - आज जप्ती येणार, म्हणून. त्यामुळं घरातलं महत्त्वाचं सोनं-नाणं आणि इतर वस्तू कुठं तरी लपवून ठेवता येतात ना! त्यामुळं शेवटी रिकाम्या घरावरच जप्ती येते. हलकटांना

झाडू, करवंट्या, फुटक्या बरण्या, केर-कचरा यांशिवाय काहीही सापडलं नाही! आज सकाळीच मी रुद्राला पाच रुपये देऊन सांगितलंय, गावाच्या बाजारपेठेतून माझ्या मामाची अब्रू घालवू नकोस म्हणून! - '' इंग्लिशगौडानं आपण दाखवलेली चलाखी मित्रांना सांगितली.

इंग्लिशगौडाचा मामा सोप्पिनगुड्डचा रामेगौडा. रामेगौडाची सही घेऊन मिळवलेल्या रकमेपैकी निम्मी रक्कम रामाचारीनं - पतपेढीच्या सेक्रेटरीनं संपवली होती. त्यामुळं प्रत्येक जप्तीच्या आधी तो पतपेढीच्या नोकराकरवी जप्ती येणार असल्याची बातमी कळवत असे. सेक्रेटरी रामाचारीची धर्मप्रज्ञा त्याच्याकडून हे घडवत होती!

इंग्लिशगौडाचं बोलणं ऐकून रमेश वैतागून म्हणाला,

''काय हे, इंग्लिशगौडा! हे काय क्रांतिकारकांनी करायचं काम आहे? लाच देणं शोभत नाही आपल्यासारख्या क्रांतिकारकांना!''

''अरे, व्वा, रे, व्वा!'' बंरच सांगतोस की! मग काय करायचं ? भर बाजारपेठेत होणारा अपमान चुकवायला नको?''

''क्रांतिकारकानं काय करायला पाहिजे ठाऊकाय? ज्या घरावर जप्ती येणाराय तिथं समोर उघड्या छातीनं उभं राह्यचं आणि गरिबांच्या रक्ताचं शोषण करायला ते जप्तीवाले - रक्तपिपासू ढेकणं आली, की त्यांना स्पष्ट बजावायचं - घरात पाऊल टाकून तर बघा - खोपडीची दोन भकलं करेन -''

इतर दोघंही त्याचं बोलणं ऐकून घाबरले.

इंग्लिशगौडानं घाबरून विचारलं,

''-आणि ते खरोखरच आत आले, तर ?''

''-तर? करायचे खोपडीचे दोन तुकडे! याची तयारी नसेल, तर कसला रे, तू क्रांतिकारी ?''

''जा, रे, जा! काही तरी बडबडू नकोस -'' चंद्रानं रमेशच्या बोलण्याला असंमती दर्शवली.

''का, रे? तुझा मामा पतपेढीत कामावर आहे, म्हणून अशी माघार घेतोस ?''

''तोंड बंद कर आधी! मला काय समजलास तू? शंभर रुपयांना त्याची मान कापून देईन- लक्षात ठेव-''

'पण मान कापायला शंभर रुपये कशाला? आणखीही स्वस्तात वर्कआऊट होईल हे-'

''पैसे घेऊन खून करणं क्रांतिकारकांचं काम आहे काय रे? गुंडांचं काम ते...''

मित्रांच्या वेगवेगळ्या टीकांमुळं घाबरून गेलेला चंद्रा म्हणाला,

''तसं नव्हे रे! त्या फालतू माणसाच्या जिवाची किंमत शंभर रुपयांएवढीही नाही, म्हणून सांगायचं होतं मला...''

चंद्राचा खुलासा चालू असतानाच हलगी वाजवणारा जवळ आला. त्याची टिम्-टिम् त्या तिघांना स्पष्ट ऐकू येऊ लागली. पाठोपाठ ऐकू आलं,

सोप्पिनगुड्डच्या रामेगौडांच्या घरातल्या सामानाचा लिलाव आहे, हो –

आता इंग्लिशगौडा चांगलाच गडबडला,

“पाहिलंत? अपमान! सकाळी पैसे दिले, तरी ही नमकहरामी?”

“चला, रे, विचारू या, काय भानगड आहे, ती!” म्हणत रमेश इतरांसह तिकडं निघाला.

त्याच्यासह तिघांनीही तिथं जाऊन पाहिलं, तेव्हा तिथं रुद्राऐवजी बालय्या हलगी वाजवून दवंडी पिटत असलेला दिसला.

अखेर इंग्लिशगौडानं बालय्याला एका बाजूला बोलावून सकाळी रुद्राशी झालेल्या व्यवहाराची कल्पना दिली.

“दिलं, तर देनारा हाय आन् घेनारा हाय्! मला यात काय इचारता ? पाच रुपये दिले आन् टाम्-टाम् करून ये, म्हनून सांगितलं - तसं केलं. आता तुमी पाच रुपये देऊन थांबव म्हटलं, तर थांबतो”

“आता पाच रुपये कुठून आणू? तू मुकाट्यानं निघून गेलास, तर उद्या काही तरी करून आणून देतो.”

“तुमी दिलं - मी घेतलं! आत्ता त्याचं काय? सरा तुमी - मला माजं काम करू द्या -” म्हणत तो पुन्हा इंग्लिशगौडाच्या मामाचं नाव पुकारून त्यांच्या घरातल्या वस्तूंची यादी सांगू लागला.

तेवढ्यात दूरवर मुलींचा एक घोळका दिसला. अपमानावर अपमान! आता

क्रांतिकारकांचा संयम संपुष्टात आला. इंग्लिशगौडाचा समेटाचा प्रयत्नही कोसळून पडला होता. त्यामुळं रमेशनं प्रकरण आपल्या हाती घेतलं,

“अरे, ए साल्या! मुकाट्यानं तोंड मिटतोस, की जबरदस्तीनं बंद करायला पायजे?”

“तू कोन, रं? घरावर जप्ती आलेला गुमान कुल्ले झाकून बसलाय्! आन् हा कोन माजं तोंड बंद करायला आलाय, म्हनायचा? तुज्या वयाची माजी नातवंडं हायेत! ध्यानात ठेव - जा घरला -”

“होय? आणखी कोण-कोण आहेत, रे, भडव्या -” म्हणत रमेशनं कुठूनसा एक चाकू बाहेर काढला आणि त्याचं पातं बालय्यापुढं धरलं.

बालय्याच प्राण कंठाशी आले. पोरं एवढ्या तयारीची असतील, याची त्यालाही कल्पना नव्हती.

“अय्यय्यो - मला मारू नगा -” म्हणत त्यानं स्वत:ला हलगीमागं दडवायचा प्रयत्न केला.

रमेशनं हातातला सुरा हलगीच्या चामड्यात खुपसून टर्रकन् ओढला.

रमेशची क्रांति-पिपासा बघून चंद्रा घाबरा झाला.

अंगारनं त्वरेनं पुढं होऊन रमेशला बालय्यापासून दूर केलं. या सगळ्या गडबडीत "हलकटा - मला खुनाच्या केसमध्ये घालतोय, रे -" म्हणत इंग्लिशगौडानं धूम ठोकली. अंगार आणि चंद्राला रमेशचा आवेश आवरता-आवरता नाकी नऊ आले.

त्यातही रमेशनं बालय्याला बजावलं,

"पुन्हा केसरूरच्या बाजारपेठेत तोंड उघडलंस, तर याद राख! तुझ्या पोटाची अवस्था हलगीसारखी करेन!-"

बालय्याचाही यावर विश्वास बसला आणि तो बालबाल वाचलेल्या आपल्या जिवाची काळजी करत गयावया करू लागला,

"अरं, मी बी हाडा-मांसाचा पोरं-बाळंवाला मानूस हाय! मला काय करायचंय् ह्ये गू खायचं काम? -"

हा सगळा गोंधळ सुरू असतानाच एक उंच भव्य आकृती शेजारी उभी राहून म्हणाली,

"का रे? कसला गोंधळ चाललाय् इथं?"

चौघांनीही तिकडं वळून पाहिलं. तिथं गंभीर मुद्रेनं श्यामनंदन अंगाडी उभा होता. चाकूचं पातं बंद करत रमेशनं सांगितलं,

"उलट उत्तरं देत होता - म्हणून त्याला नीट समज देत होतो - क्रांती करणाऱ्या तरुणांशी पोरकटपणानं वागू नकोस, म्हणून!"

अंगाडीनं बालय्याला विचारलं,

"तू कोण रे ?"

"कुणास ठाऊक! गरिबांच्या घरांवर जप्ती आणायला निघाला होता हलकट-" रमेश म्हणाला

"काय सांगायचं धनी! जप्तीची नोटीस फिरव म्हनले, म्हनून फिरवत होतो. तर हा कुठून तरी आला आन् तोंड मीट म्हनत हलगीचं कातडं फाडून टाकलं, बगा!-"

"कुणाच्या घरावरची जप्ती आणि लिलाव?" अंगाडीनं रमेशला विचारलं.

"कुणास ठाऊक! आम्ही कशाला तपशिलाच्या फंदात पडू? दररोज कुणा ना कुणा गरिबाचे संसार जप्त होतातच! कुठल्या ना कुठल्या गरिबाची भांडी-कुंडी सावकाराच्या घरात शिरतातच!-" रमेश त्याच त्वेषानं उत्तरला.

"मग तुम्ही कशाला हलगीला चाकू लावलात?"

"मी कशाला लावू ? तो हलगीमागं लपला, म्हणून हलगीचं चामडं फाटलं. चूक त्याचीच आहे!- "

रमेशच्या उलट-सुलट बोलण्यामुळं वैतागलेला अंगाडी "बरं - आता पुन्हा भांडण काढू नको - चला -" वगैरे सांगत तिथल्या असंबद्ध प्रहसनातून स्वत:ची सुटका करून घेऊन केसरूरच्या प्रवासी बंगल्याकडे निघाला.

अंगाडी आणि बालय्या निघून गेल्यावर अंगार रमेशकडे वळला आणि खवळून म्हणाला,

"अरे ए हलकटा! त्या गरिबाला कशाला चाकू भोसकायला गेलास? ते भित्रट ध्यान - इंग्लिशगौडा इकडं भांडण लावून तिकडं कुठं तरी पळून गेला, ढुंगणाला पाय लावून! त्याचा मामा - भर बाजारपेठेत अब्रूचा पंचनामा झाला, तरी आपल्या घरात शांत बसलाय्! आणि तुलाच कसला रे, एवढा संताप?"

इंग्लिशगौडाचा भेकडपणा लक्षात येताच रमेशचा संताप पुन्हा एकवार उफाळून आला,

"थू:! अगदी जातीवर गेलं बेणं! कोल्ह्याच्या जातीचा हलकट लेकाचा-"

तो इंग्लिशगौडाच्या संपूर्ण जातीचाच उद्धार करू लागला, तसं अंगारनं विचारलं,

"तू कुठल्या जातीचा, रे?"

"माझी कुठली जात?" रमेश तिरस्कारानं उत्तरला, "त्या दिवशी मीटिंग घेऊन आपण सगळ्यांनीच आपापली जात सोडायचं ठरवल होतं की नाही?"

"मग त्याला का जातीवरून शिव्या देतोस? –"

"-मग त्यानं का जातीची अक्कल दाखवावी?"

"जाऊ दे रे! आधी तो कुठं गेला, ते शोधून, त्याला नीट धडा शिकवायला पाहिजे!" अंगारनं तो वादग्रस्त मुद्दा डावलून पुढचा कार्यक्रम सुचवला.

"थू:! आमच्या गावच्या पोरींची लघवी ओलांडायची लायकी नाय याची! - " चंद्रा तिरस्कारानं म्हणाला.

"तुझी आहे ना ? मग झालं तर! सोड्यासारखी तीच पीत जा! मग तर झालं?" तोच मुद्दा आणखी ओढून इतर दोघांनी चंद्राची थट्टा केली.

चंद्रा घाबरला आणि आपल्याला ते त्या अर्थी म्हणायचं नव्हतं - तुम्ही त्याचा चुकीचा अर्थ घेतलात वगैरे स्पष्टीकरण देऊ लागला.

त्यानंतर तिघंही क्रांतीला घाबरून ढुंगणाला पाय लावून पळून गेलेल्या तिसऱ्या क्रांतिकारकाला शोधून त्याचं कोर्टमार्शल करायला निघाले.

"काय माणूस आहे! याला मदत करायला गेलो, तर हाच पळून गेला की! –"

"-आम्ही त्याच्यावर धावून गेलो, तर इकडं ह्याची कढी पातळ झाली! - यालाच कुणी सुरा दाखवला, तर काय होईल याचं? -"

"भित्रट - "

"हागरं ध्यान - "

"हातात तर सापडू दे - "

ते गेले, त्या दिशेनं अंधारात काही वेळ त्यांचं शिवराळ बोलणं कानांवर येत होतं.

४

अंधुक उजेडात इंग्लिशगौडानं केराची कुंडी ओलांडून धमू ठोकली. बालय्यावर सुरा चालवल्यावर त्याच क्रांतीचा एक भाग म्हणून ते आपल्या मागंही धावत येतील, अशी त्याची खात्री होती.

पण एक-दोन फर्लांग धावल्यावर इंग्लिशगौडाला धाप लागली. त्याचा वेग कमी झाला.

थोड्या वेळानं त्यानं पूर्णपणे थांबून मागं वळून पाहिलं.

पाठोपाठ कुणीही धावत येत नव्हतं.

म्हणजे एव्हाना त्या तिघांना पोलिसांनी पकडलं असणार आणि यांनी खून मीच केला, म्हणून जबानीही दिली असणार! छे:! आपलंही चुकलंच! तसा त्याचा आपल्या मामावरही फारसा जीव नव्हता. जवळच्या एका नातेवाइकाची भर रस्त्यात बेअब्रू होते, हे सहन न झाल्यामुळं तो तसा वागला होता, एवढंच. तरीही आपण यात रमेशसारख्या अतिरेक्याची मदत घेतली, हे चुकलंच, असं त्याला आता वाटू लागलं.

धावता-धावता इंग्लिशगौडा केसरूरच्या बाहेरच्या भागात येऊन पोहोचला होता. गावच्या अगदी शेवटच्या लाईटच्या खांबापाशी तो येऊन पोहोचला.

आता पुढं कुठं जायचं? काहीही करून पोलिसांच्या तावडीत सापडता कामा नये! आज नेमकं काय घडलं, याविषयी उद्यापर्यंत समजेल. त्यानंतरच पुढं काय करायचं, ते ठरवता येईल.

सगळा विचार करून इथून दोन-तीन मैलांवर राहत असलेल्या मावशीच्या घरी रात्र काढायची, असं ठरवून तो चालू लागला. वेलदोडा-व्यापारी कृष्णेगौडाच्या मळ्याच्या मागच्या बाजूनं जात असलेल्या शॉर्टकटनं गेलं, तर मेहनत आणि वेळ वाचेल, म्हणून तो तिकडं वळला. एका ढांगेत मळ्याचं कंपाऊंड ओलांडून मळ्यातल्या वेलदोड्याच्या पिकांमधून जाणाऱ्या पायवाटेनं तो अंधारात अंदाज घेत चालू लागला.

दूरवर दिसणारे कृष्णेगौडाच्या घराचे दिवे जवळ-जवळ येऊ लागले, तशी इंग्लिशगौडाला कुणी तरी हलक्या पावलांनी पळत गेल्याचा भास झाला.

कसली चाहूल ही? वेलदोड्याच्या वासानं आलेले नाग या पिकातून फिरत असतात म्हणे! त्यांतला एखादा सुकलेल्या पाचोळ्यावरून गेला असेल काय? की कृष्णेगौडाच्या घरच्या कचरा-कुंडीवर खरकटं खायला गावठी कुत्री आली असतील?

इंग्लिशगौडाच्या मनाचा गोंधळ उडाला. थोडी भीतीही वाटली. कोल्ह्या-कुत्र्यांच्या तोंडी रिकाम्या हाती सापडण्यापेक्षा हातात एखादी काठी किंवा दगड असलेला बरा, असा विचार करून त्यानं भोवतालच्या अंधारात नजर फिरवली. वेलदोड्याच्या पिकात दगड सापडण्याची शक्यता नाही, हे कळत असतानाच तो कशाला तरी ठेचकाळला. पाहिलं, तर दगडच होता. त्यानं वाकून तो दगड हातात घेतला.

त्या क्षणी त्याच्या भोवताली गडबड-गोंधळ ऐकू आला. पाठोपाठ 'हाच- हाच बगा! हलकट - सोडू नका भेंचोदला - ', वगैरे कल्ला उसळला.

हे ऐकताच इंग्लिशगौडा गर्भगळीत होऊन गेला. कोण, का, कशासाठी, यांपैकी काहीही समजलं नाही, तरी आपल्यालाच पकडायला कुणी तरी येत आहे, याविषयी त्याची खात्री पटली. तो उजवीकडे वळला आणि समोरच्या पायवाटेनं शक्य तितक्या वेगानं धावू लागला.

पाठोपाठ आवाज येऊ लागले, 'अरे... तो पळतोय्! - सोडू नका त्याला - जाऊ देऊ नका - मल्लप्पा - तिकडून ये तिम्मा, कुत्री सोड -

आता इंग्लिशगौडाच्या पोटातला भीतीचा गोळा पोटातच गडगडू लागला. कोणताही विचार न करता त्यानं पायांना आणखी गती दिली.

कुंपणापाशी येताच त्यानं एकाच उडीत ते ओलांडलं आणि रस्त्यावर आला. आधी धावून थकलेल्या इंग्लिशगौडाचे पाय आता थरथर कापत होते. मागोमाग धावत येणाऱ्यांची धप- धप पावलं आता जवळ जवळ येत होती. त्यांतला एक अगदी जवळ येऊन पोहोचल्याचं त्याला जाणवलं. पाठोपाठ त्याची कॉलर मागून खेचली गेली. शर्ट फाटल्याचा टर्ररकन् आवाज आला, बटणं तुटून खाली पडून गेली आणि कॉलर फाटून लोंबू लागली. हातात कोण सापडलंय्, तेही न बघता आलेल्या माणसानं तोंडानं शिव्या हासडत इंग्लिशगौडाला चार लगावून दिल्या.

पाठोपाठ आलेल्यांनीही 'सोडू नको - हाण तिच्यायला - 'म्हणून प्रोत्साहन दिल्यावर इंग्लिशगौडाला आणखी मार बसला.

सगळं असह्य होऊन हातातला दगड जमिनीवर फेकत त्यानंही आवाज चढवला, "ए - कोण, रे, भेंचोद-"

"बघ! बघ! हातात दगड आहे! हाण त्याला –"

"सोडू नको - पोलिसात देऊ या - "

कुणी तरी इंग्लिशगौडानं जमिनीवर टाकलेला दगड उचलला.

“सावकारांची वाट बगायची, म्हन्जे लई येळ होतोय - चला - पोलीस स्टेशनात नेऊया - सावकारांचा हाच रस्ता हाय. तेबी भेटतीलच रस्त्यात - ”

“याला दरादरा ओढत नेऊन सावकारांच्या वाड्यात खांबाला बांधून ठेवू या - ” आणखी एकानं सुचवलं.

पकडलेल्या माणसाचं नेमकं काय करावं, याविषयी त्यांच्यामध्येच चर्चा सुरू झाली. पण त्यांच्यापैकी कुणीही इंग्लिशगौडाला त्यानं काय भयानक अपराध केला, हे सांगायचे कष्ट घेतले नाहीत. त्याला शिव्या देत आणि धक्क मारत ओढून नेत सगळे केसरूरच्या पोलीस-स्टेशनकडे निघाले.

५

रमेश, चंद्रा आणि अंगार आपल्या हातावर तुरी देऊन सूं-बाल्या केलेल्या क्रांतिकारी मित्राला शिक्षा करायच्या हेतूनं इंग्लिशगौडा दिसेनासा झालेल्या दिशेनं गल्लीबोळात शोधत असताना त्यांना त्यांचा आणखी एक क्रांतिकारी मित्र रफी रस्त्यात भेटला. त्याला पाहताच अंगारनं खुशीत येऊन विचारलं.

"काय, मियाँ! इकडं काय करतोस?"

रफीलाही अनपेक्षितपणे सामोऱ्या आलेल्या मित्रांना पाहून आनंद झाला. त्यानंही आत्मीयतेनं चौकशी केली,

"काय, रे, हलकटांनो – इकडं कुठं या वेळी?"

"अरे, त्या नालायक इंग्लिशगौडानं आमचं लोकांशी भांडण लावून दिलं. आम्ही तिकडं भांडत राहिलो. तर इकडं हा पसार झालाय्! ही काय पद्धत झाली? त्याला शोधून, चार लगावून दिल्याशिवाय आम्ही गप्प बसणार नाही!" अंगारनं रफीला परिस्थितीची कल्पना दिली.

"खोलीला कुलूप लावून मी जेवायला निघालो, तेव्हा तो तिकडच्या दगडी पुलावरून पळत गेल्यासारखं वाटलं खरं! तोच होता, की आणखी कोण होता, कोण जाणे! पण तसाच दिसला खरा-"

"तोच तो! इकडच्या बाजूलाच तो पळत आला. तू कशाला उगाच खोटं सांगशील?" अंगारनं रफीच्या बोलण्याचं समर्थन केलं.

"चल, रफी - आज त्याला अक्कल शिकवायलाच पाहिजे!- "

"पण मी जेवलो नाही रे, अजून -

"अरे, ए भडव्या आता उगाच जातीवर जाऊ नकोस! आम्ही काय जेवून-बिवून निघालो, असं तुला वाटलं की काय? तू हाक मारलीस, तर आम्ही यायचं आणि आम्ही बोलवल्यावर मात्र तू जेवायचं कारण सांगतोस काय?" रमेश रफीवर उसळला.

रफी मुकाट्यानं त्यांच्याबरोबर निघाला. अंगारनं रफीला बाजारपेठेत घडलेलं सविस्तरपणे सांगितलं.

"करेक्ट. याला आत्ताच अक्कल शिकवायला पाहिजे! तसा माणूस बरा आहे

- पण मध्येच नमकहरामी सुचते त्याला - '' रफीनंही त्यांच्या विचारांना संमती दर्शविली आणि त्यांच्याबरोबर निघाला. तिघंही दगडी पुलाच्या दिशेनं चालू लागले प्रवासी बंगल्याकडून ते उजवीकडे वळत असताना एक घोळका समोरून गलका करत आला.

तो घोळका जवळ येताच रफी तिकडं पाहून ओरडला,

"अरे! तिकडं बघा! इंग्लिशगौडा तिकडं काय करतोय हा?"

त्यासरशी रमेश, चंद्रा, अंगार - सगळेच तिकडं बघू लागले.

खरोखरच तिकड इंग्लिशगौडा होता! कॉलर फाटलेली, बटणं तुटलेली, केस विस्कटलेले, चेहरा सुजलेला -

त्याची अवस्था बघताच रफीचं डोकंच सणकलं,

"कुणी मारलं रे, तुला?" त्यानं संतापानं विचारलं.

अवचितपणे समोर आलेल्या मित्रांना बघून इंग्लिशगौडाला रडू आलं.

आपल्या क्रांतिकारी परममित्राची ही अवस्था बघून रफीच्या सर्वांगाचा दाह झाला. त्यात हातात काठी नाही - दगड नाही - काही नाही!

या चौघांनी त्या माणसांना अवाक्षरही विचारायचे कष्ट घेतले नाहीत. नजरांना नजरा भिडताच प्रतिक्रिया उमटल्या. वयोपरत्वे त्यांच्या शब्दकोशात पूर्वापार विचार किंवा इतर तसले शब्दच नव्हते!

खरं तर, ते निघाले होते, इंग्लिशगौडाला शोधून बदडून काढण्यासाठी! आताचं दृश्य मात्र नेमकं त्याविरुद्ध होतं.

क्षणार्धात रफी त्या लोकांपैकी एकावर चाल करून गेला आणि लाथेनं पालथं पाडून त्यानं त्याच्या हातातली काठी हिरावून घेतली. त्यानंतर त्यानं थेट इंग्लिशगौडाला धरलेल्यावर चाल केली आणि हातातल्या काठीनं त्यानं सपा-सप रट्टे द्या यला सुरुवात केली. तो माणूस अनपेक्षित हल्ल्यानं गडबडला -

"अय्यय्यो! जीव घेतोय रे हा - धरा - सोडू नका –"

युद्ध-घोषणा तर होऊन गेली होती. आता रस्त्यावर रणकंदन माजलं. आधी कुठल्याही प्रकारे बोलाचाली न करता, समेटाची संधी न देता अचानक धावून आलेल्या या चौघांना बघून त्या लोकांमध्येही घाबरगुंडी उडाली होती. त्यांच्यापैकी कुणीतरी ओरडलं,

'ही त्याच्याच गँगची माणसं आहेत रे! त्याला सोडवून न्यायला आलेत ते!'

त्याचं ओरडणं संपायच्या आत रमेशनं त्याच्या पोटावर, आतलं उलटून पडेल, अशी लाथ हाणली. ती माणसंही लाठ्या घेऊन तयारच होती. हे तर क्रांतिकारक! कुणीच मागं हटायचा प्रश्न नव्हता!

लाठीचा एक तडाखा रमेशच्या दंडावर बसला.

अंगारनं एकाच्या दाताडावर ठोसा ठेवून दिला.

धप् -फट् – दणण-

“हाणा हलकटाला-”

“ए भेंचोद -”

“चोर लेकाचे! दगडं मारतोस ?”

“तुझा बाप हलकट -”

“उभा कापून काढेन - सोडणार नाय-”

“मादरचोद - दात ठेवणार नाय तुजे-”

दणा-दण हाणामारीबरोबर ही वाक्यं मधूनच धृपदासारखी ऐकू येत होती.

हा सगळा गोंधळ चालला असतानाच प्रवासी बंगल्यातून एक उंच व्यक्ती “अरे, ए – थांबा! काय झालं? काय चाललंय् ?-” म्हणत तिथं आली. पाठोपाठ प्रवासी बंगल्याचा नोकर आणि रखवालदारही “अय्यय्यो – मारामारी - पोलीस पोलीस-” म्हणत तिथं आले.

नेमक्या त्याच क्षणी एक जीप उजेडाचा झोत टाकत तिथं आली. तिचं अस्तित्व जाणवत असतानाच तिथली हाणामारी क्रमाक्रमानं कमी होत प्रत्यक्ष जीप थांबली, त्या वेळी पूर्णपणे थांबली.

६

कृष्णेगौडा, चंद्रेगौडा, हालप्पागौडा, अत्तार, श्याम भट्ट, रेंजर सीनप्पा वगैरे सगळे केसरूरमधल्या क्लबमध्ये टेबलाभोवती बसले होते. कृष्णेगौडाच्या हातातला व्हिस्कीचा ग्लास निम्मा रिकामा झाला होता. तो उगाच हातात ग्लास घेऊन बसला होता. रेंज फॉरेस्ट - ऑफिसर आणि ज्यूनियर इंजिनीयर क्लबमध्ये ज्या प्रमाणात पैसे गमावत होते, ते पाहिलं, की ते किती प्रचंड प्रमाणात लाच खात असतील, याची कल्पना येत होती.

पण आज कृष्णेगौडा त्या विचारात नव्हता. कोठारात साठवलेले हजारो किलो वेलदोडे विकायला बाहेर काढावेत, की काढू नये, या विचारात तो गुंतला होता.

आता वेलदोड्याचा दर बराच वाढला होता. पण या दराचं काही निश्चित नसतं - एकाएकी दर कोसळतो, असाही त्याचा अनुभव होता. त्यामुळं आणखी दर वाढायची वाट पाहायची, की आताच वेलदोडे विकून, मिळेल तेवढा फायदा करून घेऊन मोकळं व्हायचं, यावर त्याचा निर्णय होत नव्हता. आपण दर वाढायची वाट बघत बसलो आणि तिकडं दर उतरून मार्केट थंड होऊन गेलं, तर?

केसरूरबाहेर गावालगतच त्याचा 'सुवर्णधारा' हा वेलदोड्याचा मळा होता. त्यातच उत्तम घर बांधून तो आपल्या कुटुंबीयांसह राहत होता. वेलदोड्याच्या विक्रीतून मिळणारा नफा लपवण्यासाठी मळ्याचा फायदा घेऊन टॅक्स वाचवत तो बराच श्रीमंत झाला होता. 'सुवर्णधारा' त्याला खऱ्या अर्थानं लाभली होती!

आता वेलदोडा विकला, तर त्याचं समाधान होईल, एवढा पैसा मिळणार, याविषयी त्याच्या मनात संशय नव्हता. तरीही तो विचारात पडला होता. त्यामागं आणखीही एक कारण होतं. येत्या काही वर्षांत केसरूरमधलं वेलदोड्याचं पीक अत्यंत कमी होण्याची लक्षणं स्पष्ट दिसत होती. केसरूरच्या भोवतालचे वेलदोड्याचे मळे अत्यंत वेगात नापीक होत असल्याचं स्पष्ट दिसत होतं.

म्हणजे आता आपल्या व्यापाराचेही दिवस भरत आले म्हणायचं काय? असं होणार असेल, तर आपल्याजवळ असलेल्या साठ्याचा पुरेपूर फायदा करून घ्यायला नको काय? -

खिडकीबाहेरच्या अंधारात दृष्टी खुपसून कृष्णेगौडा याच विचारात बुडून गेला होता.

कुणी तरी मागून हाक मारली, तसं कृष्णेगौडानं माग वळून पाहिलं.

क्लबचा सेक्रेटरी त्याला सांगत होता,

"आपला कुणी तरी नोकर आलाय - तुम्हांला बोलवतोय..."

कृष्णेगौडा चकित झाला.

इथं नोकर पाठवलाय्, त्याअर्थी घरात काही घडल असेल काय?

त्याचं मन गोंधळून गेलं,

"का? काय झालंय्?"

"ते ठाऊक नाही. तुम्हांलाच बाहेर बोलवलंय त्यानं. तुमच्याशीच बोलायचंय, म्हणे"

ग्लासामधली व्हिस्की एका घोटात संपवून कृष्णेगौडा दाराशी आला.

तिथं मळ्यातला नोकर चनिया उभा होता.

"काय रे ?"

"काय न्हाय, धनी... बाईसाहेबांनी तुमाला आता घरी बोलावलंय्..."

"का? काय झालं घरात?"

"घरावर धाड-धाड दगडं आलीत. चोर, की भुतं, ते समजेना. म्हनून तुमांस्नी घरी घिऊन यायला पाठिवलंय मला –'

'छे:! अरे, गाढवा, घरावर चार दगड पडले, म्हणून मला इथपर्यंत सांगायला आलास ? घरात - मळ्यात एवढी नोकर-माणसं आहात की! दगडं मारणारी जी पोरं-टोरं असतील, त्यांना पकडून पोलिसांकडे द्यायचं सोडून इकडं आलास रडगाणं गायला ? जा... जा गाढवा-'

"मेस्त्र्यानं मळ्यात आपल्या माणसांचा पहारा ठिवलाय्. तसं भीतीचं काम नाय. माजा जीव बी येवड्या मोलाचा नाय! जिवाची भीती असती, तर तुमच्या मळ्याच्या राखणीचं काम घेतलं आस्तं व्हय अंगावर? घरात फकस्त बाई आहेत. घर गावापासून दूर! चोरं-चिलटं आली, की आमी करतोच की हातून होईल ते. पन आज-काल काय सांगता येतंय व्हय? चोर बी गाडीतून येत्यात आन् चोरी करून गाडीतनं निघून जात्यात म्हनं. म्हनून म्हटलं - तुमच्या बी कानांवर घातलेलं बरं-"

कृष्णेगौडाही काही क्षण विचारात पडला. तशी घरात बंदूक आहे - पण ती आपल्याशिवाय आणखी कुणाला चालवता येत नाही. त्यात ही नोकर माणसं म्हणजे - स्वामिनिष्ठेचं प्रदर्शन करायची एवढीही संधी ते सोडणार नाहीत, साले! एवढंसं काही घडलं, की तिखट-मीठ लावून एवढी मोठी कथा करतात –

कृष्णेगौडानं चनियाला ''जा - जा'' म्हणून हाकललं. पाठोपाठ काय वाटलं, कोण जाणे - नंतर म्हणाला,

''तू चल पुढं - येतोच मीही मागून.''

''बरं- '' म्हणत चनिया घराकडे निघाला.

कृष्णेगौडा पुन्हा टेबलापाशी आला. पण आपल्या नेहमीच्या जागेवर बसायची त्याला इच्छा झाली नाही.

काय करावं ?

त्याच्या मनात आलं,

काही का असेना, आपण आपल्यांपुरतं सावध राहिलं पाहिजे. परिस्थिती हाताबाहेर गेल्यावर हात चोळत बसण्यात काय अर्थ आहे?

तो तिथून बाहेर पडला. जीप स्टार्ट करून मळ्याकडे जाताना रस्त्यात चनिया भेटला. त्यालाही जीपमध्ये घेऊन तो पुढं निघाला.

प्रवासी बंगल्यापाशी उजवीकडे वळत असताना रस्त्याच्या मधोमध एक मारामारी चाललेली दिसली. उजेडाच्या झोतात पाहिलं, तर सगळी मळ्यातली नोकर-माणसं!

''अरेच्चा! चनिया, हे इकडं काय करताहेत रे?''

''कोण जाणे, धनी! मेस्त्र्यानं त्यांना मळ्यात पहारा द्यायला ठिवलंय्. पन हिकडं काय गोंधळ करताहेत ?'' म्हणत चनियानं जीपमधून उडी मारली.

७

या सगळ्या गोंधळामध्ये श्यामनंदन अंगाडी आणि कृष्णेगौडा ही दोन प्रौढ माणसंही असल्यामुळं थोडा-फार खुलासा होणं शक्य झालं.

कृष्णेगौडाची माणसं 'ही लफंगी पोरं घरावर दगड मारत होती - आम्ही मागं लागलो - बाकीचे सगळे पळून गेले - याला आम्ही पकडलं - आता आपण काहीच केलं नाही, असं दाखवत सगळे आमच्यावरच तुटून पडलेत, बघा! आता बाकीचे सगळे याला सोडवून न्यायला आलेत!' म्हणून आपली बाजू मांडू लागली.

त्यातच अधून-मधून रफीही आपली बाजू मांडत होता -

''आम्ही कशाला दगड टाकू? आम्हांला काय मिळणार आहे त्यानं? आम्ही आमच्या मित्राला शोधत होतो. बघितलं, तर हे सगळे मिळून त्याला बडवत होते! मग आम्ही कसे गप्प बसणार? आत्ता आम्ही बाजारपेठेकडून आलोय्. हा यांच्या हाती का सापडला, ते आम्हांला ठाऊक नाही -''

आता कुठं इंग्लिशगौडाला कंठ फुटला. त्यानं सांगितलं,

''मी मळ्यातल्या शॉर्टकटनं मावशीकडे चाललो होतो - हे सगळे काही न विचारता अंगावर धावून आले - शर्टही फाडला –''

सगळा प्रकार पाहून चकित झालेल्या अंगाडीनं विचारलं,

''पण तुम्ही कोण?''

''ज्यूनियर कॉलेजचे विद्यार्थी'' रमेश उत्तरला.

कॉलेज-विद्यार्थी हा शब्द ऐकताच कृष्णेगौडा घाबरा झाला. उद्या कॉलेजला न जाता सगळ्या कॉलेजमधल्या मुलांनी हरताळ केला आणि धि:कार, जयजयकार करत वेलदोड्याच्या कोठारावर धाड घातली, तर? छे! आपले मूर्ख नोकर त्यांच्या नादाला लागले, ही फार मोठी चूक झाली!-

तो क्षणही न दवडता म्हणाला,

''सॉरी, मिस्टर! सगळाच गोंधळ गैरसमजामुळं झालेला दिसतोय्! प्रकरण मारामारीपर्यंत गेलं, हे अगदी वाईट झालं! काही का असेना, झाल्या घटनेबद्दल मी माफी मागतो. त्याला नवा शर्ट द्यायची जबाबदारी माझी. पाहिजे, तर आताच ॲडव्हान्स देईन. माझी मुलगीही ज्युनिअर कॉलेजमध्येच शिकते! जयंती तिचं नाव.

कॉलेज स्टुडंट्स म्हटले, की मला इतकं कौतुक वाटतं म्हणून सांगू! तुम्ही ही गोष्ट एवढी काही मनावर घेऊ नका -!''

जयंती -

नाव ऐकताच क्रांतिकारकांच्या अंगावर वीज कोसळावी, तसं झालं होतं!

जयंती - कॉलेज सुंदरी! देवा रे! आता तिचा हा बाप घरी जाऊन आपल्याविषयी काय सांगेल, कोण जाणे! त्यानं घरी जाऊन 'आपल्या नोकरांकरवी त्यांना तुडवून काढलं -' म्हणून सांगितलं, तर? मग? मग काय! उद्या कॉलेजमध्ये पाऊल ठेवताच कॉलेजमधल्या सगळ्या मुली आपल्याकडे बघून खुसूखुसू हसतील! एवढा अपमान! मग त्यानंतर कसली आलीय क्रांती! सगळा जन्म फुकट गेला-

मनोमन हे पाचही जण आपल्या दुर्दैवाला दोष देऊ लागले.

या पाचहीजणांना एकाएकी गप्प बसलेलं बघून कृष्णेगौडा आणखी घाबरा झाला. आपल्या समेटाच्या प्रयत्नाला आणखी बळ प्राप्त व्हावं, म्हणून तो म्हणाला,

''जाऊ द्या, हो! पाहिजे, तर सगळ्यांना नवे शर्ट शिवून देईन, मग तर झालं? किती लागतील? आताच हे घ्या -''

आपल्या धन्याची दयनीय अवस्था बघून त्याचे नोकर घाबरे झाले. आपल्या हातून काही तरी अक्षम्य गुन्हा घडलाय, असं त्यांनाही वाटू लागलं.

''खरंय, मिस्टर! तुमची काहीही चूक नाही, हे मलाही ठाऊक आहे. काही वेळापूर्वी मीही तुम्हांला बाजारपेठेत पाहिलं होतं. त्यांचं आता ऐका - बाकी फार ताणू नका.'' अंगाडीनंही मध्यस्थी केली.

पण 'छे! नको ' आपण होऊन भांडण काढायचं आणि शेवटी पैसे उकळायचे, हे क्रांतिकारकांना शोभत नाही-' म्हणत त्या पाचहीजणांनी तिथून काढता पाय घेतला.

८

बाजारपेठेतून जाताना इतर चौघांनाही इंग्लिशगौडाला ठेचून काढायची उत्कट इच्छा होत होती. पण कृष्णेगौडाच्या नोकरांनी ते सत्कार्य केल्यामुळं त्यांनी आपली ती इच्छा आवरली होती. त्याहीपेक्षा कृष्णेगौडा आपल्या कॉलेजमधल्या जयंतीचा बाप असल्याचं समजल्यामुळं ते सगळे नर्व्हस झाले होते.

"इंग्लिशगौडानं काय राडा करून ठेवलाय हा! उद्या कॉलेजमध्ये जायची सोय राहिली नाही! सगळ्या मुली फिदी फिदी हसतील आपल्याकडे बघून!"

"का म्हणून ? आपण काय केलंय हसण्यासारखं?"

"तिचा बाप घरी जाऊन सांगेल - कॉलेजची पोरं दगड मारत होती, नोकरांकरवी छान तुडवलं, म्हणून!"

"पण आपण त्यांना मारलंय!"

"होय रे! पण तिच्या बापानं असं सांगितलं, तर? तसंच सांगेल तो राक्षस!-"

"छे! मी तर उद्या कॉलेजमध्ये पाऊल टाकणार नाही बाबा!"

"मुलींपुढं एवढी नाचक्की! त्यापेक्षा कुठं तरी जीव दिलेला परवडला..."

"हाच नालायक - तुझ्यामुळं ही पाळी आली!" म्हणत सगळे मुकाट्यानं चाललेल्या इंग्लिशगौडाला लाखोली वाहू लागले.

"आता काय करायचं, रे? व्हायचं ते होऊन गेलं. मी मळ्याकडे गेलो, ते चुकलंच!" इंग्लिशगौडा अपार दुःखानं उद्गारला.

आपल्या कॉलेजमधल्या प्राणप्रिय पोरी आपल्याकडे कुत्सितपणे पाहत हसतील, या मुद्द्याचा ते जितका अधिकाधिक विचार करू लागले, तितकं त्यांचं मन अपार दुःखात बुडून गेलं. दुःखावेगाचा अतिरेक झाला, तेव्हा त्यांना पुढं पाऊल टाकणं अशक्य झालं आणि ते एकमेकांवर दोषारोप करत - भांडत एकाच जागी घोळका करून उभे राहिले.

त्याच वेळी समोरून त्यांच्या कॉलेजमधला क्रिकेट टीमचा कॅप्टन आणि गुगली बोलर भार्गव येत असलेला दिसला. रस्त्यावरच्या दगडांना बॉल समजून लाईटच्या खांबांवर बॉलिंग करत सगळ्या जगाला क्रिकेटचं मैदान मानून अज्ञात

प्रतिस्पर्ध्यांच्या विकेट्स घेत तो त्यांच्या दिशेनेच येत होता. या पाचजणांना पाहताच चेहऱ्यावर अपूर्व स्मित आणून तो त्यांच्याकडे वळला.

अंगारनं त्याला विचारलं,

"काय, रे, गुगली, कुणीकडं चाललास?"

"अरेच्चा! तुम्ही सगळे इथं काय करताय ? काही तरी फारच सीरियस दिसतंय! काही पर्सनल असेल, तर सांगा रे - जातो मी!"

"कसलं पर्सनल अन् कसलं काय! मित्रांमध्ये कसलं आलंय् पर्सनल?-"

"अरे, या लोफर इंग्लिशगौडानं काय राडा करून ठेवलाय म्हणून सांगू! उद्या कॉलेजमध्ये पाय ठेवायची चोरी करून ठेवलीय, त्यानं! पोरींना तोंड दाखवायची सोय नाय ठेवली -" रमेश म्हणाला.

"अरेच्चा! कसला रोग झालाय, रे, तुम्हांला? बघावं, तेव्हा पोरींच्या नावानं मरत असता! तुम्हांला दुसरा कुठला विषयच नाही काय रे? तुमच्या पिताश्रींना सांगून तुमची लग्नं लावून द्यायला पाहिजेत! थू: तुमच्या – बघावं, तेव्हा मुली-मुली!" षड्रिपू जिंकलेल्या संन्याशाच्या आविर्भावात त्यानं या पाचजणांवर तोंडसुख घेतलं.

"वा, रे, वा, गुगली! अरे, तू आमच्या कॉलेज-टीमचा कॅप्टन! पोरींच्या खास मर्जीतला तू! तुला कसं समजणार आमचं दुःख? म्हणून तू आम्हांला उपदेश करायला येतोस, होय?"

"भले! आणि हे मित्र म्हणे! सगळं ठाऊक असून मला असं जाळता? एवढ्या मॅचेस् जिंकून दिल्या - कॉलेजला एवढी शील्डस् मिळवून दिली - पण एक तरी मुलगी बोलते काय माझ्याशी? त्या दिवशी कसंबसं धैर्य करून वनमालाशी बोलायला गेलो, तर पाठीमागनं 'स्टेडी, गुगली' - म्हणून तुम्ही, मला नर्व्हस केलंत आणि आता अशा डागण्या देता?"

दर्शनी विवेक गळून पडला आणि गुगलीही आपली दुःस्थिती मित्रांपुढं आळवू लागला.

"आम्हांला काय ठाऊक, रे? तुला स्फूर्ती द्यावी - उत्साह वाटावा, म्हणून आम्ही ओरडलो, तर तू हात-पाय थरथरतात, म्हणून पळून आलास!"

"माझं काय? तू तिच्याजवळ गेलास, तर तुझीही तीच गत होते, की नाही, पाहा - ते जाऊ दे. तुमचा काय प्रॉब्लेम? इथं का जमलात असे?"

सगळेजण आपापल्या दृष्टिकोनातून घडलेली हकीकत सांगू लागले. अखेर आपल्यावर शिक्षण थांबवून घरी बसायची जी दारूण परिस्थिती आली आहे, त्या विषयी मात्र सगळेच एकमुखानं सांगू लागले. ह्यात इंग्लिशगौडाच्या नावानं शिव्यांची बरसात सुरूच होती.

गुगलीनं मोठ्या सहानुभूतीनं सारी हकीकत ऐकली. मित्रांचं दारुण दुःख समजल्यावर तोही कष्टी झाला. त्यानंही एकदा इंग्लिशगौडाला 'छे! काय बेवकूफपणा केलास रे!' म्हणून बोल लावला. पण त्यामुळं परिस्थितीत काहीच फरक पडला नाही. सगळेच पुन:पुन्हा संकटाचा ऊहापोह करू लागले.

बराच वेळ चर्वितचर्वण झाल्यानंतर गुगलीच्या डोक्यातून एक कल्पना निघाली,

'हे पाहा - माझं ऐका. आता खरं डेंजर आहे, ते तुमच्याकडूनच! मी सांगतो ते तुम्ही लक्ष देऊन ऐकलंत, तर तुमची या संकटातून सुटका होईल!'

सगळ्यांनाच मोकळ वाटलं. सुटकेचा निःश्वास टाकत त्यांनी विचारलं,

"बोल, कॅप्टन! काय करायचं?"

"डेंजर तुमच्याकडूनच आहे, हे समजलं ना? आता मला एक सांगा - घडलेलं सगळं तुम्ही जसं मला सांगितलं, तसं आणखी कुणाला सांगितलं काय ?"

"नाही!" सगळे पटकन उत्तरले.

"गुड्! यानंतर आणखी कुठंही या विषयावर बोलू नका! जयंतीच्या बापाला तुम्ही फक्त कॉलेजची पोरं एवढंच ठाऊक आहे. तुम्ही कोण - नावं काय वगैरे ठाऊक नाही. जर तुम्ही गप्प बसलात, तर सगळेच 'कुणी तरी कॉलेजची पोरं' म्हणतील. पण तुम्हीच गावभर सांगत फिरलात, तर तुमची नाचक्की झाल्याशिवाय राहाणार नाही! समजलं?" गुगलीनं स्वतःला सुचलेली भन्नाट आयडिया सगळ्यांना सांगितली.

रमेश आवेगानं म्हणाला,

"नाही, कॅप्टन! कुणालाही सांगणार नाही!"

पाठोपाठ इतरांनीही त्याचा उच्चार केला.

१

अरण्यांची उबदार कांबळी पांघरून बसलेल्या, बैलांच्या मोठ्या कळपाप्रमाणे दिसणाऱ्या डोंगरांच्या रांगांनी केसरूर गाव वेढलं होतं.

भोवतालची सगळी मोठ-मोठी झाडं एकमेकांत मिसळून एकाच महाप्रचंड वृक्षाचा आभास तयार करत होती. दिवस मावळू लागला, की समुद्राच्या दिशेनं येणारं दमट धुकं ढगांमध्ये परिवर्तित होऊन हलकेच त्या डोंगरांवर पसरत होतं. अशा वेळी केसरूर गाव एखाद्या मायावी दुनियेमध्ये परिवर्तित होत होतं. केवळ पावसाळ्याच्या चार महिन्यांत हे गाव नावाप्रमाणे चिखलाचं गाव होत असलं, तरी इतर वेळी मात्र सुखद हवा आणि हिरव्यागार झाडींनं घेरलेलं हे गाव म्हणजे सुरेख अप्सरा-लोकच! डोंगरमाथ्यावरच्या पठारावर वसलेलं हे गाव म्हणजे कर्नाटकाचं स्वित्झर्लंडच!

प्रवासी बंगल्याच्या व्हरांड्यातल्या टेबल-खुर्चीवर पेन आणि फाईल घेऊन श्यामनंदन अंगाडी एकटाच बसला होता. ऑफिसला रिपोर्ट पाठवायचा होता. पण त्याच्या मनात उलट-सुलट विचार येत असल्यानं ते शक्य होत नव्हतं. कॉलेजमधल्या त्या पाच मुलांविषयी विचार करण्यात तो मग्न होऊन गेला होता. लवकरच ही मुलं केसरूर सोडून निघून जातील, हे त्याला स्पष्टपणे समजतं होतं. एवढं सुरेख गाव - पण इथल्या तारुण्य आणि तारुण्यसुलभ साहस यांसाठी त्याची काहीच गरज नव्हती. वयात येणाऱ्या मुलांच्या दृष्टीनं ती एक निर्जीव वस्तू!

अंगाडी केसरूरमध्ये शिकत असताना या मुलांसारखाच होता. त्या वेळी इथं फक्त हायस्कूल होतं. पण आज त्याच्याबरोबरचा एकही मुलगा या गावात नव्हता. हे असं का व्हावं?

काय कमतरता आहे या केसरूरमध्ये?

विचार करत-करता ही समस्या अंगाडीला अधिकच अगम्य वाटू लागली. ज्या गावात तो जन्मून वाढला - खेळला - शिकला, त्या गावात तो वीस वर्षांनंतर आला होता. आपण बालपणी इथं राहत होतो - याव्यतिरिक्त या गावाविषयी कुठलीही आदराची भावना त्याच्या मनात निर्माण झाली नाही. आपण इथल्या

लोकांना जुनी ओळख द्यायचं काहीही कारण नव्हतं. कुठल्याही मागच्या संदर्भाशिवायच इथं वावरण्यात अधिक फायदा होता, असं त्याच्या मनात आलं.

केसरूरच्या भोवतालचं अरण्य अत्यंत घनदाट होतं. त्यामध्ये फार मोठ्या प्रमाणात वेलदोडे पिकत होते. केवळ कर्नाटक किंवा भारतच नव्हे - संपूर्ण जगात इथल्या वेलदोड्याच्या सुगंधाची आणि अत्युच्च प्रतीची ख्याती होती! दरवर्षी इथल्या वेलदोड्यांचा वनविभागाकडून लिलाव पुकारला जाई.

पण केसरूरच्या राजकारणाला पैसा अपुरा पडू लागला आणि वनविभागालाच अपुरी पडू लागली, तशा सगळ्यांच्याच वखवखलेल्या नजरा केसरूर भोवतालच्या अरण्यावर पडल्या. ही मंडळी मंत्र्यांपर्यंत पोहोचली आणि वेलदोड्याचा लिलाव दर दहा वर्षांनी व्हावा, असा कायदा आणण्यात आला. केरळहून आलेल्या सुलेमान युसुफ बेरी नावाच्या माणसाला हे कॉन्ट्रॅक्ट मिळवून देण्यात आलं. त्याच्याकडून येणाऱ्या पैशाच्या थैल्या बघून मंत्र्यांच्या तोंडांना पाणी सुटलं. सरकारी जंगलातील लाकूडतोडीला सरकारी बंदी असली, तरी वेलदोड्याच्या पिकासाठी काही प्रमाणात झाडं छाटायची परवानगी मिळवण्यात आली. त्याचबरोबर छाटलेलं लाकूड जळणासाठी विकायला हरकत नाही, असा एक वटहुकूमही त्यांनी मिळवला!

अशा प्रकारे केसरूरच्या भोवतालची जंगलतोड कायद्याच्या रक्षणात सुरू झाली. सुलेमान युसुफ बेरीला फांद्या छाटायची परवानगी मिळाली असली, तरी त्यानं बुंध्यांवर कुऱ्हाड चालवायला सुरुवात केली. शेकडो वर्षं वयाचे देवळातल्या खांबांच्या जाडीचे वृक्ष बघताबघता जमिनीवर लोळण घेऊ लागले. ट्रक भरभरून लाकडांचे ओंडके केसरूरच्या रस्त्यांवरून मंगळूरच्या दिशेनं जाऊ लागले. केसरूरच्या लोकांना हे एक अतिपरिचित दृश्य होऊन गेलं होतं.

झाडं गेली आणि पाठोपाठ जंगलाच्या पायथ्याशी वाढलेली वेलदोड्याची रोपं उन्हाचा चटका असह्य होऊन मलूल झाली आणि लवकरच त्यांनी माना टाकायला सुरुवात केली. या संधीचा लंटाननं चांगलाच फायदा घेतला आणि बघता - बघता लंटानची झुडपं केसरूरला वेढायला पुढं सरसावली. लंटानासारख्या मायावी राक्षसाचा नायनाट करणार तरी कसा? याचं रोप मुळासकट तोडून टाकलं, तरी राहिलेल्या तणातून तो पुन्हा उभा राहणार! याची एखादी काडी कुठं तरी पडली, की त्यातून उभा राहणार आणि पक्ष्यांनी टाकलेल्या विष्ठेतूनही वेगवेगळ्या ठिकाणी गेलेल्या बियांची पुन्हा लंटानची झुडूपं उभी राहणार! जागा मिळाली, तर स्वतंत्र झुडूप होऊन राहणार आणि नाही, तर मिळेल तेवढ्या जागेत वेलीसारखं वाढणार!

अल्पावधीतच लंटानाचा महाभयंकर गळफास वेलदोड्याचं नरडं आवळून संपूर्ण अरण्यालाच वेढू पाहत होता! त्याचं विराट रूप पाहून केसरूरची माणसं

वैतागून गेली होती. सुलेमान युसुफ बेरीच्या उद्योगाचे असे काही दूरगामी परिणाम होतील, याची त्यांना कल्पनाच आली नव्हती.

याहीपेक्षा दुर्दैवाचा भाग वेगळाच होता. हे सारं इथंच थांबायला तयार नव्हतं. समाजाच्या अलिप्त असहायतेचा परिणाम म्हणून एक संस्कृती जमीनदोस्त होत असताना जे जे काही घडतं, ते सगळं केसरूरमध्ये होऊ घातलं होतं. आता खाजगी मालमत्तेचे मालकही आपापल्या मळ्यातील एकेक झाड विकत होते. कारण पतपेढीकडून घेतलेल्या कर्जाचे हप्ते देण्यासाठी त्यांच्यापुढं दुसरा मार्गही नव्हता!

वेलदोड्याचं पीक भुईसपाट होतंय - याला कितीही खतं आणि औषधं दिली, तरी उभारी धरत नाही - लंटानचा राक्षस केसरूरला चहूकडून वेढून दबा धरून बसलाय - मळ्याच्या आणि गावाच्या बाहेर!

रिपोर्ट काय लिहायचा, हे अंगाडीच्या लक्षात येत नव्हतं. आपण एका अत्यंत क्लिष्ट समस्येचा तपास करायला आल्यासारखं त्याला वाटत होतं. अशा गोंधळाचा असाच तपास करणं योग्य ठरणार नाही. थंड डोक्यानं याची वर्गवारी केली पाहिजे - तरच हे शक्य आहे.

या गोंधळापैकी माझा कशाशी थेट संबंध आहे? आधी इथल्या विक्री-व्यवहाराची माहिती काढायची, या बाबतीत शेतकऱ्यांना कोणकोणते प्रॉब्लेम येण शक्य आहे, याचा तपास करायचा, खरोखरंच इथं वेलदोड्याचं पीक कमी येतंय, की इतर कुठल्या मार्गानं इथले वेलदोडे बाहेरचा मार्ग धरताहेत, ते पाहायचं. खरोखरच उत्पादन घटलं असेल, तर त्यामागचं कारण काय आणि इथल्या संशोधन केंद्रानं त्याविषयी काय पावलं उचलली आहेत - बस्स! एवढंच करायचं - त्यानं स्वत:ला पटवलं.

पण या संदर्भात आपल्या देशातल्या अतिश्रेष्ठ शास्त्रज्ञानं - जोगीहाळांनी काहीच केलं नसेल काय? त्यांच्या अचानक मृत्यूमागं काय कारण...?

अंगाडीनं आपलं डोकं झटकलं. छे:!

यामागं घडलेल्या घटनांशी माझा काहीही संबंध नाही! पण तसा काही संबंध येऊनच ठेपला, तर मात्र सुटका नाही!

धुक्याचे ढग थंडगार हवेवर तरंगत केसरूरवर उतरू लागले. त्यामुळे लांबचे दिवे कापसाच्या पुंजक्यांप्रमाणे दिसू लागले.

१०

संशोधन केंद्रातले डॉक्टर पाटील अत्यंत अरुंद आणि धारदार नाकाची व्यक्ती होते. अंगाडी त्यांना भेटायला गेला आणि त्यांच्या समोरच्या खुर्चीवर बसला, तेव्हा त्यांनी विचारलं,

"वेल् वेल्! आंपलं काय काम होतं! मी ओळखलं नाही आपल्याला - "

पलीकडच्या खुर्चीवर आणखी एक दाढीवाले गृहस्थ बसले होते. पण पाटलांचं लक्ष वेधण्यात यश मिळवल्यावर अंगाडीनं तिकड लक्ष दिलं नाही. त्यानं स्वत:ची ओळख करून दिली,

"माझं नावं श्यामनंदन अंगाडी. अलेप्पीहून आलोय. तिथल्या वेलदोडा बोर्डाचा प्रमुख इंटलिजन्स ऑफिसर आहे –"

"ओहो! फार आनंद झाला आपल्याला भेटून! आमचं हे संशोधन-केंद्र शेतकी विद्यापीठाशी संलग्न आहे ना! त्यामुळं वेलदोडा - बोर्डाच्या लोकांशी फारसा संबंध येत नाही, म्हणून ओळखू शकलो नाही. भेटून आनंद झाला!"

"मला तुमच्याशी काही विषयांवर बोलायचंय. आता तुम्ही कामाच्या घाईत असाल, आता तर मी तुम्हांला माझ्या कामाची अगदी थोडक्यात कल्पना देईन. नंतर निवांत येईन सविस्तर बोलायला."

"तेच बरं होईल. आज महिन्याचा पहिला दिवस असल्यामुळं कामाची बरीच घाई आहे. तुम्ही पुन्हा एकदा आलात, तर व्यवस्थित बोलणं होईल. सॉरी, यांची ओळख करून द्यायची राहिली. हे जयराम. इधून पंधरा मैलांवर यांची वेलदोड्याची उत्तम बाग आहे. चांगले लेखकही आहेत हे. शिवाय विचारवादी आंदोलनाचं पुढारीपणही यांच्याकडेच आहे. आधुनिक विचारवंत डॉक्टर कोवूर यांनी कर्नाटकात यांनाच प्रमुख नेमलं आहे –"

पाटलांनी ओळख करून दिल्यावर अंगाडी "व्हेरी ग्लॅड टू सी यू -" म्हणत त्या व्यक्तीकडे वळला आणि एकदम उद्गारला,

"अरेच्चा! "

त्या क्षणी जयरामलाही काही तरी आठवल्यासारखं झालं. पाटील कौतुकानं त्या दोघांच्या प्रतिक्रिया पाहू लागले.

''तुम्ही नेत्तरकोंडचे जयराम ना? मला ओळखलंत?''

''ओहो! श्यामेगौडा! तुम्ही कधी अंगाडी झालात?''

''पोलीस डिपार्टमेंटकडून इटलिजन्सला येताना झालेला बदल आहे तो! त्याचं असं झालं...'' म्हणत अंगाडीनं सगळा तपशील जयरामला सांगितला.

''म्हणजे तुम्हां दोघांची जुनी ओळख दिसते...''

''अगदी जवळचा परिचय म्हणता येणार नाही म्हणा. एका विचित्र परिस्थितीत आम्ही दोघंही एकमेकांना भेटलो होतो. एका चित्रपट-दिग्दर्शकानं यांची एक कथा चित्रपटासाठी घेतली होती आणि त्यासाठी एफ. एफ. सी. कडे कर्जासाठी अर्जही दिला होता. कर्ज मंजूर करण्याआधी ती कथा पोलीस खात्याकडे आली होती. तेव्हा मी सबइन्स्पेक्टर म्हणून हासन जिल्ह्यात काम करत होतो. यांचं गावही त्याच जिल्ह्यात होतं. यांच्या कथेत त्यांनी एका शाळेला जाणाऱ्या मुलीची कथा सांगितली होती. गोष्ट वाचताच मला त्या परिसरात घडलेली अशीच एक घटना आठवली. जुन्या फायली काढून पाहिल्या, तर माझा अंदाज खरा होता. अगदी तशीच घटना तिथं घडली होती; पण खुनी बेपत्ता होता. या जयरामना या खून-प्रकरणाची अधिक माहिती ठाऊक असावी, अशी मला शंका वाटू लागली. म्हणून मी त्यांना बोलावून घेतलं. पण त्यांनी सागितलं - यांतल्या एक-दोन घटना ठाऊक आहेत, एवढंच - बाकी काहीही ठाऊक नाही. सुमारे वीस वर्षं झाली त्याला - तरीही आजही माझ्या मनात त्याविषयी रुखरूख आहेच. जयरामांनी ती संपूर्ण कथा एवढ्या चित्रवत पद्धतीनं रगवली आहे, की अजूनही वाटतं- त्यांनी स्वत:ला या खटल्याविषयी ठाऊक असलेलं सांगायला हवं होतं. पण कोर्ट-कचेरी आणि साक्षी-पुराव्यांना घाबरून त्यांनी तेव्हा माघार घेतली असावी! अशा प्रकारे आमची ओळख झाली आहे! त्यामुळं विसरणं शक्य नाही-'' अंगाडीनं जुनं पुराण पुन्हा आळवलं.

''लेखकाला काही सत्याचे अंश सापडले, की त्यातून सत्याच्या अगदी निकटची कलाकृती आपोआपच उभी राहत असते. अंगाडी, तुमच्या डोक्यात अजूनही ती शंका शिल्लक असेल, तर काढून टाका. आजही मी तुम्हांला तेच सांगेन -

मला खरोखरच त्याविषयी काहीही ठाऊक नाही-''

पाटलांनी आश्चर्यानं विचारलं,

''एखाद्या कथेवर सिनेमा काढायचा असेल, तर पोलीस-तपासणी आवश्यक आहे?''

''तो प्रश्न वेगळा आहे - जाऊ द्या. आता नाटक करायचं म्हटलं, तरी पोलिसांची परवानगी लागते. एफ. एफ. सी. म्हणजे फिल्म फायनान्स कॉर्पोरेशन

अशा स्कीम्सध्ये लक्षावधी रुपये गुंतवत असते ना? त्यामुळं त्यात अत्यंत टोकाचं वादग्रस्त असं काही येऊ नये, म्हणून ही खबरदारी घेतली जाते, एवढंच."

"शेवटी त्या कथेवर सिनेमा झाला, की नाही ?"

"छे:! पोलीस-तपासणी, अमुक-तमुक म्हटल्यावर दिग्दर्शकानं तो विचारच सोडून दिला! एकंदरीत एवढंच झालं - या सर्व प्रकारात अंगाडींची डोकेदुखी तेवढी वाढली!' जयराम उत्तरला. नंतर तो पाटलांना म्हणाला, 'सॉरी, सर! आपला वेळ घेतोय –"

"राहू द्या हो! काय, अंगाडी, काय काम काढलंय्?"

होय. ते सांगतो - इथल्या वेलदोड्याच्या उत्पन्नात घट होत चालल्यामुळं केंद्र सरकार अस्वस्थ आहे. त्यामुळं या संदर्भात जी काही माहिती मिळेल, तिची फाईल बनवायची आहे. इथली बाजारपेठ, मारवाडी, इतर व्यापारी - दलाल निर्यातवाले वगैरे खाजगी माणसांच्या हातांत असल्यामुळं वेलदोडे पिकवणाऱ्यांना काही प्रॉब्लेम येत आहे काय - याचीही चौकशी करायची आहे.

त्यातच मला एक प्रश्न पडलाय, तो असा - डॉक्टर जोगीहाळांनी इथं वेलदोड्यांवर काही काळ संशोधन केलं होतं. त्यांनी या संदर्भात काहीच भर घातली नसेल काय? इतर ठिकाणी त्यांनी केलेल्या संशोधनामुळं पिकांमध्ये क्रांतिकारी बदल झाले. मग इथंच काही का घडलं नाही? तुम्हीही या प्रश्नावर विचार करा. आपण पुन्हा भेटून यावर निवांतपणे सविस्तर बोलू. उगाच थातूर-मातूर रिपोर्ट करून पाठवण्यात काही अर्थ नाही. कारण माझा हा रिपोर्ट थेट दिल्लीला केंद्रीय कृषि-मंत्र्याच्या टेबलावर जाणार आहे.'

पाटलांनी अंगाडीचं सविस्तर बोलणं ऐकून घेतलं आणि ते उत्तरले,

"कृषी विज्ञानाच्या दृष्टीनं याविषयी मला जे सांगता येईल - जे माझं निरीक्षण आहे, ते मी निश्चित सांगेन पण मला त्यातलं बाकीचं काहीही नीट ठाऊक नाही. काही बोललो, तर ऑफ द रेकॉर्ड! त्यासाठी तुम्ही, हवी तर, जयरामची मदत घ्या! आज वेलदोड्यावर निसर्ग, माणूस, समाज - सर्वच दिशेनं शत्रूचा हल्ला होत आहे. यांतल्या एखाद्या दिशेनं तपास करायला गेलं, तर मुळापर्यंत जाणं अशक्य व्हावं, अशी आजची परिस्थिती आहे! त्यातच डॉक्टर जोगीहाळांचा अकाली अचानक मृत्यू म्हणजे आमच्या दृष्टीनं प्रचंड हानी झाली आहे. संशोधन सुरू ठेवण्यासाठी आता आम्हाला कुठलीच दिशा राहिली नाही. प्रचंड गोंधळानं आम्ही घेरले गेलो आहोत!"

"तसं नाही, पाटील - जोगीहाळांबरोबर अनेकजण काम करायचे ना? त्यांच्याकडून या बाबतीत काही मदत मिळणार नाही काय?"

"आहेत! कितीतरी जण आहेत! पगाराचे धनी हवे तेवढे आहेत! जोगीहाळांनाच जिथं काही करता आलं नाही, तिथं मी काय सांगणार? सत्यनारायणाची पूजा,

वरलक्ष्मीचं व्रत, व्यंकटेश्वर स्वामी माहात्म्य म्हणत त्यांनी एव्हाना एक पाय तर स्वर्गात ठेवलायच! आता तुम्ही चौकशी करायला आलात ना? करा चौकशी! मी सांगायचं, म्हणजे पदोपदी ऑफ द रेकॉर्ड - अनपार्लमेंटरी शब्द येत राहतील!''

एकंदरीत पाटलांच्या मनात आपल्या सहकाऱ्यांविषयी अपार रोष दिसत होता. त्यांचा संताप आवरण्यासाठी अंगाडी म्हणाला,

''रागावून काय होणार आहे? देशातल्या सगळ्या संशोधन केंद्राची थोड्याफार फरकानं हीच गत आहे! अवकाश, इंधन, आहार - सगळ्याच संशोधन केंद्रांची हीच कथा आहे. ती पाहता, तर तुमचं हे केंद्र उत्तमच म्हणायचं!-''

''तसं नव्हे, अंगाडी - तुम्ही आज पाय टाकताय या गावात! तुम्हांला थोडी कल्पना यावी, म्हणून सांगतो. आज आमच्या संशोधन केंद्राचा संप आहे. मघाशी मी घाईत आहे, म्हणालो ना? त्याचसाठी. या संपामागचं कारण काय? केंद्र सरकारच्या कायद्याप्रमाणे समुद्रसपाटीपासून चार हजार फूट उंचीवर असलेल्या जागी काम करण्याऱ्या सरकारी नोकरांना थंडीसाठी वेगळा भत्ता दिला जातो. नुकताच एक अल्टामिटर आम्ही संशोधनासाठी इथं मागवला. तो येताच आमच्या एका संशोधकानं ही जागा चार हजार फुटांपेक्षा अधिक उंचीवर असल्याचा शोध लावला आणि आता थंडीच्या भत्त्यासाठी संप चालवलाय्! पाहिलेत ना आमचे संशोधक आणि संशोधन-उपकरणं काय काम करताहेत, ते?''

जयरामला या सगळ्या माहितीविषयी फारशी उत्सुकता वाटलेली दिसली नाही. तो उठत म्हणाला,

''बरं, निघतो मी आता. तुम्ही मंत्र-तंत्र आणि यंत्र वगैरे करता ह्या बाबतीत तथ्य नसल्याचं मी माझ्या इतर सहकाऱ्यांना सांगतोच-''

''नो नो! तुमच्या मुलांनी माझ्याविषयी उगाच चुकीचा ग्रह करून घेतला आणि तुम्हाला कष्ट पडले –''

''मीही त्यांच्यावर विश्वास ठेवलाच नव्हता. आमच्या मुलांसमोर काहीच कार्यक्रम नसला, की कंटाळतात! सगळी माझ्यामागं लागली - तुम्ही याची चौकशी केलीच पाहिजे, म्हणून-'' जयराम उडून जायला निघाला.

''पुन्हा कधी भेटायचं मग?'' अंगाडीनं जयरामला विचारलं.

''तुम्ही म्हणाल, तेव्हा. तसा मी दररोज सध्याकाळी कॉफी-बारवर मित्रांशी गप्पा मारायला येतोच. तिथं हॉटेल - काऊंटरवर, माझ्यासाठी निरोप ठेवलात, तर हमखास मिळेल मला.''

जयराम निघून गेल्यावर पाटील म्हणाले,

''मला या वेलदोड्यासाठी काहीही करता येत नाही, त्यामुळं मान खाली घालायची पाळी आलीय! इथलं वेलदोड्याचं पीक डेडलॉकमध्ये सापडलंय. त्याचं

रक्षण कुठल्या मार्गानं करावं, तेच समजेनासं झालंय! पुन्हा भेटू आपण. मी तुम्हाला सगळं तपशिलानं सांगेन -''

''फोन करून वेळ ठरवू. तुम्ही कळवलंत, की मी भेटेनच तुम्हाला -'' म्हणत अंगाडी उठला.

११

"या जिल्ह्याला कसल्या शापानं पछाडलंय, म्हणायचं? इतका सुरेख परिसर आहे! भरपूर जंगल आहे, पाऊस-पाणी आहे - शांतपणे जगायला आवश्यक असलेलं सगळं काही इथं आहे. पण इथं काही तरी कमी आहे, हे मात्र खरं! बाहेर राहून येऊन इथं जगू लागलो, की ती अनामिक भयाण त्रुटी प्रकर्षानं जाणवू लागते."

"खरंय अगदी! या जिल्ह्यात गेल्या किती तरी वर्षांत एकही असामान्य माणूस जन्मला नाही! एखादा महान चित्रकार - संगीतकार गायक - लेखक - तेही जाऊ दे - एखादा राजकारणी तरी जन्मावा? थू :! एकही असामान्य व्यक्ती जन्मली नाही -"

"म्हणूनच म्हणतोय - चिकमंगळूर हा एक शापग्रस्त जिल्हा आहे, म्हणून! एवढ्या मोठ्या प्रमाणातली सांस्कृतिक निष्क्रीयता काही केवळ अपघात म्हणून टाळता येणार नाही!-" बोलता बोलता रामचंद्रानं तिथं जमलेल्यांच्या मधोमध एक न गिळता येणारी समस्या ठेवली.

कॉफी-बार मध्ये जमलेली मंडळी, खरं तर, केवळ हवामान, बारमधल्या कॉफीची गुणवत्ता आणि रोजच्याच चार समस्यांचा ऊहापोह करायला जमली होती. आता रामचंद्रानं समोर ठेवलेल्या समस्येनं त्यांची डोकी बधिर होऊन गेली.

हेगडे वैतागून म्हणाला,

"अरे, जा, रे, जा! देशातल्या प्रत्येक जिल्ह्यात कुणी तरी मोठी व्यक्ती जन्मलीच पाहिजे, म्हणून कुणी सांगितलं?"

"तसं म्हणू नकोस. प्रत्येक समुदायाची सांस्कृतिक अभिव्यक्ती एखाद्या असाधारण व्यक्तीच्या रूपानं होत असते. आपणही हे पाहतो. शेजारच्या जिल्ह्यातून किती तरी लेखक आणि कवी आले आहेत! इथून नावापुरता एकतरी? थू:! अगदी बेकार जिल्हा आहे हा!" रामचंद्रनं संपूर्ण जिल्ह्यावरच दोषारोप केला.

ज्यूनियर कॉलजचे सोशालॉजीचे प्राध्यापक नारायण तिथंच बसले होते. ते आपल्या मेंदूला कचितच ताण देत असल्यामुळं त्यांना 'आळशी नारायण' म्हणत. रामचंद्रच्या प्रश्नामुळं तिथं दोघं-तिघं त्याच्याकडे बघू लागले. त्यामुळं मनोमन 'हे

आपल्याला न गिळता येणारा कडबू आपल्या ताटात सारताहेत-' म्हणत मनोमन शिव्या हासडत ते म्हणाले,

"मला वाटतं, अशा प्रकारच्या चळवळींसाठी अत्यावश्यक असलेला मध्यम वर्ग इथं नाही. अत्यंत धनवान माणसं बेंगळूरला बंगले बांधून राहतात. इथं राहतात, ती शेतात पोटासाठी राबणारी नोकर माणसं! त्यांच्याकडून कलाभिव्यक्ती अशक्य आहे. अधिक वेळ बेंगळूर - उटी आणि क्लब-रेसकोर्सवर रमणाऱ्या श्रीमंतांकडूनही हे शक्य नाही. त्यामुळंच हा जिल्हा असा राहिला आहे!"

कन्नड लेक्चरर तिम्मप्पानं हे न पटून त्याला फैलावर घेतलं,

'केवळ एक-दोन प्लांटर्सच्या घरी जाऊन येऊन सगळे प्लांटर्स श्रीमंत कोट्यधीश आहेत, असं म्हटलं, तर कोण विश्वास ठेवेल? मला वाटतं, इथं एक भाषा बोलणारा जनसमुदायच नाही. आमचे श्रीमंत मित्र आपल्या मुलांना उटी-कुन्नूरला कॉन्व्हेंट शाळांमध्ये टाकतात. त्यांना इंग्लिश भाषा नीट यावी, म्हणून घरातले त्यांच्याशी इंग्लिशमध्ये बोलतात. इथली सगळी नोकर माणसं कन्नड जिल्ह्यातील - तुळू बोलणारी, नाही तर मातृभाषा तमिळ असलेली. कन्नड भाषा बोलणारे मध्यमवर्गीय बदलीच्या निमित्तानं आज या गावात तर उद्या त्या गावात फिरणारे! राज्य सरकारच्या नोकरीतले. आपलं संपूर्ण व्यक्तित्व एका भाषेसाठी अर्पण करणारा समाजच इथं नाही! - '

'तुझं सगळं समर्थन 'इथं लेखक-कवी का निर्माण झाले नाहीत' या प्रश्नाला लागू पडतं. पण बाकीच्या क्षेत्रांचं काय ? एखादा चांगला खेळाडू किंवा कुस्तीगीर तयार व्हायला यांतलं एकही कारण लागू पडणार नाही ना ?-' म्हणत सिद्दप्पाही आखाड्यात उतरला.

संपूर्ण जिल्ह्यालाच आरोपीच्या पिंजऱ्यात उभं करून तावा-तावानं चाललेल्या वाद-विवादाकडे भोवतालच्या चार-सहा माणसांचंही लक्ष गेलं होतं. सगळेच स्वत:च्या नकळत त्यात गुरफटले होते. त्यांतल्या एका तरुणाला फार वेळ केवळ प्रेक्षक-श्रोता होऊन राहणं शक्य झालं नाही.

तोही वाद-विवादात उतरला,

"-कॉफी-! या संपूर्ण जिल्ह्याचा नाश कॉफीनं केलाय! इथला संपूर्ण समाजच कॉफी-संस्कृतीनं पछाडलाय!-"

त्याच गावात जन्मून वाढलेला तो तरुण प्रस्तुत समस्येविषयी तितकासा वस्तुनिष्ठ नव्हता. सिदप्पानं आज्ञायुक्त स्वरात त्याला बजावलं,

"उगाच कॉफीला दोष देण्यात काय अर्थ आहे ? ते कॉफी पिकवत असतील - आपण पीत असू. एका संस्कृतीला कॉफी काय करेल? उगाच, समोर येईल, त्या प्रत्येक वस्तूला कारण म्हणण्यात अर्थ नाही!"

एवढ्या लोकांमध्ये अपमान झाल्यामुळं तो तरुण चांगलाच खवळला,

"अशी दडपशाही मी मुळीच मानणार नाही! मी सांगतोय्, त्याविषयी मला जेवढं ठाऊक आहे, तेवढ तुम्हां लोकांना ठाऊक नाही, हे तुम्ही लक्षात घ्या आधी! काल-परवा तुम्ही आलात इथं! आपल्या मुलांना बूट कसे घालायचे, स्टायलीत इंग्लिश कसं बोलायचं, काट्या-सुरीनं जेवायचं कसं, हे शिकवायला इथले श्रीमंत लोक किती पैसा ओततात आणि किती सर्कस करतात, हे ठाऊक आहे तुम्हांला? कार नसेल, तर तो माणूसच नव्हे, असं समजतात ते! त्यामुळं त्या माणसालाही श्रीमंतांची नजर चुकवत बससाठी उभं राहावं लागतं, हे ठाऊक आहे तुम्हांला ? याला मी कॉफी-संस्कृती म्हणतो. पाश्चात्यांकडून यांना कॉफी आणि कॉफीचे मळे मिळाले, म्हटल्यावर हेही त्यांच्या संडासाचा वापर करून कागदाच्या सुरळीनं पुसायला लागले - मी उगाच कॉफीवर दोषारोप करतो, म्हणालात ना? म्हणून एवढं सगळं सांगितलं मी-"

त्याचं उद्वेगपूर्ण भाषण सगळेच लक्ष देऊन ऐकत होते. रामचंद्रानं ठेवलेल्या प्रश्नाला आपल्याकडे उत्तर असल्याप्रमाणे तो आवेशानं बोलत होता.

'मिस्टर - इथं - पुढं या. असे वैतागू नका. एखाद्या समस्येचं विश्लेषण करताना भावुक होऊन चालणार नाही - या –' रामचंद्रनं त्याला शेजारच्या खुर्चीवर बोलावलं. त्याचं नाव विचारलं. त्याचं नाव समीर - बूदीकाम इस्टेटच्या जाणेगौडांचा मुलगा. बेंगळूर विद्यापीठाचा इतिहासाचा पदवीधर.

त्याला रामचंद्र म्हणाला,

"हे पाहा, समीर, तुम्ही जे सांगितलंत, त्यात सत्य नाही, असं मला म्हणायचं नाही. मी जगभर फिरलोय. तुम्ही म्हणता, ते कॉफी-कल्चर किंवा पाश्चात्यांचं अनुकरण करायचं वेड हा एक जागतिक रोग आहे. हा केवळ या जिल्ह्याशी किंवा केसरूरशी निगडित आजार म्हणता येणार नाही. तुम्ही बेंगळूरला गेलात, तर तिथं किती माणसं कन्नड बोलणारी भेटतात? तिथं किती युरोपियन स्टाईलची हॉटेल्स आहेत? केवळ भारतच नव्हे - संपूर्ण आशियात - पूर्णपणे कम्युनिस्ट असलेल्या चीनमध्येही याची लागण झाली आहे - "

"व्वा, सर! चीनमध्येही याची सुरुवात झाली आहे, म्हणून हे दुर्दशेचं कारण नाही, असं कसं म्हणता तुम्ही? आम्ही आमच्या संस्कृतीपासून तुटून पिशाचासारखे लटकलो आहोत – या दुर्दशेपर्यंत येऊन पोहोचलो आहोत!-" समीरनं वाद घातला.

एवढा वेळ चाललेली चर्चा सगळेच ऐकून घेत असल्यामुळं कॉफी क्लबमधला तो कोपरा म्हणजे कुणीही सहभागी होऊ शकेल, असं सार्वजनिक व्यासपीठ असल्याची भावना तयार झाली होती. त्यामुळं एक लुंगीवाले आणि काळी टोपीवाले मलेनाडचे गौडा पुढं सरसावत म्हणाले,

"तो सांगतोय, ते खरंय, मास्तर! संस्कृतीच आपल्यापासून दूर चालली आहे. आई-वडील-भाऊ-बहीण अशी भावनाच राहिली नाही कुणाच्या मनात! भय भक्ती, दैव-देव काही काही विचारू नका! संशोधन केंद्रातल्या देवळाचा जीर्णोद्धार करायचा म्हटलं, तर किती अडचणी उभ्या करतात, बघा! ते काय कुणाच्या घरचं काम आहे? देवाचं काम ते - "

आपल्या जिल्ह्याच्या वांझोटेपणाला देव-भूत, सनातन धर्मावरचा अविश्वास हेच कारण असल्याचं आपल्या बाजूचं समर्थन करणारे गौडा सांगू लागले, तसा समीर घाबरला. आपणही त्यांच्यासारखे पुरातन सनातनी आहोत, असं ते पटवून देताहेत, अशी त्याला शंका आली. पण आपण त्यांना नेमक्या कुठल्या शब्दांत विरोध करावा, या विचारानं तो गडबडून गेला.

रामचंद्रच्या हे लक्षात आलं. तो म्हणाला,

"समीर, मी मघाशी म्हणालो, ते वेगळ्या संदर्भात. पण वेगळ्या दृष्टीनं पाहू गेलं, तर हा जिल्हा असा होण्यासाठी जी कारणं असतील, त्यांत तुम्ही सांगितलं, तेही एक कारण असेल."

एवढ्यात जयराम कॉफी-बारच्या पायऱ्या चढून वर येऊ लागला. त्याला पाहताच हेगडे म्हणाला,

"आपल्या जिल्ह्यात एकही लेखक नाही, म्हणत होता ना? जयरामांचा विसर पडला होता, वाटतं!"

"नो नो! त्याचा मळा हासन जिल्ह्यात येतो. मग तसं पाहिलं, तर के. व्ही. पुट्टप्पाही आपल्या जिल्ह्याच्या अगदी जवळ जन्मले. पण असल्या फसव्या समाधानानं काहीच लाभ नाही. आपल्या जिल्ह्याला पछाडलेल्या आजारामागची कारणं आपल्याला हवी आहेत, एवढंच."

"काय चाललंय् माझ्याविषयी? - " आत आलेल्या जयरामनं हसत विचारलं. त्याच वेळी रामचंद्र समोर दिसताच जयराम वैतागात म्हणाला, "भल्या गृहस्था! कुठ आहेस तू? विचारवादी संघाचं लचांड तिकडं आमच्या गळ्यात टाकून स्वत: मात्र इथं सुखात बसलायस!"

"सकाळ ते संध्याकाळ त्या मुलांची डोकी खातच असतो. पुन्हा संध्याकाळी तेच करायला नको, म्हणून मी आलो नव्हतो. कशी झाली सभा ?"

"तुझ्या शिष्यांची कटकट सहन करणं अशक्य आहे, बाबा!"

"का, रे ?"

"भुताचं अस्तित्व दाखवून दिलं किंवा मंत्रशक्ती आहे, हे सिद्ध करून दाखवलं, तर कोवूर एक लक्ष रुपये देणार आहेत, हे ऐकल्यापासून तुझी पोरं फारच चेकाळलेली दिसतात!"

"काय केल मुलांनी?"

"संशोधन-केंद्राचे पाटील मंत्र-तंत्र करतात - सरकारी पगार घेणाऱ्यानं हे करावं काय - हीच त्यांची तक्रार! त्यात या हेगडे-सिद्दप्पांनी त्यांना काय सांगून ठेवलंय, कोण जाणे !"

"छे:! आम्ही कशाला असला चिल्लरपणा करू? आधीच तो सिनिक म्हातारा निष्कारण ओरडत असतो! त्यात असली लावालावी त्याच्या कानांवर गेली, तर संपलंच! शिवाय ते तसलं काहीही करत नाहीत -" हेगडे म्हणाला.

"सकाळी त्यासाठीच मी त्यांच्याकडे गेलो होतो. त्यांनी सगळं सविस्तरपणे सांगितलं -" म्हणत रामचंद्रनं सकाळी पाटलांनी सांगितलं, ते सविस्तरपणे सगळ्यांनाच ऐकवलं.

डॉक्टर पाटील विंचू चावला, की मंत्र टाकतात, असं सगळे म्हणतात. दंश केलेल्या जागेभोवती नागमोडी आकारात काठीनं गिरवत राहिलं आणि तसंच जमिनीपर्यंत नेलं, की शेवटी पायाच्या बोटांमधून वेदना जमिनीत निघून जाते, असं सगळे सांगत. स्वत: पाटलांनी आपला यावर कणभरही विश्वास नसल्याचं सांगितलं. ती एक प्रकारची अंधश्रद्धा आहे, असं दाखवायला गेलेल्या पाटलांना गुण आल्यामुळं पाटलांची पंचाईत होऊन बसली होती. त्यांच्याकडे गावातले आणि सगळ्या पंचक्रोशीतले साप-विंचू चावलेले, भ्रमिष्ट, वेडे आणि इतर रोगीही येऊ लागले! त्या सगळ्यांना 'मी मांत्रिक नाही - कुठल्याही शक्तीचा आराधक नाही' म्हणून सांगता-सांगता पाटील दमून जाऊ लागले. एखाद्या रोग्याचा छळवाद चुकवण्यासाठी काही तरी थातूर-मातूर सांगितलं आणि त्याचाही गुण आला, तर काय करायचं, या विचारानं पाटील भेदरून गेले होते.

जयरामनं सविस्तरपणे सांगितलेली पाटलांची हकीकत ऐकून हेगडे-सिद्दप्पानंही 'होय' म्हणून मान हलवली.

"काय, विचारवादी! काय करायचं अशा वेळी? काय धोरण ठरवायचं? पाटलांचा विश्वास असो वा नसो - चार-चौघांना गुण आला, म्हटल्यावर लोक त्यावर श्रद्धा ठेवणारच ना? त्यातच संशोघन केंद्रातल्या व्यंकटेशाच्या देवळाच्या जीर्णोद्धाराचा प्रश्न उपस्थित केलाय ना ? आताच इथं कुणी तरी सांगत होतं –"

"हे खरं नाही हं! पाटील त्या देवळाच्या जीर्णोद्धाराच्या अगदी विरुद्ध आहेत. एकदाही ते त्या भागाकडे फिरकले नाहीत. याच कारणासाठी संशोधन केंद्रातले सगळे सनातनी त्यांच्याविरुद्ध शस्त्र परजत असतात!" हेगडेनं घाईनं पाटलांवरील चुकीची शंका मुळापासून खोडून काढली.

बाहेर बराच अंधार झाला होता. विश्वभवन कॉफी-बारसमोर एक जीप उभी राहिली. पण गप्पांमध्ये गढलेल्या यांपैकी कुणाच्याच ते लक्षात आलं नाही.

एक नोकर जीपमधून खाली उतरला आणि इकडं-तिकडं बघत काऊंटरपाशी जाऊन त्यानं चौकशी केली,

"हितं डॉक्टर रामचंद्र कोण म्हणायचे?"

हे मात्र गप्पा मारणाऱ्या सगळ्यांनाच ऐकू आलं. रामचंद्रानं तिकडं पाहिलं. कॅशियरनं आलेल्या माणसाला बोट करून दाखवताच तो सरळ रामचंद्रापाशी येऊन उभा राहिला आणि म्हणाला,

"आमच्या गौडांना तुमच्याशी बोलायचंय - ते तुम्हांला बोलावताहेत -"

"कोण गौडा?"

"कृष्णेगौडा. मंडीमर्चंट कृष्णेगौडा."

रामचंद्र त्याच्याबरोबर बाहेर आला.

त्याला पाहताच जीपमध्ये बसलेला कृष्णेगौडा खाली उतरून आला आणि अत्यंत अदबीनं म्हणाला,

"एक सांगायचं होतं. आपण आलात, तर जीपनं थोडं लांब जाऊन बोलता येईल. नंतर तुम्ही म्हणाल, तिथं तुम्हांला सोडतो."

काही तरी तेवढंच गंभीर असलं पाहिजे, असा विचार करून रामचंद्र जीपमध्ये बसला.

नोकराला तिथंच उतरवून कृष्णेगौडानं जीप स्टार्ट केली.

जीप केसरूर गावाबाहेर आल्यावर कृष्णेगौडानं त्याला सांगितलं,

"आम्हांला तुमच्याकडून थोडी मदत हवी आहे, मास्तर -"

"कसली मदत ?" रामचंद्रानं चकित होऊन विचारलं.

"गेले एक-दोन दिवस आमच्या घरावर दगड येऊन पडताहेत. परवा आमच्या राखणदारांनी एका मुलाला पकडलं. त्या मुलाच्या मित्रांनी आमच्या माणसांवर हल्ला केला. मी मध्ये पडून मारामारी थांबवली. ती मुलं म्हणाली –'आम्ही दगड टाकले नाहीत. आम्ही कॉलेजची मुलं आहोत. कॉलेजची मुलं म्हटल्यावर मीही त्यांची समजूत काढली. त्यांचा राग गेलाय की नाही, कोण जाणे! आजही त्यांनी दगड टाकले बघा! त्यात घरात फक्त बायको आणि मुलगी दोघीच असतात."

"तुम्हांला काय वाटतं गौडा? ते का दगड टाकत असतील? आणि ती मुलं कोण, हे सांगाल काय? माझे विद्यार्थीही अनेक जण आहेत, म्हणून मी विचारलं."

"दगड का टाकतात, ते मी तरी कसं सांगू? माझी मुलगी - ती या मुलांकडे बघून हसली, की काय, कोण जाणे! त्यात वयही विचित्र असतं बघा! त्यामुळंच कदाचित हे असलं काही तरी सुरू झालं असेल. काही का असेना - घरावर दगड टाकण्यापर्यंत प्रकरण जाणं ठीक नव्हे -"

"कोण तुमची मुलगी? आमच्या कॉलेजमध्ये आहे ती?"

"तिचं नाव जयंती. तुमची विद्यार्थिनीच असावी - "

"जयंती वंडरफुल गर्ल! पण ती काही तशी मुलगी नाही. "

"मी हे प्रकरण तुमच्यापर्यंत आणलं, म्हणून तुम्ही गैरसमज करून घेऊ नका. अहो, तारुण्याच्या भरात मुलं काही तरी करतात - त्यासाठी हे प्रकरण पोलिसात जायला नको, एवढंच मला सांगायचं होतं."

"सांगितलंत, ते बरं केलंत. मीही, माझ्याकडून जे होईल तेवढं निश्चित करेन."

जीप माघारी आली.

रामचंद्र माघारी आला, तेव्हा कॉफीबारमध्ये फक्त हेगडे आणि जयराम बोलत बसले होते.

रामचंद्रनं जयरामला विचारलं,

"अरे, आजच्या मीटिंगमध्ये माझ्या विद्यार्थ्यांनी गोंधळ केला म्हणालास ना? काय केलं त्यांनी?"

"तीच पोरं रे - रमेश, चंद्रा, इंग्लिशगौडा, अंगार, रामप्पा आणि रफी! विश्वविख्यात भांडखोर टोळी! पाटलांनी तसं काहीही केलेलं नाही, म्हणून मी परोपरीनं सांगितलं. पण कोण ऐकून घेतंय? काळी निशाणं दाखवली नाहीत, तर यांना कोण क्रांतिकारक म्हणणार?"

"ही मुलं तुझ्याबरोबर किती वेळ होती?"

"मी तिथं असेपर्यंत कडाडून भांडत होती माझ्याबरोबर! मंत्र-तंत्र सिद्ध झालं, तर लाख रुपये द्यावे लागतील, म्हणून मीच पाटलांना मागं घालतोय, असा माझ्यावरच आरोप करत होते!"

'तू इथं आलास, तेव्हा अंधार झाला होता ना?'

'का रे? काय सांगत होता कृष्णगौडा?'

'सांगेन नंतर. आणखी थोडं समजल्यावर सांगेन.'

१२

जयराम-हेगडे-रामचंद्र कॉफीबारमध्ये गप्पा मारत असताना अंगाडी पाटलांबरोबरच्या दीर्घ चर्चेत गुंतला होता. संशोधन-केंद्राचा दरवाजा संध्याकाळी बंद झाल्यानंतर तिथल्या पाटलांच्या खोलीमध्ये त्यांची चर्चा चालली होती.

अंगाडीचा रिपोर्ट थेट केंद्रीय कृषिमंत्र्यांच्या टेबलावर जाणार, म्हटल्यावर पाटलांनीही या प्रकरणात अधिक आस्था दाखवायला सुरुवात केली होती.

'मिस्टर अंगाडी, आजवर कुणीही संशोधक वेलदोड्यासाठी काहीही का करू शकला नाही, म्हणून तुम्ही विचारत होता ना? त्यामागं एकच कारण आहे. इथं संशोधन वगळता बाकी सगळी आबादीआबाद आहे!! एकमेकांविरुद्ध तक्रारी करायच्या, वरपर्यंत जाऊन बदल्या घडवून आणायच्या, संशोधन-केंद्रातल्या गोष्टींची चोरी करायची, हेच चालतं इथं! त्यात संशोधक म्हणून पगार घेणाऱ्यांनी योजना आखून काही तरी काम करायला सुरुवात करावी, एवढ्यात बदली येते. तो माणूस इथून बदलला, की इथलं संशोधन मातीमोल होऊन जातं.'

अंगाडी त्यांचं बोलणं लक्ष देऊन ऐकत होता.

''त्यातच आता स्थानिक राजकारणही बेमालूम मिसळत आहे. त्याविषयीही सांगतो, ऐका. इथं सभोवताली केरळी मुसलमानांची वस्ती पसरली आहे. हे सगळे मुसलमान सुलेमान बेरीच्या हाताखाली काम करतात. सुलेमान बेरी हा एक कुविख्यात स्मगलर आहे. केसरूरच्या ग्रामपंचायतीत, म्युनिसिपालिटीत, तालुका बोर्डात त्याची माणसं शिरलेली आहेत. आता त्यानं आपल्या माणसांसाठी एक मशीद बांधून दिली आहे. त्यातून माईकवरून, कान किटून जातील, अशा प्रकारे 'अल्ला हो अकबर'चा ओरडा चालतो. पैगंबराच्या काळात माईक होता की काय, कोण जाणे! पण आता त्यांना सांगायला गेलं, तर आम्ही कुराणाप्रमाणे करतो, म्हणून वाद घालतात! राजकारणासाठी मशीद हीच संकेत रूपात आहे आणि त्याचा पुरेपूर फायदा कसा करून घ्यायचा, हे सुलेमान बेरीला ठाऊक आहे!''

''पुढं?''

''मुसलमानांनी मशीद बांधून दंगा सुरू केल्यावर आमच्या हिदूंनाही खडबडून जाग आली! संशोधन केंद्रातले ब्राह्मण, लिंगायत, वक्कलिग सगळे एकत्र आले

आणि केंद्राच्या कंपाऊंडमध्ये असलेल्या एका जुन्या देवळाचा जीर्णोद्धार केला, त्याला उद्भव वेंकटेशस्वामी म्हणून नाव दिलं आणि मुसलमानांची मस्ती उतरवतो, म्हणून यांनीही माईकवरून जगन्नाथस्तोत्र - व्यंकटेशस्तोत्र लावायला सुरुवात केली. त्या वेळी इथं जोगीहाळ होते. त्यांनी या सर्वच प्रकाराला विरोध केला. पण त्यांचा विरोध धुडकावून गावातल्या काही प्रतिष्ठित गौडांच्या आशीर्वादानंच हे सुरू झालं. त्यांना तिरुपतीच्या संस्थानाकडून आर्थिक साहाय्यही मिळू लागलं. इथल्या त्यांच्या धार्मिक स्थळाचा प्रभाव कमी करण्यासाठी या लोकांची सगळी धडपड चालली होती. यासाठी जोगीहाळ विरोध करतात, म्हणून त्यांची बदली करण्यासाठी या भागातल्या आमदारांनी बरेच प्रयत्न केले. पण इथले खासदार शांतगौडा जोगीहाळांच्या मागं उभे राहिले. जोगीहाळांचं वेलदोड्यावरील संशोधन पूर्ण होईपर्यंत त्यांना इथून हलवू नये, अशी त्यांनी जोरदार शिफारस केली. जोगीहाळांच्या मृत्यूनंतर राय नावाचे संशोधक इथं बदलून आले. त्यांनी जोगीहाळांच्या संशोधनाची अवस्था खाली डोकं — वर पाय अशी करून ठेवली आहे! मलाही इथं येऊन वर्ष झालं. तरीही अजून त्या संशोधनाची सुरुवातही करणं शक्य झालं नाही-''

अंगाडीपुढं संशोधन-केंद्राविषयीची हवी-नको सगळी माहिती पाटलांनी ओतली. पाटलांचं बोलणं ऐकत असताना हेगडे म्हणाला तसा हा म्हातारा थोडा सिनिक दिसतो, असं अंगाडीचंही मत झालं. तरीही त्यानं संपूर्ण लक्ष देऊन पाटलांचं बोलणं ऐकून घेतलं. कारण अशा बेसावध बोलण्यामधूनच आपल्या हाती खरे सत्याचे तुकडे लागतील, याची त्याला कल्पना होती.

केवळ केसरूरच्या वेलदोड्यालाच नव्हे, इथल्या संस्कृतीलाही रोगानं झपाटलंय्, असं पाटलांनी बोलून दाखवलं, तेव्हा अंगाडीला आश्चर्य वाटलं. जोगीहाळांनी याविषयी काय योजना आखली होती, ते अजून अंगाडीला समजत नव्हतं. पाटलांचं सांगणं खरं असेल, तर जोगीहाळांचा मृत्यू तरी नैसर्गिक असेल काय? फक्त शांतगौडांनी जोगीहाळांच्या बदलीविरुद्ध का शिफारस केली असावी ? इतर कुणालाच ठाऊक नसलेलं असं काही शांतगौडांना ठाऊक आहे काय?

अंगाडीला समजत नव्हतं.

केसरूर वेलदोड्याची चौकशी करता-करता केसरूर गावच्या इतर भानगडींमध्ये डोकं घालणं का अपरिहार्य ठरावं? अशा हजारो समस्यांना तोंड द्यायला मी काय अवतारी पुरुष आहे? मला ज्या कामासाठी सरकारनं पैसा दिलाय – देतंय, तेवढंच काम करून मी मोकळा होईन. पण सगळ्याच समस्या अगदी योजनाबद्ध रीतीनं एकमेकींत गुंताव्या, तशा गुंतल्या असतील, तर मला ते शक्य आहे काय?

''तसं नाही, पाटीलसाहेब, दरवर्षी वेलदोड्याचं पीक घटत चाललंय याला काय कारण? यावर जोगीहाळांनी काहीच विचार केला नाही काय?''

"इथलं काय म्हणून सांगू मी, अंगाडी? इथला रहिवासी म्हणून सांगू, की इथला दंडाचा पिंड संशोधक म्हणून सांगू? केसरूर गावाविषयी सांगू, केसरूरच्या वेलदोड्यांविषयी सांगू, की केसरूर व्हायरस या रोगाविषयी सांगू? जोगीहाळांचा पिंडच वेगळा होता! अतिशय ॲग्रेसिव्ह स्वभाव! एकदा मी त्यांच्याबरोबर न्यूगीनीला कॉन्फरन्ससाठी गेलो होतो. त्या वेळी तिथं त्यांनी केलेल्या भाषणात दोन मुद्दे फार व्यवस्थित मांडले होते. एक म्हणजे, असलेल्या रोपांचं रक्षण करण्यामध्ये फारशी शक्ती न घालता नव्या प्रकारचं रोप तयार करणं महत्त्वाचं! कृषिसंशोधकानं डिफेन्सिव्ह न राहता ऑफेन्सिव्ह राहायला पाहिजे, असा त्यांचा आग्रह होता!"

"आता तुम्ही केसरूर व्हायरस म्हणालात ना? तो कसला आजार म्हणायचा? मीही ते नाव बऱ्याच वेळा ऐकलंय. ऐकलं, की प्रत्येक वेळी न चुकता मला माझ्या गावाची आठवण होते!"

"हा एक प्रकारचा व्हायरस रोग आहे, असं मानलं जातं. पण फंगस स्वोर म्हणजे परागासारख्या धुळीमुळंही याचा प्रसार होतो. या रोगानं पछाडलेलं वेलदोड्याचं झाड दिवसेंदिवस मलूल होत जातं. रोगाचं निदान होऊन रोगलक्षण निश्चित करेपर्यंत परिस्थिती हाताबाहेर गेलेली असते! ही रोगग्रस्त झाडं जोमानं वाढत नाहीत - फुलत-फळत नाहीत आणि मरतही नाहीत! शेतकरी खतपाणी-औषधपाणी करता करता भिकेला लागेपर्यंत ही रोपं मरत नाहीत! अशा रोपांची मायक्रोस्कोपाखाली तपासणी केली. पानांच्या आतल्या पांढऱ्या पेशींमध्ये असलेला व्हायरस त्यातली हरित-द्रव्यं फस्त करताना दिसतो."

"यावर जोगीहाळांनी काही औषध नाही शोधून काढलं?"

"त्यांच्या हयातीत ही समस्या नव्हती - किंवा असं म्हणू, त्या वेळी हा रोग समस्येच्या स्वरूपात सामोरा आला नव्हता."

"याचा परिणाम काय होऊ शकेल?"

"काय होणार? हळूहळू भारतातलं वेलदोड्याचं उत्पादन कमी-कमी होऊन वेलदोडा पूर्णपणे नामशेष होईल!"

"छे:! लक्षावधी एकर भूमीवर येणारं आणि लाखो लोकांच्या जीवनाचा आधार असलेलं हे पीक नामशेष झालं, तर काय दुर्दशा होईल!"

"अंगाडी, मी एक वैज्ञानिक आहे! कितीही क्रूर असली, तरी वस्तुस्थिती मला सांगायलाच हवी ना! एक काळ असा होता, सिलोनमध्ये एकही चहाचं रोप नव्हतं - सगळे कॉफीचे मळे होते. पण एलेतुक्कु नावाची एक बुरशी आली आणि तिनं संपूर्ण सिलोनमधलं रोप न रोप व्यापून कॉफी नामशेष केली! हे इतिहासातलं सत्य आहे!"

'पण हे कसं थांबवता येईल?'

"रोगाचं लक्षण दिसताच ते झाड समूळ उपटायचं आणि जाळून टाकायचं"

"शेतकऱ्यांमध्ये अशा प्रकारची जागरूकता निर्माण झालीय?"

"छे:! मुळीच नाही! दररोज माझ्याकडं मंत्र-तंत्र करा, म्हणून किती तरी माणसं येतात. त्यांना मी या केसरूर व्हायरसविषयी जीव तोडून सांगत असतो. पण परिणाम? शून्य! उलट माझ्याशीच वाद घालतात - भलंचांगलं झाड उपटून वेड्यासारखं जाळायचं कसं? खरं सांगू का? वेलदोड्याची रोगग्रस्त रोपं जाळण्यासाठी इथला समाज जाळायला पाहिजे! नालायक संशोधक, मूर्ख राजकारणी, देवळं-मशिदी बांधून माईकवरून आरडा-ओरडा करणारे, धर्मांध - सगळ्यांना एकजात जाळून टाकायला पाहिजे -"

पाटील चांगलेच उत्तेजित झाले होते. त्यांच्या बोलण्यातून पराकोटीची निराशा लपत नव्हती.

त्यांना आवरण्यासाठी अंगाडी म्हणाला,

"तसं नव्हे - समाजच जाळला, तर वेलदोडे कुणासाठी पिकवायचे?"

भानावर येऊन पाटील हसले,

"सॉरी! कधी कधी असं होतं माझंही! खरं सांगू? प्रामाणिकपणे काही तरी करायची इच्छा असणाऱ्याला ही जटिल समस्या हतबल करून सोडते. आणि ऑफकोर्स - हे सगळं ऑफ द रेकॉर्ड! रिपोर्टमध्ये हे कुठंही यायला नको. तुम्ही वेलदोड्यावरील समस्येची चौकशी करायला आलात ना? पण आता मी जे काही बोललो, त्यातलं काहीही वगळून तुम्ही तुमची चौकशी पूर्ण करू शकणार नाही. एक वनस्पती विनाशाच्या मार्गानं जाऊ लागली, की तिच्यावर जगणारं कीटक-जग, त्या कीटकांचा आहार म्हणून वापर करणारे पक्षी, बीजप्रसार करणारा वृक्षसंकुल, त्यांच्या आधारानं सांद्रता येऊन तयार होणारे ढग - या सगळ्यांच्या आधारावर जगणारा माणूस - अशाच अनेक परस्पर ताणांमुळं समतोल साधून उभं असलेलं विश्व – या रौद्र-नाट्याचा अंत कुठं आहे, कुणास ठाऊक! सुलेमान बेरीच्या हस्तकांकडून लाच घेऊन अरण्य विकलं ना? तिथंच या सर्वनाशाला सुरुवात झाली आहे! यानंतर वेलदोडे गेले, म्हणून ज्या सावलीत वेलदोडे वाढत होते, ती झाडंही विकली जातील. मग मुलाच्या लग्नात वारेमाप हुंडा घेतील - लग्नासाठी कर्ज करतील - हे असंच पसरत जाईल! आधीच आहेत, त्या अडचणींना तोटा नाही! मग या परिस्थितीचा गैरफायदा करून घेण्यासाठी धर्मांध, राजकारणी, मशिदी, देवळं, माईक्स, भजनं, आरोळ्या - सगळं असंच पसरत जाणार आहे! सगळं गमावलं - अन् बुद्धी आली - अशी काही तरी म्हण आहे ना? खोटं आहे तेही! सगळं गमावता-गमावता बुद्धीही बिघडत जाते! तुम्ही चौकशी करू लागलात, की तुम्हालांही समजेल - परिस्थितीचा लाभ करून

घेता-घेता सगळेच बुडताहेत-'' पाटील कडवटपणे बोलत होते.

एव्हाना अंगाडीची अवस्था विचित्र होऊन गेली होती. बोलता-बोलता पाटील एका वेगळ्याच तंद्रीत गेल्याचं तोही पाहतच होता. त्यांचं बोलणं थांबलं, तसं त्याला पुन्हा भूलोकावर उतरल्यासारखं वाटलं. तो त्या दिवशी पाटलांबरोबर जेवढा वेळ होता, तेवढा वेळ त्याला विषाद-योगात गटांगळ्या खाल्ल्यासारखं होत होतं.

एका कुठल्या तरी झाडाच्या रोगाभोवती सगळ्या जगाचे प्रश्न आणून ठेवण्यात काय अर्थ आहे? आता या भागाचे खासदार शांतगौडा यांना भेटणं अत्यावश्यक आहे! त्यांना जोगीहाळांच्या संदर्भात काही आढळलं असेल, तर पाहावं लागेल. या दरिद्री संशोधन-केंद्रात तर आता कुठलंच संशोधन चाललेलं दिसत नाही!

हे फालतू इंटलिजन्सचं कामच असलं! अतिशय तापदायक! - संशोधन-केंद्राहून केसरूरला परतताना अंगाडी स्वत:लाच बोल लावत होता.

रोमांचकारी सिनेमा बघून या कामाविषयी अत्यंत रोमँटिक भावना मनात ठेवलेल्या अंगाडीलाही सुरुवातीला इंटलिजन्सचं काम म्हणजे, इंग्लिश कादंबऱ्यांमध्ये दाखवतात, तसं ओव्हरकोट - गॉगल - चिरूट - पिस्तुल अशा रूबाबात राहणं, असंच वाटलं होतं. त्यामुळं फायली आणि कागदपत्रं पाहत रिपोर्ट तयार करताना त्याला आपण मूर्ख झालोय, असं वाटलं होतं. त्यात पाटलांची किरकिऱ्या विधवा थेरडीसारखी रडगाण्यांवर रडगाणी ऐकून अंगाडीला आपल्या व्यवसायाचा अधिकच उबग आला होता.

केसरूरकडून संशोधन-केंद्र दोन मैलांवर होतं. रस्त्याच्या दोन्ही बाजूंना वेलदोड्यांचे मळे होते. त्यामुळं सावलीसाठी मोठाले वृक्ष होते. त्यामुळं तो रस्ता एखाद्या जंगलातल्या रस्त्यासारखाच होता.

दगडी पूल ओलांडून अंगाडी थोडा पुढं आला, तेव्हा त्याला कुणी तरी कांबळं गुंडाळून हातात काठी घेऊन उभं असल्याचं दिसलं. अंगाडीचा देह सूक्ष्मपणे थरकापला. पण ते न दाखवता तो तसाच चालत राहिला. काही अंतरावर एक तशीच कांबळं पांघरलेली व्यक्ती दबा धरून उभी असलेली दिसली. अंगाडी मनोमन सावध झाला. काही अंतर तसंच चालून त्यानं हळूच वळून पाहिलं - त्या दोन्ही व्यक्ती त्याच्या पाठोपाठ येत होत्या.

हे खरं हेरकथेसारखं चाललंय्! डिटेक्टिव्ह म्हटलं, की असं काहीतरी घडलं पाहिजे - असं मनाशी म्हणत आपण सुटकेसमध्ये टाकून दिलेल्या रिव्हॉल्वरचं स्मरण करत केसरूरच्या दिशेनं तो झपाट्यानं पावलं टाकू लागला.

१३

अंगाडीला रस्त्यावर दिसलेले दोन दंडाधारी कुठल्याही प्रतिव्यूहाचे एजंट नसून ते कृष्णेगौडाच्या वेलदोड्याच्या मळ्याचे रखवालदार होते.

दुसऱ्या दिवशीही घरावर दगड पडले आणि दगड टाकणारे हातावर तुरी देऊन बेपत्ता झाले, तेव्हा माईल मेस्त्र्याचा संताप भक्कन आभाळाला भिडला. अर्धी बाटली ढोसून तो आखडून बसला. एकाएकी हातात सुरा घेऊन उसळला,

"अबे अे भेंचोद! पुन्ना फाजीलपणा करता काय! आता गुमान ऱ्हायचं ऱ्हाय! ती बेवारशी कार्टी हातात गावली, की इकडं पोलीस म्हनायचं ऱ्हाय, आन् तिकडं धनी म्हनायचं ऱ्हाय सांगून ठिवतो! आदी तितल्या तिंत हात-पाय तोडायचं आन् मग धन्यांना बातमी द्यायची! रातभर मातीत तळमळत पडले, की यील अक्कल! अंगात ताकत ऱ्हाय - अंधारात ऱ्हाऊन दगड टाकत्यात तिच्यायला - "

सगळ्यांनाच मेस्त्र्याचं बोलणं अगदी मनापासून पटलं. "व्हय - काल पकडलं, तर धन्यांनीच सोडलं ऱ्हवं का –" म्हणत सगळे डोलत - हेलकावे खात कोठी खोलीत शिरले आणि कुऱ्हाडी-फावडी-पहारी - हातात मिळेल, ते आयुध घेऊन बाहेर पडले.

त्यांतलेच दोघे अंगाडीला प्रतिव्यूहवाल्यांचे एजंट वाटले होते. अंगाडीही त्यांना संशय येऊ न देता प्रवासी बंगल्यात शिरल्यामुळंच वाचला होता. त्यानं सहज जरी जमिनीवरचा एखादा खडा उचलला असता, तरी त्याला केसरूरच्या रस्त्यावरून लंगडत - विव्हळत फिरावं लागलं असतं.

सगळे नोकर धडाधडा धावले, जमिनीवर पडलेल्या पाल्या-पाचोळ्यांवर धडपडले. दगड टाकणाऱ्यावर बेवारशी शिव्यांची बरसात केली. एक-दोन गावठी कुत्री कृष्णेगौडाच्या घरच्या उष्ट्याच्या आशेनं उकिरड्यावर आली होती, ती या गोंधळामुळं उठून पळू लागली. ती चाहूल ऐकून काही नोकर 'ह्ये इकडं पळलं बे -' म्हणत धावले. याचा परिणाम म्हणून मळाभर विखुरलेली माणसं घाबरून त्याच दिशेला धावत आली. ती कुत्री मात्र या कुणाच्या हाती सापडली नाहीत, की दृष्टीलाही पडली नाहीत!

सगळे धापा टाकत एकत्र जमले. सुरुवातीला आरडा-ओरड्यात पुढाकार घेतला होता, तो म्हणाला,

"पळून गेले की उंडगे –"

दुसरा म्हणाला,

"धराया गेल्यावर पळायला लागले, तर काय करायचं, म्हन्तो मी! धन्यांना सांगून बंदूकच आणायला पायजे मग!"

"अबे, जा, बे, जा! साळंची उडाळ कार्टी हातात गावंनात म्हनून बंदूक उडवनार, म्हणं! आन् रस्त्यानं जानाऱ्याचं जीव जाऊन पोलीस पकडून घिऊन गेलं, म्हन्जी?"

"पन काय करायचं, रं? म्या तर म्हन्तो, मुकाट्यानं कुल्लं झाकून धन्याकडं जाऊ या आन् पोलीसांत कंप्लेन द्या, म्हणून सांगू या. पोलीस चार वेळा फिरून गेले, की पोरं बी न्हाय येनार !"

"तसंच करू या -"

"धन्यांस्नी सांगू या -"

अशी चर्चा झाल्यावर सर्वानुमते असं ठरलं, की घडलेली सारी हकीकत मालकांच्या कानांवर घालणं चांगलं. मेस्त्र्यानं हे काम पोंक्रावर सोपवलं.

पण पोंक्रानं भीती व्यक्त केली,

"मी एकटा जाऊ? नगं, बाबा! कुनी तरी चला माज्यासंगं! ती पोरटी किती हायेत, कोन जानं! त्यांच्याकडं काय काय हत्यारं हायेत, कुनाला ठावं?"

त्यांच्यापैकी एक तर्रर झालेला गडी-

"ए! कोन त्यो भित्रट? आन् मर्द म्हणं - चल, मी येतो - दोघं जाऊन सांगून येऊ या - " म्हणत त्याच्या बरोबर यायला निघाला.

पण पोंक्राला चिंक्रानं एवढ्या लोकांमध्ये आपल्याला भित्रट म्हटल्याचा राग आला,

"मी भित्रट? काल कसं हाणलंय् त्यांनी, ते ध्यानात हाय न्हवं? पोरं, म्हणं, पोरं! पोटात लाथा हाणल्या अन्न उलटून पडेल, आसं! त्यांच्या गुद्द्यांनी माजा दंड बी मोडल्यागत झालाय! काल धनी नस्तं, तर जीवच घेनार व्हतो मी एका तरी पोरट्याचा!"

"अर, वा, रं, मर्दा! येवडी छाती! मग आता का एकट्यानं जायाचं म्हटल्यावर हागून राडा करत व्हतास? चल - चल - व्हाऊ दे-" म्हणत चिंक्रा पोंक्राबरोबर चालू लागला.

त्याच वेळी अंगाडी संशोधन-केंद्राकडून आला. त्याला पाहताच हाच दगड टाकणार आहे, असं वाटून ते दोघं आडोशाला दडले होते. पण अंगाडी आपल्या मार्गानं सरळ निघून गेल्यामुळं त्यांची निराशा झाली.

तो पुढं निघून गेल्यावर त्या दोघांमध्ये बोलणं सुरू झालं. पोंक्रानं तक्रार केली,

'या कॉलेजच्या पोरट्यांची ही कसली मस्ती म्हनायची, रं? उगाच आपलं शिनेमा बगायचं - हाटेलात खायाचं सोडून अंधारात, घरावर दगडं कशापायी टाकत फिरत्यात ही?

"काय न्हाय! धन्यांच्या पोरीचाच उद्योग ह्यो! तीबी जाते न्हवं कालीजात शिकाया?"

"तसं न्हवं, रं! ती पोरगी बी तसलीच हाय! तिला बघितलं, की पोरांना बी काय तरी व्हतंय, म्हनं! तू - मी हिंत कामाला यायच्या आदी हितं एक कोडगचा रायटर व्हता, म्हणं! तरणं पोरगं! हिला बगून-बगून डोचकंच फिरलं म्हणं, त्याचं!"

"व्हय-व्हय! मला बी ठावं हाय त्ये! एकच लेकरू, म्हनून लई जपत्यात तिला - आन् ही चाकर मान्सांशी प्रेमाचा खेळ करती, म्हणं!"

"मग त्येला काय झालं? धनी न्हाय करत?"

"जाऊ दे, बाबा! काय करायचं आपल्याला मोठ्या लोकांच्या भानगडीशी? आमच्या बायकांमागं आले नाही, तरी बेस झालं!"

"जा, रं, जा! या वास मारनाऱ्या कुबट बायांकडं कोन यील?"

पोंक्रानं बोलण्याच्या भरात आपल्या बायकोचाही समावेश केला असल्यामुळं चिंक्रानं त्याचं बोलणं फारसं मनावर घेतलं नाही. त्यानं गंभीर होऊन विषय पुन्हा मूळ मुद्द्याकडे आणला,

"तर मग दगडं आणखी कोन टाकत असंल, म्हनायचं?"

"चिंक्रा - मी बोलतो - पन मला भित्रा म्हनू नगंस. मी कुनाला बी घाबरत नाही. चोरचिलटं, डाकू-दरोडेखोर - कुनी बी असू दे! मी न्हाय घाबरत कुना बी नरमनुष्याला! पन, वाटतंय हा भुताचा प्रताप नसला, तर बरं!"

चिंक्रा चांगलाच दचकला. पोंक्रानं उभं केलेलं हे नवं प्रकरण त्यालाही घाबरवून गेलं.

"काय तरी बोलू नगंस! असं काय करतोस? कालेजची पोरं न्हवंत काय? परवा त्यांना धरलं बी आपुन! आता भुताचं नाव काडतोस ? बायापोरं न्हायची जागा ही! भुताचं नाव काडलंस, तर सगळी निगून जातील -"

"पण दगडी पुलापाशी भूत हाय म्हणं, ते खोटं हाय व्हय?"

'थू:!' सुलेमान बेरीचं काम त्ये! चंदनाचं लाकूड तोडायला आन् न्यायला पायजे न्हवं? म्हनून उगाच काय तर उठवलंय त्यानं! दगडी पुलापाशी ट्रक ठेवून वाळू भरतो, म्हनून चंदन भरायचं आन् कुनी बी येऊ नये, म्हनून भुताची कथा सांगायची!

"म्हन्जे ह्ये भूतखेत म्हननारं चोरचिलटंच असत्यात, म्हन की –"

"तर काय! भूत-बीत सगळं खोटं हाय, बग - " दोघांनीही परस्परांना पटवून आपलं धैर्य वाढवलं.

नंतर समोर रस्त्यावर बघत चोंक्रा म्हणाला,

“अरेच्चा! रस्त्यावर कुनी बी दिसत न्हाय!”

चिंक्रानंही मंद उजेडात दिसणाऱ्या रस्त्यावरून दूरवर नजर फिरवली. रस्त्यावर एकही माणूस दिसलं नाही. तो भीतीनं व्याकूळ होऊन पोंक्राकडे बघू लागला.

पोंक्रा म्हणाला,

“बग! एवड्या कमी वेळात कुटला नरमनुष्य दिसेनासा होईल?”

“मग मगाशी आपल्या फुडं गेलं, त्ये काय व्हतं, म्हनायचं ?”

“मला वाटलंय् पिशाच्च असंल!”

“पन भुताचं पाय उलटं असत्यातं, न्हवं? ते बगायचं ऱ्हायलंच की! पिशाच आलं, तर जीव वाचवाया एकच कराया पायजे, बग! सगळीकडे लघवी करून त्याच्या मध्ये ऱ्हायचं! भुतं मानसाची लघवी वलांडत न्हाईत, म्हणं!-”

“ह्ये कसं जमायचं, रे? तवापर्यंत लघवी ऱ्हाते, की काय ? आन् त्याच येळेला बाईमाणूस आलं, तर ?-”

पोंक्रानं चिंक्राला त्यानं सुचवलेल्या पिशाच प्रतिबंध उपायामधल्या व्यावहारिक अडचणी नजरलेला आणून दिल्या. काही क्षणांपूर्वी भुताचं अस्तित्व नाकारणारे दोघंही एकाएकी भुताच्या भयानं घेरले गेले आणि झपा-झपा केसरूरच्या दिशेनं पावलं टाकू लागले.

१४

संशोधन-केंद्रामधला कीटक-शास्त्रज्ञ सिद्दप्पा आणि प्लँट पॅथॉलॉजिस्ट हेगडे या दोघांच्याही मनांत जोगीहाळांविषयी अपार आदराची भावना होती. अलीकडे मात्र ते दोघंही त्यांचं नाव निघताच वैतागून जात होते. जोगीहाळांच्या अचानक मृत्यूनंतर पोलिसांनी त्या दोघांना चौकशीच्या निमित्तानं प्रश्न विचारून-विचारून अगदी भंडावून सोडलं होतं.

दुसरे दिवशी पाटलांनी त्यांना बोलावून जोगीहाळांच्या संशोधनाची टिपणं कुठं आहेत म्हणून विचारलं, तेव्हाही त्यांच्या मनात हीच भावना आली. तरीही त्यांनी काहीही न दर्शवता नोटस्, ग्राफस्, स्लाइडस्, स्केचेस्, फोटोग्राफस् - सारं काही काढून दिलं. त्यासाठी त्यांना बरेच कष्ट घ्यावे लागले. कारण सगळ्या वस्तू एकत्र मिसळून बराच गोंधळ झाला होता. तरीही पाटलांनी कुरकुर केलीच,

"या सगळ्या नोटस्च्या पायी सरकारचे कमीत कमी दोन-तीन कोटी रुपये प्रत्यक्ष वा अप्रत्यक्ष रीतीनं खर्च झाले आहेत! आणि त्या तुम्ही अशा कुठं तरी कोंबून ठेवल्या होत्या?"

पाटलांना या संशोधन-केंद्रात येऊन बरेच दिवस झाले होते. एवढ्या दिवसांत यांना कधी जोगीहाळ आठवले नाहीत, की त्यांचं संशोधन! आज अंगाडी चौकशी करायला आलाय, म्हटल्यावर यांना हे सगळं सुचतंय! हे सगळं मनातल्या मनात म्हणून हेगडेनं सांगितलं,

"पण या नोट्स्मध्ये तसं महत्त्वाचं काहीही नाही, सर!"

यावर पाटील पुन्हा संतापून म्हणाले,

"हे पाहा, हेगडे! अशी बेजबाबदार विधानं करू नका! पुढं संशोधन करणाऱ्यांना त्या नोट्सचा उपयोग होईल, की नाही? त्यांचं थोडं-फार संशोधनाचं काम तरी वाचेल, की नाही?"

तो कागद-पत्रांचा डोंगर नीट रचून ठेवत असताना अंगाडीचा फोन आला. पाटलांनी रिसीव्हर उचलून 'हॅलो-' म्हटलं. अंगाडीनं फोनवर आपण खासदार शांतगौडांना भेटल्याचं सांगितलं आणि त्यांच्याकडून मिळालेल्या काही महत्त्वाच्या माहितीवर चर्चा करण्यासाठी आपण तिथं येत असल्याच सांगितलं.

अंगाडीचं नाव ऐकताच पाटील जोगीहाळांच्या नोट्समागं इतके का लागले आहेत, याची हेगडे - सिद्दप्पाला कल्पना आली. आताही पाटील म्हणाले,

''हेगडे, वेलदोडा - बोर्डाचा इंटलिजन्स ऑफिसर आहे तो! त्यानं पाठवलेला रिपोर्ट थेट सेंट्रल मिनिस्टरच्या टेबलावर जातो म्हणे! हे तुम्हांला का सांगून ठेवलं, ठाऊक आहे ? त्याच्या बोलण्याकडे तुमचं नीट लक्ष असू द्या. आलं लक्षात?''

''परवा कॉफीबारमध्ये मी आणि सिद्दप्पा त्याच्याशी गप्पा मारत होतो. पण त्या वेळी त्यानं केंद्रकृषिमंत्र्यांविषयी अवाक्षरही उच्चारलं नाही!'' हेगडे म्हणाला.

''तुम्हाला कशाला सांगेल तो? ते सगळं अत्यंत गोपनीय असतं. संध्याकाळी तो इथंही आला होता. तेव्हा मीही त्याला इथलं लोकल पॉलिटिक्स - देऊळ-मशिदीचा गोंधळ, आमच्या संशोधकांचं राजकारण - या सगळ्यांविषयी सांगितलं. त्यानंतर त्यानं ही गोष्ट मला सांगितली! 'मंत्र्यांकडून चौकशी करायला आलोय -'' म्हणाला! म्हणून म्हटलं - उगाच गप्पा मारताना काही तरी बडबडून कुठं अडकू नका!' एखादं गुपित सांगावं, तस पाटलांनी सांगितलं.

अंगाडी संशोधन केंद्रात येऊन पोहोचला, तेव्हा तिथला ब्रीडर महमदही तिथं हजर होता.

अंगाडीचं स्वागत केल्यावर पाटलांनी सांगितलं,

''जोगीहाळांच्या नोटस् एकत्र करून, त्यांवरून नजर फिरवायचं काम बहुतांश होत आलंय. परवा तुम्ही आठवण केला नसती, तर सगळं केराच्या टोपलीत गेलं असतं!''

''शांतगौडांनी जोगाहाळांच्या बदलीविरुद्ध शिफारस केली होती, म्हणून तुम्ही सांगितलं ना? म्हणून आज सकाळी उठल्या-उठल्या त्यांच्या घरी गेलो होतो.

एवढा वेळ तिथंच होतो. काय करायचं? माझं दुर्दैव! त्यांना दम्याचा जोरदार ॲटॅक आला होता. त्यामुळं बोलणं अत्यंत कठीण होत होतं.''

''काय झालं? काही महत्त्वाची माहिती मिळाली?''

''प्रत्यक्ष जोगीहाळांच्या हाताखालीच काम करणारी माणसं इथं असताना ते आणखी काय नवं सांगणार?''

''तसं नाही. जास्त पीक देणारी वेलदोड्याची जात शोधून काढण्याच्या दृष्टीनं जोगीहाळांचं संशोधन चाललं होतं - असं ते म्हणत होते!'' अंगाडी म्हणाला.

यावर ब्रीडर महमद म्हणाला,

'हे पाहा, अंगाडी, मी या संशोधन-केंद्राचा त्या विषयातला शास्त्रज्ञ आहे. तुम्ही मला त्या संदर्भातलं जे काही विचारायचं असेल, ते विचारा. त्या बिचाऱ्या राजकारण्यांना विचारून काय फायदा? मी सतत पाच-सहा वर्षं जोगीहाळांच्या

बरोबरीनं काम केलं आहे. या फायलींमध्ये त्याच्या नोंदीही मिळतील. तुम्ही या - इथं बसा. मी तुम्हाला त्या संदर्भातली सगळी माहिती नीट सांगतो -''

अंगाडी बसला. महमद सविस्तरपणे सांगू लागला,

अधिक वेलदोडे देणारं, अधिक रोग-निरोधक शक्ती असलेलं आणि कुठल्याही चढ-उताराशिवाय दर वर्षी सारख्याच प्रमाणात वेलदोडे देणारं – अशा तिन्ही प्रकारची रोपं एकत्र आणून सगळे गुण एका रोपात एकवटतील, असं रोप करण्यासाठी आम्ही खूप प्रयत्न केले. केवळ परकीय पराग-स्पर्शानंच फळ धरणारं वेलदोडा हे पीक. त्यामुळं आम्ही तयार केलेल्या रोपामध्ये अमुक गुण असतीलच, हे छातीठोकपणे सांगणं अशक्य. आमच्या प्रयत्नांनंतरही पुन्हा जुन्या अवगुणाचाच रोपांचा समूह तयार झाला. वेलदोड्यासारख्या पिकाच्या बाबतीत अशा प्रकारच्या संशोधनाला काहीच अर्थ नाही, अशा निष्कर्षांपर्यंत आम्ही येऊन पोहोचलो.

मग चांगलं फळ देणाऱ्या रोपांकडून बी घेऊन त्यापासूनही रोपं तयार करून पाहिली. हजारांपैकी जेमतेम चार-पाच रोपंच दरवर्षी उत्तम फळं देतात. अशी उत्तम रोपं शोधून, त्यांच्या बिया वापरल्या, तरी तोच अनुभव आला.'

ब्रीडर महमदनं जोगीहाळांबरोबर केलेल्या संपूर्ण संशोधनाचं सार थोडक्यात सांगितलं. कदाचित अंगाडी मंत्र्यांकडे रिपोर्ट करेल, म्हणून वेलदोड्यांपुढं आपली कुठलीही मात्रा न चालल्याचं त्यानं पटवून सांगितलं.

पाटीलही म्हणाले,

''वेलदोड्याच्या संदर्भात हा प्रश्न खरोखरच बिकट आहे. केवळ परकीय पराग-स्पर्शांमुळे फळ होऊन याचा प्रसार होत असला, तरी त्यापासून वेगळी रोपं तयार करता येत नाहीत. हे केळीच्या जातीचं झाड असल्यामुळं याला कलम करता येत नाही. म्हणून दर एकरी अधिक रोपं लावून उत्पादन वाढवू या, म्हटलं, तर तीनेक वर्षांत तिथं रोपांची गर्दी होते आणि त्यांपासून उत्पन्न कमी होऊन जातं! हे वेलदोड्यांचं संशोधन म्हणजे पुढं पाऊल ठेवायला वाट मिळू नये, तसा चक्रव्यूह झाला आहे!'

अंगाडी त्यांचं सविस्तर बोलणं लक्ष देऊन ऐकत होता. मधून-मधून अनेक प्रश्न विचारत बराच वेळ बोलणं झाल्यावर तो स्पष्टपणे म्हणाला,

''तुम्ही सगळे माझ्यापासून एक अत्यंत महत्त्वाची गोष्ट लपवून ठेवताहात. केसरूर हायब्रीडविषयी तुम्हांला खरोखरच काहीही ठाऊक नाही? त्याविषयी इथं जे संशोधन झालंय, त्याबद्दल कुणीही अवाक्षरही उच्चारत नाही! हे का? जोगीहाळांनी संशोधनाद्वारे दर एकरी एक टन उत्पादन काढण्याची क्रांतिकारी योजना आखली होती ना? दर एकरी एक टन, म्हणजे आजच्या दरानं तीन लाख रुपयांचं उत्पादन झालं! खरोखरच तुम्हांला काहीही ठाऊक नाही?''

"काय सांगता? दर एकरी एक टन? केसरूर हायब्रीड? मी तर आज प्रथमच ऐकतोय्! काय, महमद?" गोंधळून गेलेल्या पाटलांनी विचारलं.

अंगाडी पुढं म्हणाला,

'पण मला याविषयी शांतगौडांकडून फारशी माहिती मिळाली नाही. अस्थम्याचा प्रचंड त्रास होत होता त्यांना सकाळी. तासभर धापत ते एखादं वाक्य बोलत होते. अशा परिस्थितीत त्यांना बोलायला लावणं म्हणजे विचित्र हिंसाच! त्यांची ती अवस्था बघूनच मलाही धाप लागल्यासारखं होऊ लागलं! म्हणून मी त्यांचा निरोप घेऊन तिथून बाहेर पडलो. त्यांनी माहिती सांगितली केसरूर हायब्रीडविषयी.'

"अशा संदर्भात ठाऊक असलेली संपूर्ण माहिती सांगणं केव्हाही चांगलं, याची मला कल्पना आहे, सर! मला तर याविषयी काहीही माहिती नाही. जोगीहाळांनी केसरूर हायब्रीड म्हणत मोठ्या आकाराच्या वेलदोड्याविषीयी संशोधन करून एक एकर जमिनीवर त्याची लागवड केली होती. आजही तो प्लॉट आहे. पण त्याचीही कथा इतर रोपांप्रमाणेच झाली! त्यामुळं जोगीहाळांनीही ही पद्धत बरोबर नाही, म्हणून निम्म्यावर सोडून दिलं. आजही केसरूर हायब्रीड प्लॉट तसाच पडलाय, याहून जास्त मला काहीही ठाऊक नाही. दर एकरी एक टन कुठला? एक क्विंटलही वेलदोडा आला नाही!" महमदनं नम्रपणे पण स्पष्टपणे सांगितलं.

"असं होय! एवढंच?" अंगाडी निराश झाला.

तो उठला, तसं पाटलांनी विचारलं, "पुन्हा भेटू या ना?"

"होय. फोन करेन मी-"

अंगाडी तिथून बाहेर पडल्यावर पाटलांनी वळून विचारलं,

काय म्हणतोय् हा? त्या म्हाताऱ्या शांतगौडानं धापा टाकत काय सांगितलं आणि यानं त्यातलं काय ऐकलं, कुणास ठाऊक! आपणच शांतगौडांना विचारायला हवं होतं. त्यांची प्रकृतीही धड नाही! या गावात आल्यापासून एक काम धड होईल, तर शपथ!

"मीही जोगीहाळांच्या तोंडून केसरूर हायब्रीडचं नावं बऱ्याच वेळा ऐकलं होतं, सर! पण त्यावेळी नीट काही विचारलं नाही. जोगीहाळांच्या नोटस् नीट अभ्यासून बघायला पाहिजेत. त्याचबरोबर त्यांच्या पर्सनल नोटसही पाहायला पाहिजेत -"

नेमक्या त्याच वेळी संशोधन-केंद्रालगतच्या मशिदीतून 'अल्ला हो अकबर' ची बांग ऐकू आली. त्याच्यापाठोपाठ संशोधन केंद्रातल्या देवळातून तिरुपती बालाजीचं स्तोत्र कानांवर आदळू लागलं. आपापले धर्म जागृत असल्याचं बघून हिंदू आणि मुसलमानांनी सुटकेचा नि:श्वास सोडला आणि विरोधी माईककडे पाहत दात-ओठ खात राहिले.

"पाहिलंत? सुरू झाला हलकल्लोळ! अशा प्रकारे माईकवरून नमाजासाठी

बोलवायची पद्धत आता मुसलमान देशांमध्येही राहिलेली नाही. इथं मात्र हे आमचा जीव खाताहेत! आणि हे अज्ञानी भर दुपारी बारा वाजता व्यंकटेशाला 'उत्तिष्ठो उत्तिष्ठित' म्हणून उठवताहेत! अरे महमद - हेगडे! तुम्ही तुमच्या लोकांना का सांगत नाही?'' म्हणत पाटील गोंधळ असह्य झाल्यामुळं कपाळाला हात लावून बसून राहिले.

हेगडेनं विचारलं,

'पण, महमद, तू इथं कसा? नमाजाला गेला नाहीस?'

'मी फक्त शुक्रवारी तेवढा जातो. ऑफिसमध्ये असताना कसं जायचं? आजच्या जगात कुराणात सांगितल्यासारखं राहायचं, म्हणजे कसं काय जमणार?' महमदनं विचारलं.

''कुणालाच काही बोलायची सोय राहिली नाही, सर!'' हेगडे पाटलांना म्हणाला, ''आपल्या केंद्राच्या हिंदू परिषदेच्या मेंबरांना सांगितलं, तर मुसल्यांची मस्ती जिरवतो, म्हणतात - मुसलमानांना सांगायला गेलं, तर हिंदूच्या दडपशाहीला घाबरत नाही, म्हणतात! वर दोघंही आमच्याकडे विरुद्ध पार्टीचा एजंट म्हणून संशयानं डोळे लाल करून बघतात! दोघांनाही बड्या बड्या धेंडांचा पाठिंबा आहे, सर!''

' 'आधी यांचा दंगा संपू दे - नंतर आपण केसरूर हायब्रीडची चर्चा करू -'' म्हणत पाटील खिन्नपणे उठले.

''मघाशी म्हटलं ना? केवळ प्लॉट आहे - झाडं नाहीत, म्हणून? त्यात काही फार मोठं रहस्य आहे, असं मला वाटत नाही -'' महमद म्हणाला.

आधीच वैतागलेले पाटील त्याचं बोलणं ऐकून संतापानं म्हणाले,

''तुम्हांला समजलं नाही, म्हणूनच ते रहस्य आहे! त्या प्लॉटमध्ये लागवड करण्यासाठी बियाणं कुठून आणलं? व्हेअर इज द मदरप्लँट! कुठल्या झाडापासून बियाणं घेतलं? कशाला त्यांनी केसरूर हायब्रीड हे नाव दिलं? काहीही रहस्य नसेल, तर दे या प्रश्नाचं उत्तर! -''

माईकच्या चढत्या आवाजात पाटलांचाही संतापही चढत गेला. सगळ्याचा परिणाम म्हणून ते ओरडले,

''सगळ्यांनी मिळून जोगीहाळांचा खून केलाय, म्हणून सांगतो - थांब! तसाच जाऊ दे रिपोर्ट मंत्र्यांच्या टेबलावर!''

१५

श्यामनंदन अंगाडी प्रवासी बंगल्यातील खोलीत शांतपणे बसला होता. त्यानं अजूनही रिपोर्ट लिहायला सुरुवात केली नव्हती. उगाच चार मुद्दे नोंदवून ठेवले होते एवढंच. आल्या-आल्या त्यानं खिशातलं रिव्हॉल्वर काढून सूटकेसमध्ये भिरकावलं होतं. शांतगौडा आणि पाटलांना भेटायला जाताना रिव्हॉल्वर नेल्याचं त्याला हसू आलं होतं. पण काल दोन दंडधारींनी पाठलाग केल्यामुळं सावधगिरी म्हणून त्यानं ही व्यवस्था ठेवली होती.

ते कोल्ट कंपनीचं १९११ सालचं जुनंपुराणं रिव्हॉल्वर होतं. त्याचं मॅग्झिन गदागदा हलत होतं. फिरवल्यावर त्याची नळी नीट गोळीपुढं येत नव्हती. त्यामुळं ट्रिगर दाबत राहिलं, की केव्हा तरी एकदा त्यातून गोळा सुटत होती. आत्महत्या करायची म्हटलं, तरी ते हत्यार योग्य नव्हतं! केवळ चोरांना घाबरवण्यासाठीच त्याचा उपयोग होणं शक्य होतं! लायसेन्स नसल्यामुळं पोलिसांनी त्याला हात लावला नव्हता. अंगाडी इंटलिजन्स डिपार्टमेंटला बदलून आला, तेव्हा त्यानं त्याचं लायसेन्स बनवून आपल्यापाशी घेतलं होतं. ते खिशात असलं, की अंगाडीला आपण जेम्स बाँड असल्यासारखं वाटत होतं, एवढंच! त्याचा आणखी काहीही उपयोग नाही, हे त्याला चांगलं ठाऊक होतं!

काही कळायच्या आधीपासून रेल्वे इंजीनचा ड्रायव्हर किंवा हेर व्हायचं, असं अंगाडीचं स्वप्न होतं. पहिलं स्वप्न पूर्ण होऊ शकलं नसलं, तरी दुसरं मात्र पूर्ण झालं होतं. हेरखात्याचं इतक्या पराकोटीचं आकर्षण वाटायचं कारण म्हणजे खूप लहानपणापासून आई सांगायची, त्या चोरांच्या कथाच. याविषयी अंगाडीची खात्री होती.

अंगाडी अगदी लहान असतानाची गोष्ट. दोन वेलदोडे-चोर गावाबाहेरच्या त्यांच्या घरावर दरोडा घालण्यासाठीच आले होते. त्यांतला एक पोत्यात बसला. दुसऱ्यानं पोत्याचं तोंड बंद केलं आणि अंगाडीच्या घरी तो बोजा आणून ठेवत व्यापाऱ्याच्या वेषात म्हणाला,

"हे सामान थोडा वेळ तुमच्या घरी राहू द्या - मी दोन मैलांवर राहणाऱ्या लक्ष्मणगौडांकडे जाऊन येतो -"

नंतर तो घराबाहेर लपून बसला. अंगाडीचे वडील बाहेरच्या ओसरीत बसले होते. आई चुलीपाशी स्वयंपाक करत होती. तिचं मध्येच त्या बोज्याकडे लक्ष गेलं. ते पोतं सावकाश श्वासोच्छ्वास करत होतं! क्षणार्धात सगळा खुलासा झाला. चोराचा साथीदार जवळपास लपला असणार, हेही तिच्या लक्षात आलं. नवऱ्याला हाक मारली, तर बाहेरचा चोर सावध होणार! त्यानं हत्यारानिशी नवऱ्यावर चढाई केली, तर? ती पाळण्यात झोपलेल्या अंगाडीपाशी आली आणि तिनं त्याला चिमटा काढला. अंगाडी रडू लागला. नवऱ्यानं ओरडून दोन-तीन वेळा 'का रडवतेस? घे की बाळाला -' म्हणून सुचवलं, तरी तिनं काहीच हालचाल केली नाही. नवरा उठून आत आला, तेव्हा तिनं त्याला खुणावलं आणि नंतर दोघांनी पोत्यातल्या चोराला मुसळानं ठोकून काढलं. बाहेरच्या चोराला परिस्थितीची कल्पना आली आणि तो पळून गेला.

अगदी लहानपणापासून अंगाडी आईकडून ही कथा अगणित वेळा ऐकत वाढला होता. गावाबाहेरचं आपलं घर, चोरांचा कट, आईला यावर सुचलेली मात आणि त्यानंतर आई-वडलांनी दाखवलेला शूरपणा हे सगळं ऐकत असताना अंगाडीला आपण खानदानी हेराच्या घराण्यातले असण्याचा दृढ विश्वास वाढला होता. पोलिस डिपार्टमेंटमध्ये शिरल्यानंतर आय. पी. एस. पास होऊन तो इंटलिजन्स डिपार्टमेंटमध्ये शिरला, त्याला हीच कथा कारणीभूत आहे, यावर अंगाडीचा विश्वास होता.

पण अंगाडीचा अति-उत्साह, अपराधाविषयी त्याच्या मनात असलेली काल्पनिकता, प्रत्येक गोष्टीकडे रहस्य म्हणूनच बघायची वृत्ती, प्रत्येक गोष्टीकडे उत्प्रेक्षेनं बघायचा त्याचा दृष्टिकोन यामुळं अंगाडी ही त्याच्या डिपार्टमेंटमध्ये नकोशी झालेली व्यक्ती होती! अंगाडीचे अंदाज आणि निर्णय अतिरेकीपणाचे असल्याचं दाखवून देण्यातच त्याच्या वरिष्ठांचा संयम खर्ची पडत असे! असं काही घडलं, की आपल्या प्रतिभेची जाण असणारं कुणी नाही, म्हणून अंगाडी कष्टी होत असे - संशयितांना पकडून आणून अपराध्यांसारखं ठोकून काढणाऱ्यांविषयी अंगाडीच्या मनात तीव्र तिरस्कार होता. प्रतिभा आणि संयम या दोन गुण-विशेषांच्या बळावर कुठंलही काम करता येईल, असा त्याला विश्वास होता.

या सर्व कारणांसाठी त्याची वेलदोडा- बोर्डावर इंटलिजन्स ऑफिसर म्हणून बदली केली होती.

वेलदोडा-बोर्ड हे एक शिक्षा भोगण्याचं प्रकरणच होतं! काही निरुपयोगी राजकारणी, निद्रानाशाचा विकार असलेले म्हातारे आणि थंडगार रक्ताचे व्यापारी यांचं ते विश्रांतिस्थान! वेलदोड्याचं पीक कमी होऊन किंमती आकाशाला भिडल्या, देशाचं कोट्यवधी रुपयांचं परकीय चलन बुडीतखाती जाऊ लागलं. तेव्हा सरकार

खडबडून जागं झालं. जुन्या खोडांना पिटाळून तिथं नवे अधिकारी नेमण्यात आले. याच काळात अंगाडीही या खात्यात आला.

इथं अंगाडीच्या समृद्ध कल्पनाशक्तीला फारसा वाव नव्हता. त्यामुळं तो कंटाळून गेला होता. हाती नवं काही लागेल काय, ते पाहण्यासाठी तो मुद्दामच मरण-शय्येवरच्या शांतगौडांना भेटायला गेला होता. पण एखाद्या कसलेल्या हेरप्रमाणे त्यानं पाटलांपुढं केसरूर हायब्रीडचा प्रश्न टाकला तेव्हा 'त्यात काही अर्थ नाही-' म्हणत त्यांनी त्याच्या उत्साहावर थंडगार पाणी ओतलं होतं. परिणामी अंगाडीचा वैताग आणखी वाढला होता. भारतात सर्वच बाबतीत स्टँडर्ड उणावतंय, तसंच गुन्हेगारीमध्येही उणावतंय - आपल्यासारख्या पातळीवरच्या हेराला योग्य असा गुन्हेगारही त्यामुळं वाट्याला येत नाही, या विचारानं तो खंतावला होता.

पाटलांनी जे सांगितलं त्यातलंच थोडं-फार लिहून काढायचं ठरवून, त्यानं कागद पुढं घेतला. एवढं झालं, की मिळेल ती बस पकडून या दरिद्री केसरूरमधून बाहेर पडायचं, असा त्याचा निर्णय ठरला होता.

त्याच वेळी प्रवासी बंगल्यातल्या फोनची रिंग वाजली. आधी इथला नोकर फोन उचलेल, म्हणून अंगाडीनं दुर्लक्ष केलं. पण नोकर आला नाही. अखेर अंगाडीनंच रिसीव्हर उचलला.

पलिकडून कुठल्याशा परिचित आवाजानं चौकशी केली,

"मंत्री आलेत?"

"नाही -"

"आपण?"

"माझं नाव अंगाडी-"

"ओहो! मी जयराम. ओळखलं नाही?"

"आवाज ओळखीचा वाटला. पण नेमकं कोण, ते समजलं नाही."

"काय चाललंय्?"

"काही नाही. संध्याकाळी येताय का कॉफी प्यायला? या गावात आल्यापासून एवढा कंटाळा आलाय –"

"येईन की! भेटू आपण."

१६

घरावर पडणाऱ्या दगडांमुळं वैतागलेल्या कृष्णेगौडानं अखेर वैतागून नोकरांच्या सल्ल्याप्रमाणे पोलिसांत तक्रार नोंदवली. हवालदार जोगप्पानं तक्रार नोंदवून घेतली आणि म्हणाला,

"या गावात अमुक प्रकारची चोरी अमुक करतात. नळ गेले? अमक्याला धरा, ट्यूबा गेल्या? तमक्याला धरा, कपडे गेले? अमक्याला पकडा. हे मी बसल्या जागेवरून सांगू शकेन! पण दगड टाकणारे लोक कोण आहेत, ते ठाऊक नाही. तुमचा कुणावर संशय आहे? नाव सांगा - आम्ही तपास करू."

"कुणाचं नाव घेणार? कॉलेजची पोरं असतील, अस वाटलं होतं. त्यांच्या मास्तरांनाही सांगितलं. पण आजची पोरं कुणाला ऐकतात काय?"

"हे पाहा, ती मुलं कोण, हे निश्चित ठाऊक असल्याशिवाय केवळ अंदाजानं काहीही करणं शक्य नाही. ती पोरटी पोलिसांच्या विरुद्ध चटकन एक होतात! मग काय विचारता! हरताळ - बंद - दंगा - काचा फोडणं - सगळं सुरूच होतं. तुम्ही नजर ठेवा. फक्त दगडच येतात ना? आणखी काही त्रास नाही ना?"

जोगप्पाला एक गोष्ट निश्चित ठाऊक होती. केसरूरच्या मुलांचा दंगा सुरू झाला, की चिकमंगळूरहून रिझर्व पोलीस आणल्याशिवाय गत्यंतर राहत नाही!

"तसं नव्हे, जोगप्पा! दररोज चार-सहा, चार-सहा दगड पडत राहिले, तर घरात राहणाऱ्यांनी राहायचं कसं? तीन दिवस झाले - आमच्या मळ्यातल्या राखणीच्या नोकरांनाही झोप नाही. रात्रभर, 'आले - इकडं आले' म्हणत नुसता गोंधळ चालतो!"

"मी तुम्हांला सांगतो - तुम्ही एक काम करा. तुमच्याकडे नळीची बंदूक आहे, की नाही? दगड पडायची वेळ झाली, की हवेत दोन बार टाका. त्यानंतर बघा, दगड येतात काय, ते! तुमच्या नोकरांपैकीच कुणीतरी करत असेल हो, हे!"

"तुम्हांला रात्री थोडा वेळ गस्त घालायला नाही का जमणार, जोगप्पा ? पोलीस म्हटलं, की लोकही थोडे घाबरून असतात. आम्हाला घाबरत नाहीत. झाडलेली गोळी कुणाला तरी लागून नसता गोंधळ झाला, तर?"

"लोकांवर बंदूक झाडा, म्हणून कोण सांगतंय तुम्हांला? हवेत उडवा, म्हणतोय

मी! एवढं करून कुणाला लागली, तर त्याला कोण काय करणार? तुमच्याकडे बंदुकीचं लायसेन्स आहे, की नाही? तुम्हांला ते स्वत:च्या रक्षणासाठीच दिलंय. माझं ऐका - नोकर आणि घरातल्या माणसांना घरात थांबायला सांगा आणि आकाशाकडे नळी करून उडवा बार!'

रात्री-अपरात्री गस्त घालायचा विचार जोगप्पाला मुळीच पटला नाही. शिवाय आज कॉलेजमधल्या कुठल्याशा समारंभासाठी प्रिन्सिपॉलांनी पोलीस कुमक मागवली होती.

जोगप्पानं सहज म्हणून सांगितलेल्या एका मुद्यानं संशयग्रस्त कृष्णेगौडाच्या मनात मूळ धरलं. आपले नोकरच काहीतरी करत नसतील ना, असं त्यालाही वाटू लागलं. त्याच्या नोकरांमध्ये त्याच्या तीन-चार हंगामी प्रेयसी होत्या. त्यांचे नवरे तर हा गोंधळ करत नसतील?

मळ्यावर येताच त्यानं माइल मेस्त्र्याला बोलावून घेतलं आणि सांगितलं,

"बंदूकच उडवू या. तू सगळ्यांना घरात राहायला सांग त्या वेळी. कुणी काही कामासाठी बाहेर गेला आणि गोळी लागली, तर माझी जबाबदारी नाही- सांगून ठेवतो!"

शेवटचं वाक्य बोलताना त्याचा आवाज चांगलाच चढला होता. पुन्हा आवाज खाली आणून तो म्हणाला,

"आपल्यापैकीच कुणी दगड टाकत नाही ना? पोलीसही तेच म्हणताहेत."

मेस्त्रीही चिंताक्रांत झाला. तो म्हणाला,

तुम्ही तिकडं गेल्यावर आमी बी तोच विचार करत होतो. हे शेवटी आपल्यावरच येणार, म्हणून! कुणी तरी चार हलकट कारटी दगडं टाकताहेत आणि आपल्यालाच पोलीस पकडून नेऊन कोलदांडा घालतील, बघा! पण आज सोडणार नाही.

एकही माणूस आत येणार नाय, असा बंदोबस्त ठेवतो - मग कळेल, दगड बाहेरचे टाकतात की, इथले!'

एकीकडे तो हे म्हणत असला, तरी दुसरीकडे त्याच्या मनात एक शंका निर्माण झाली होती. मनातल्या मनात दात-ओठ चावत तो पुटपुटला,

"या मागं आमचीच माणसं आहेत काय? बघतोच त्यांच्याकडे! –"

कृष्णेगौडानं नोकरांपैकी शिकारी चिंक्राला निरोप पाठवला,

"आज संध्याकाळी तयार राहा. तू आणि मी मळ्यात राखणीसाठी फिरायचं.'

हे ऐकून स्वत:ला कृष्णेगौडाचा सेनानी समजून चिंक्राची मान गर्वानं ताठ झाली! मिशीला पीळ देत त्यानंही प्रतिज्ञा केली,

"आज दगड मारणाऱ्यांचे कुल्ले चेचून काढले नाय, तर नाव नाय सांगणार'!"

१७

पीरिअड संपताच आपापल्या जिवलग मित्रांचा शोध घेत आणि गप्पा मारण्यासाठी जिभा परजत मुलं निघाली. उलट-सुलट दिशेनं फिरणाऱ्या मुंडक्यांमध्ये रमेशला रफीची झुलपं दिसली.

"काय रे? काय झालं? असा का एरंडेल प्यायल्यासारखा थोबडा करून फिरतोस?"

"बरं नाही रे. पोट बिघडलंय. औषध घेऊनच कॉलेजला आलोय - रिकाम्या पोटी!"

"ते असू दे - परवा रात्रीचं कुणाला समजलं नाही, वाटतं! गुगलीची आयडिया फर्स्ट क्लास ठरली हं!" रमेशनं समाधान व्यक्त केलं.

"रमेश, सीक्रेट म्हणजे सीक्रेट! माझ्यापुढंही याचा उच्चार करता कामा नये! तूही ते विसरून जायला पाहिजे! तूच चार वेळा उच्चार केलास, तर कसं सीक्रेट राहील ते?"

एवढ्यात चंद्रा, गुगलीही या दोघांना पाहून तिकडं आले. विषय बदलण्यासाठी रमेशनं विचारलं,

"काय, रे, रफी, कसला रोग लावून घेऊन आलास?"

"मी काय करू, रे? आम्ही काय मुद्दाम रोग लावून घेतो?"

"तसं नव्हे! जरा बघून जायचं! दिसेल त्या गल्लीत शिरलं, तर आणखी काय होणार?"

रमेशचं बोलणं ऐकून रफीला कुठला तरी खास रोग झालाय्, असं समजून सगळा मित्रगण त्याचं अनुभवामृत-सार श्रवण करायला सरसावून बसला!

चंद्रानं विचारलं,

"अरे, कुठं गेला होतास, ते तरी सांगशील, की नाही ?"

"मलबार हॉटेलची गल्ली आहे ना? तिथं -" रमेश परस्पर उत्तरला.

"अरेच्चा! पण तिकडं कोण भेटली तुला ?"

एव्हाना रफीला आपल्या आजाराची ही पोरं कुठल्या अर्थानं चर्चा करताहेत, याची कल्पना आली.

तो म्हणाला,

“थू:! हलकटांनो! तुम्हालां दुसरं काही सुचतच नाही, काय, रे?”

“असू दे, रे! मित्रांमध्ये कसलं आलंय गुपित? सांग - सांग! आम्हीही ऐकू ना!- ”

“ए रास्कल! तू असशील तसला! अरे, पोट बरं नाही - जुलाब होताहेत, म्हटलं, तर तुम्ही तुमची अक्कल दाखवता काय?”

आपल्या संदर्भात बोलणं अशा पातळीवर गेल्याचं पाहून तो शरमून गेला होता.

एवढ्यात तिथं अंगार येत असलेला दिसला. तो जवळ येऊन रमेशला म्हणाला,

“तुला सर बोलवताहेत.”

“कोण?”

“आपले सर, रामचंद्र सर –”

दोघंही कॉमन रूममध्ये गेले. तिथं रामचंद्र गंभीर मुद्रेनं बसला होता. त्यानं विचारलं,

“रमेश, आपल्या स्टूडंटस्पैकी कोण घरावर दगड टाकायचे उपद्व्याप करतात?”

अंगार आणि रमेशचं रक्त थंडगार पडलं. सीक्रेट आऊट झालंय! गुगलीनं चांगलाच हात दिलाय! हे त्याचंच काम असलं पाहिजे!

त्यांचे चेहरे खर्रर्रकन् उतरलेले बघून रामचंद्रचा संशय आणखी वाढला.

“सर, तुम्हांला कुणी सांगितलं हे?” अंगारनं कोरडा पडलेला घसा ओला करून विचारलं.

सकाळी आपण कॉलेजमध्ये आलो, तेव्हा मुली खिदळत होत्या. ते आठवून आता रमेशच्या मनातही विविध अर्थ उमटू लागले. आपण नीट चौकशी केल्याशिवाय कॉलेजमध्ये पाऊल टाकलं, ती फार मोठी चूक झाली, याविषयी अंगारचीही खात्री झाली.

“कुणी सांगितले? ते काही फारसं महत्त्वाचं नाही रमेश, काय प्रकरण आहे हे?”

“गुगली ना?”

“छे: गुगलीनं नाही सांगितलं. पण तसं का विचारतोस?”

“हे पाहा, सर - मित्र म्हटला, की आम्ही जिवाला जीव द्यायला तयार आहोत! पण असा पाठीत खंजीर खुपसायचा असेल, तर मात्र - फिनिश्!”

फिनिश् हा शब्द ऐकून रामचंद्र मनोमन घाबरला. आपण खरोखरच नाव सांगितलं आणि हे फिनिश् करायला गेले, तर?

“तुमच्या मित्रांपैकी कुणीही नाही. पण तुम्ही का केलंत असलं काम? याचा क्रांतीशी काय संबंध?”

“कशाचा, सर?”

“दगड मारायचा -”

“कोण हलकट दगड टाकतंय, सर ? म्हणूनच विचारलं - कुणी सांगितलं हे तुम्हांला?”

‘तुम्ही फिनिश् करायला निघालात, की मीच तुम्हांला चिथवलं, म्हणून माझी बदली करतील!’

‘सर, तुम्हांला त्रास होईल, असं आम्ही मुळीच वागणार नाही-’

‘कॉलेजमध्ये जयंती नावाची मुलगी आहे ना –’

ते नाव ऐकताच हे मूर्च्छित व्हायचे तेवढे राहिले.

“ -तिचे वडील कृष्णेगौडा. काल मला ते जीपमधून घेऊन गेले आणि सांगितलं. कुणी तरी कॉलेजमधली पोरं त्यांच्याशी भांडली, म्हणे. अजूनही त्यांच्या घरावर दगड टाकतात, म्हणून सांगत होते. तुम्ही का गेलात त्यांच्याशी भांडायला? तुम्ही दगड नाही ना टाकले?”

अंगार म्हणाला,

‘सर, आमचा तुमच्यावर विश्वास आहे - तुम्हीही आमच्यावर विश्वास ठेवा. आम्ही दगड टाकले, हे सपेशल खोटं आहे. त्यांच्या नोकरांबरोबर भांडलो, हे खरं. दगड टाकले, म्हणून खोटाच आरोप करत त्यांनी आपल्या इंग्लिशगौडाला बडवून काढलं, सर! मित्र मार खात असताना मुकाट्यानं बघत राहणं म्हणजे क्रांती काय?’

नंतर अंगार आणि रमेशनं सगळी घटना आपल्या लाडक्या सरांपुढं मांडली. अखेर अंगार म्हणाला,

“आम्ही हे सगळं का गुपित ठेवलं सांगू? लेडीज़्ना यातलं काहीही समजू नये, म्हणून! जसं तुमच्या कानांवर आलं, तसंच कुणी तरी मुलींना सांगितलं आणि त्याही आम्हांला आपल्याच कॉलेजच्या मुलींच्या घरावर दगड टाकणारे म्हणून समजू लागल्या, तर? आता सुद्धा तुमच्या तोंडून हे ऐकताना जीव गेल्यासारखं झालं आम्हांला!”

“मग हे कुणाचं काम म्हणायचं, अंगार?”

ते शोधून त्याला चार लाथा हाणायचं सोडून, रस्त्यानं मुकाट्यानं जाणारी आमच्यासारखी पोरं पकडून ठोकून काढतात! आता तर तो दगड टाकणारा कोण आहे, हे शोधून चार लाथा घालाव्यात, असं आम्हाला वाटायला लागलंय्! तुम्हीच सांगा, सर, अशा वेळी आम्हाला किती दुःख होईल!’ अंगारनं हृदयातली वेदना व्यक्त केली.

रामचंद्र घाबरून म्हणाला, ‘तुम्ही नका त्यांचा शोध लावायला जाऊ! पुन्हा त्या नोकरांशी भांडणं होतील - ’

“आम्ही कशाला जाऊ, सर? आमच्या कॉलेजच्या विद्यार्थ्यांचा त्रास हा आमचाच त्रास नाही का? आम्ही तिकडं वळूनही बघणार नाही, सर!” रमेश म्हणाला.

१८

दिवस मावळायच्या आधी चिंक्रा बंदूक घेऊन कृष्णेगौडांच्या घरापाशी आला. कृष्णेगौडाही एका हातात लांब नळीची बंदूक आणि दुसऱ्या हातात पाच सेल्सचा टॉर्च घेऊन त्याची वाट पाहत होते. दोघंही घराच्या मागच्या बाजूला गेले. बाकी सगळे नोकर घरात शिरून खिडकीतून या दोन वीरांकडे पाहू लागले.

कृष्णेगौडानं त्यांना ओरडून इशारा दिला,

'मेस्त्री, आम्ही इकडं मळ्याच्या कुंपणापाशी आहोत. पलीकडे मोकळं रान आहे - त्यामुळं तिकडून कुणी आलं, तर दिसेलच. तुम्ही कुणीही घराबाहेर येऊ नका. चुकून कुणाला गोळी लागली, तर माझ्यावर जबाबदारी नाही. आधीच सांगून ठेवतो. आज दगड आला, की त्या दिशेला बंदूक झाडणार आहे-'

घरालगतच मागच्या बाजूला कुंपण होतं. त्याच्या पलीकडे विस्तीर्ण माळ. तो ओलांडल्यावर हरिजनांची वस्ती. पावसाचं पाणी वाहून जाण्यासाठी मैदानापलीकडे एक रुंद चर खणला होता. पाणी वाहून-वाहून तो चर चार-सहा फूट खोल झाला होता. दोघंही त्यात जाऊन बसले. अंधार वाढत होता. कृष्णेगौडानं आपली बंदूक सज्ज केली.

तो चर म्हणजे मळ्यावर काम करणारे नोकर आणि रस्त्यानं जाणारे लोक यांच्या दृष्टीनं परसाकडे जाण्यासाठी अत्यंत सोयीची जागा होती. त्यामुळं काही क्षणांतच त्या दोघांना तिथली दुर्गंधी असह्य होऊ लागली.

कृष्णेगौडा म्हणाला,

"चिंक्रा, या घाणीनं माझं डोकं उठलं, बाबा! दुसरी एखादी जागा बघ -"

"हलकट लेकाचे! अरे, मळ्यात जाऊन हागा - तेवढंच खत होईल, म्हटलं, तर ऐकत नाहीत! इथंच मरायला येतात! -" चिंक्रा बडबडला.

"थू:! इथं कुणी तरी बुट्टीभर हागून ठेवलंय -" म्हणत कृष्णेगौडा उसळी मारून चराबाहेर आला. त्याचक्षणी कुठं तरी दगड पडल्याचा 'धप्'कन आवाज ऐकू आला. निरुपायानं पुन्हा त्या दोघांना घाईनं चरात शिरावं लागलं.

अंधार होऊ लागला. भोवतालची झाडं केवळ छायेसारखी होऊन गेली आणि मनात येणाऱ्या शंकांप्रमाणे आकार धारण करू लागली.

'कसला म्हणायचा हा आवाज? हलकटांनी पुन्हा दगडं टाकायला सुरुवात केली, वाटतं! पण इथं कुणी दिसत नाही - ' सरावलेली नजर अंधारात फिरकत चिंक्रा म्हणाला.

दोघंही गप्प बसून राहिले. डोंगरदऱ्यांनी व्यापलेल्या त्या परिसरात मोठमोठ्या वृक्षांच्या छायेमध्ये त्यांना आपल्या बंदुका य:कश्चित आयुधांप्रमाणे वाटू लागल्या. ते धडधडत्या छातीनं भोवतालच्या अंधारात पाहत असताना सुकलेल्या पाचोळ्यांवर कुणी तरी पाऊल ठेवल्याचा 'चर्रर' आवाज त्यांना ऐकू आला दोघंही सावध होऊन तिकडं बघू लागले. काहीही दिसलं नाही. पुन्हा चर्रर - चर्रर वगैरे आवाज! कृष्णेगौडानं बंदूक पेलली. पुन्हा चर्रर - चर्रर - चर्रर आवाज त्यांच्याच दिशेला येऊ लागला.

केवळ आवाजाच्या आधारानं त्या दोघांच्याही कल्पनेतून समोरच्या शून्यामध्ये अंतरीक्षाला व्यापणाऱ्या भयाण आकृती साकार होऊ लागल्या! दोघांना काय करावं, ते सुचेना. पावलांचा आवाज तर अधिकच जवळ येत होता.

एकाएकी तो आवाज थांबला. दोघांचेही हात-पाय थंड पडले. आता तो आवाज काही क्षण ऐकू येईनासा झाला. कुठल्या तरी अदृश्य व्यक्तिमत्त्वाचं सान्निध्य त्या दोघांनाही लपेटून गेलं. पावलांचा आवाज हळूहळू दूर जात असल्याचं ऐकू येऊ लागलं. काही क्षणांतच तो आवाज शांततेत एकरूप होऊन गेला.

शेकडो रात्री अरण्यात काढलेल्या चिंक्राची बुद्धी ताळ्यावर असती, तर सुकलेल्या पानांखालून छंदोबद्ध आवाज करत जाणाऱ्या सर्पराणीला त्यानं निश्चित ओळखलं असतं. पण अज्ञात दिशेनं घरावर येऊन पडणारे दगड, झाडांच्या बृहदाकार छायाकृती यांमुळं त्या दोघांचीही डोकी पूर्णपणे बिघडून गेली होती.

दोघंही स्वत:ला जाणवलेल्या दु:स्वप्नाविषयी अवाक्षरही न बोलता हातातल्या बंदुका घट्ट पकडून बसून राहिले.

पुन्हा दगड पडल्याचा आवाज आला. कृष्णेगौडा म्हणाला,

"चिंक्रा, कुठं लपून दगड टाकताहेत, रे?"

"श्श् - त्यांना ऐकू येईल -" म्हणत चिंक्रानं त्याला गप्प बसवलं. नंतरही दोघं भोवतालच्या अंधारात नजर टाकत बसून राहिले.

काही क्षण तसेच गेले आणि चंद्रोदयाची चाहूल लागल्याप्रमाणे वातावरण उजळल्यासारखं झालं. जवळच एक दगड पडल्याचा आवाज आला. त्या दोघांनी भोवताली नजर टाकली. क्षितीजापाशी काही तरी हालचाल झाल्याचा भास झाला. कृष्णेगौडानं हातातल्या टॉर्चचा उजेड टाकून पाहिलं. त्या झोतासरशी दोन निखाऱ्यांसारखे डोळे त्यांच्याकडे वळले. शिकारीचा त्या दोघांचाही बराच अनुभव असल्यामुळं ते कुठल्या तरी निशाचर प्राण्याचे डोळे असल्याबद्दल त्या दोघांच्या मनात संशय नव्हता. पण या प्रसंगातील एका अनैसर्गिकतेनं ते दोघंही अत्यंत भयभीत झाले!

कारण ते डोळे सावकाश त्यांच्या दिशेनं पुढं पुढं येत होते! त्यातच शेजारी तीन-चार दगड पडल्याचा आवाज ऐकू आला. डोळे पुन्हा जवळ येऊ लागले, तेव्हा घाबरलेल्या कृष्णेगौडानं नेम धरायच्या फंदात न पडता बंदूक उडवली.

भोवतालच्या डोंगर-दऱ्यांतून त्या आवाजाचे प्रतिध्वनी उमटले.

खरं पाहता एक कान लाल झालेला कोल्हा त्यांच्या दिशेनं येत होता. पटाशीचा गोळा दाढेखाली फुटल्यामुळं झालेल्या स्फोटात त्याचा एक कान आणि ती तोंडाची बाजू होरपळून गेली होती. त्या जखमेत किडे झाल्यामुळं होणाऱ्या अपार वेदनेमुळं त्या कोल्ह्याचं डोकं बिघडल्यासारखं झालं होतं. त्यामुळं उजेड दिसताच तो त्या दिशेला येऊ लागला होता. बंदुकीचा धमाका त्याला ऐकूही आला नव्हता. बरंच जवळ आल्यावर माणसाचा वास आल्यावर मात्र तो एकाएकी थबकला होता!

कृष्णेगौडा हलकेच म्हणाला,

"चिंक्रा, बघतोस काय? उडव –"

पण बंदुकीला न घाबरता समोर उभ्या असलेल्या कोल्ह्याला बघून चिंक्रा अतिशय घाबरला होता. कोल्हा थबकून पुन्हा वळून जाऊ लागला, तेव्हा चिंक्रानं कशीबशी एक गोळी झाडली.

न राहवून कृष्णेगौडा ओरडला,

'थू: तिच्यायला! त्याला मार म्हटलं, तर आकाशात काय मारतोस?'

'तसं न्हाय, धनी! त्याची वागणूक बगून मला तर भीती वाटायला लागली! शिवाय पलीकडं गोसाव्याची पालं पडलीत! त्यांच्यापैकी कुणाला तरी गोळी लागली, तर?'

"छे:! मग तुझ्याबरोबर चोरांना पकडलंच म्हणायचं!" कृष्णेगौडानं तिरस्कार व्यक्त केला.

त्याच वेळी आणखी दोन-चार दगड आजूबाजूला पडले.

चिंक्रानं सावकाश डोकं वर केलं आणि चांदण्याच्या उजेडात सगळ्या माळावरून त्यानं नजर फिरवली. काही क्षण गूढ शांततेत गेले आणि चिंक्रा एकदम म्हणाला,

"धनी... चला, जाऊ या –"

चकित झालेल्या कृष्णेगौडानं विचारलं,

"का, रे? काय झालं?"

भोवताली हताशपणे बघणारा चिंक्रा म्हणाला,

"धनी, हे काय मानसाचं काम दिसत नाय –"

चंद्र उगवला होता. त्याच्या मंद उजेडाच्या मायाजालात भोवतालच्या सर्व जड वस्तूंना एकेक व्यक्तित्व प्राप्त झाल्यासारखं दिसत होतं! रण-गिधाडांनी घेरलेल्या माणसांसारखा कृष्णेगौडा हतप्रभ होऊन बसून राहिला.

११

हवालदार जोगप्पानं गस्त घालायच्या कामाविषयी अनुत्साह दाखवला होता - त्यामागचं एक कारण म्हणजे आणखी थोडी झळ पोहोचली, तर कृष्णेगौडा योग्य ती लाच द्यायला तयार होईल, अशी त्याला खात्री होती. दुसरं म्हणजे, ज्यूनियर कॉलेजच्या समारंभासाठी प्रिन्सिपॉल साहेबांनी बोलावलं होतं - तिथं जाणं आवश्यक होतं.

ज्यूनियर कॉलेजचे मूर्ख प्रिन्सिपॉल प्रत्येक कार्यक्रम निर्विघ्नपणे पार पडावा, म्हणून न चुकता पोलिसांची मदत घेत असत. त्याचा परिणाम म्हणून तिथला एकही कार्यक्रम चुकूनही शांतपणे पार पडत नव्हता. काळी पोलिस-व्हॅन दिसली, की मुलं अस्वस्थ होऊन खळबळ करायला सुरुवात करत. शिव्या सुरू होत. मग पोलिसांनाही पोरांच्या ढुंगणावर लाठ्या मारायची खुमखुमी येत असे. या सगळ्यामागे मूर्ख प्रिन्सिपॉलची कार्यक्रम निर्विघ्नपणे पार पडण्याची इच्छाच कारणीभूत असे, यात शंका नाही!

ज्यूनियर कॉलेजमधल्या या कार्यक्रमासाठी संशोधन केंद्रातले डॉक्टर पाटील प्रमुख पाहुणे म्हणून येणार असल्याचं ठरलं होतं. हे समजताच सकाळपासून गुगली, रफी, रमेश वगैरे रामचंद्राशी वितंड वाद घालत बसले होते. अखेर त्यांनी पाटलांना त्यांच्या मंत्र-तंत्राविषयी प्रश्न विचारायचे, असं ठरवलं. कारण त्यांचा विचारवादी संघ सुरू झाल्यापासून त्यांना एकही कार्यक्रम मिळाला नव्हता. त्यामुळं विचारवादी संघाचीही परिस्थिती जातीनिर्मूलन समितीसारखीच होईल, अशी त्यांना भीती वाटत होती. शिवाय ही दगडांची भानगड सुरू झाल्यापासून आपली पोरं-टोरं म्हणून होत असलेला दुर्लौकिकही त्यांना पुसून काढायचा होता. आपल्या बोलण्या-वागण्यामागं काही तरी सैद्धांतिक पाया आहे, हेही त्यांना दाखवून द्यायचं होतं.

सभेत पाटलांना काय प्रश्न विचारायचे, या मुद्यावर त्यांनी रामचंद्रचा छळवाद मांडला होता. एकंदरीत कार्यक्रमाच्या वेळी विचारायचे आपापले प्रश्न ते सगळे तोंडपाठ करून बसले होते.

पण प्रेक्षागृहात कॉलेजमधल्या मुली डोळे दिपवणारे रंगीत कपडे करून, माना मुरडत एकेक करून दाखल होऊ लागल्या, तेव्हा या मुलांच्या डोक्यातले

एकेक प्रश्न लुप्त होऊन त्यांना अनावश्यक भयानं घेरायला सुरुवात केली. बघता बघता त्यांचा सैद्धांतिक पाया ढासळू लागला.

कॉलेज-सुंदरी वनजाक्षीनं एखादं प्रेमगीत म्हणावं, तसं स्वागतगीत म्हणायला सुरुवात केली. सगळी मुलं अत्यंत भावपूर्णपणे ते ऐकू लागली. प्रत्येकाला ती ते आपल्यासाठीच म्हणतेय, असं वाटल्यामुळं सगळेच जण तिच्या गाण्याचा रसास्वाद घेत माना डोलावू लागले.

वनजाक्षीचं स्वागत-गीत संपलं. पण तिनं स्टेजवरून खाली उतरावं अशी मुलांची सुतराम इच्छा नव्हती. भावगीताचा कार्यक्रम समजून मुलं 'वन्समोअर-' म्हणून ओरडू लागली. फॅन्सचं आपल्यावरचं अगाध प्रेम पाहून वनजाक्षीलाही आणखी एक गाणं म्हणावसं वाटलं. त्यामुळं ती माईकपुढून न हलता परवानगीच्या अपेक्षेनं प्रिन्सिपॉलकडे दृष्टिक्षेप टाकू लागली.

संपूर्ण कार्यक्रमाचा मार्ग चुकवण्याच्या आविर्भावात तिला उभी असलेली पाहताच प्रिन्सिपॉल शेजारच्या इंग्लिश प्राध्यापकांच्या कानात कुजबुजले,

"तरी मी सांगत होतो - एखाद्या मुलाकडे स्वागत-गीताचं काम द्या, म्हणून!-" आता त्यांना धडधडीत दिसत होतं - एकदा परवानगी दिली, की सारखं 'वन्समोअर –' सुरू होईल आणि नको म्हटलं, की प्रिन्सिपॉलचा धिक्कार!

प्रिन्सिपॉलसाहेब धडपडत माईकपाशी आले आणि त्यांनी विनंती केली,

"कृपया विद्यार्थ्यांनी शांत राहावं! हे स्वागत-गीत होतं. यानंतर प्रमुख पाहुण्यांचं भाषण होईल. कार्यक्रम पुढं सुरू ठेवू द्यावा –"

प्रत्येक कार्यक्रमात याच चालीत आणि याच ठेक्यात हीच विद्यार्थ्यांची विनंती असे.

एकजण ओरडला,

"थू:! हा का रे, आला इकडं?"

"प्रिन्सिपॉल, म्हणे! जीव खातोय आमचा! -" कुणीतरी दुरून ओरडलं. एकंदरीत विद्यार्थ्यांना वनजाक्षीच्या निर्गमनापेक्षा प्रिन्सिपॉलांचं आगमन अधिक क्रूर वाटत होतं. मागच्या बाजूनं शिट्या सुरू झाल्या.

त्यातच सेक्रेटरी उभा राहिला आणि प्रमुख पाहुण्यांचा परिचय करून देऊ लागला. महान शास्त्रज्ञ आणि विज्ञाननिष्ठ - शास्त्राचारसंपन्न वगैरे तोंडाला येईल, तशी तो स्तुती करू लागला. हे गुणगान करायचं आधीच ठरलं होतं. काही तरी करून पाटलांना आपल्या बाजूला ओढून घ्यायचं, हा हिंदुवाद्यांचा हेतूच हे करवित होता!

सेक्रेटरीचं 'भो पराक्-' ऐकत असताना हळूहळू विचारवाद्यांचा पारा चढू लागला. सेक्रेटरीचं भाषण संपलं - आता प्रश्न विचारायचे! डोक्यात फक्त मुलीच

लखलखताहेत! एकही प्रश्न आठवत नाही! हळूच रामचंद्र सरांना विचारावं तर सरांचा पत्ता नाही. त्यांनी येणार नाही, म्हणून आधीच सांगितलंय. गुगली, रफी, रमेश, अंगार सगळे एकमेकांना 'तू विचार - तू- तू' म्हणून ढोसू लागले.

"आता विद्यार्थ्यांनी शांत चित्तानं प्रमुख पाहुण्यांचे विचार ऐकावेत'', अशी विनंती करून सेक्रेटरी आपल्या जागेवर जाऊन बसला आणि प्रमुख पाहुणे पाटील उठून उभे राहिले. मग मात्र धैर्य एकवटून अंगार उभा राहून म्हणाला,

"आम्हांला विचारवादी संघाच्या वतीनं डॉक्टर पाटलांना काही प्रश्न विचारायचे आहेत!-''

त्याला उठलेला पाहताच मोठा अपशकुन वाटून प्रिन्सिपॉलाना जीव गेल्यासारखं झालं. ख्रिश्चन जातीतला अंगार आता उभा असलेला बघून केसरूरमधला ख्रिश्चन समाज आपल्या विरोधात मुसलमानांशी मिसळला, असा त्यांनी निष्कर्षही काढला. त्यामुळं उठून घाईघाईनं माईकपाशी जाऊन ते म्हणाले,

"हे पाहा जोसेफ अंगार, कृपा करून खाली बसा. हे चर्चा-स्पर्धा किंवा वादविवादाचं व्यासपीठ नाही. पुढं आणखीही कार्यक्रम आहेत - यक्षगानही आहे - आता प्रश्नोत्तरांना सुरुवात झाली, तर त्या कार्यक्रमांना वेळ राहणार नाही!-''

अंगारला यावर काय बोलावं, ते समजलं नाही त्यातच मुलींनी, हा कोण, म्हणून माना वळवून त्याच्याकडे पाहिलं. याचा परिणाम असा झाला, की आपण का उभे राहिलो, हेही पूर्णपणे विसरून तो तसाच उभा राहिला. त्याच्या शेजारी बसलेल्या दोघांना त्याचं असं उभं राहणं हा निषेधाचा प्रकार असावा, असं वाटलं. त्यामुळं ते त्याचे खांदे ओढत 'ए - बैस - बैस' म्हणू लागले.

आपण अंगारला एकट्याला अडचणीत टाकल्यासारखं इतर विचारवाद्यांना वाटू लागलं. चंद्रा उठला आणि अंगारला जबरदस्तीनं बसवू पाहणाऱ्यांना म्हणाला,

"ओ पावनं! त्याच्यावर काय जबरदस्ती करता? आम्ही इथं प्रश्न विचारून त्यांचं निरसन करून घ्यायला आलोय - भजन करायला नव्हे!''

त्यानं आपली ज्ञानलालसा जाहीररीत्या दाखवून देताच गुगली, रमेश, तम्मण्णा, जगदीश वगैरे सगळाच विचारवादी समूह उठून उभा राहिला.

आता प्रिन्सिपॉल भुतानं पछाडल्यासारखं नुसतंच 'सायलेन्स - शांती सायलेन्स' म्हणून किंचाळू लागले. त्यातच रमेशनं ओरडून सेक्रेटरीला विचारलं,

"काय हो - फार मोठे विज्ञाननिष्ठ म्हणून सांगितलंत! मग ते मंत्र-तंत्र का करतात?''

या वेळेपर्यंत विचारवाद्यांचं सभा-कंपन खूपच कमी झालं होतं.

"नो -नो -नो! ही सभा आहे! इथं वैयक्तिक विषय काढायचं कारण नाही.

त्यांना इथं प्रमुख पाहुणे म्हणून बोलावलंय. त्यांचा मान ठेवला पाहिजे -'' प्रिन्सिपॉल ओरडले.

एवढा वेळ चाललेल्या सगळ्या गोंधळाकडे कौतुकानं बघत असलेले पाटील आता मात्र सावध झाले. ह्या प्रकरणात आपण आता हस्तक्षेप केला नाही, तर प्रिन्सिपॉल आपली पुरती बेअब्रू केल्याशिवाय राहणार नाहीत, हे त्यांच्या लक्षात आलं.

रफीही ओरडून म्हणाला,

''यात पर्सनल काय आहे? त्यांच्या घरातलं काही त्यांना विचारत नाही आम्ही संशोधक म्हटल्यावर त्यांचा विज्ञानावर विश्वास पाहिजे - अंधविश्वास नव्हे! -'

''रफी अहमद, सिट डाऊन! तुम्हाला दुसऱ्यांच्या धर्मावर टीका करता येणार नाही –' प्रिन्सिपॉल ओरडले.

अंधविश्वास - परंपरा यांसारखे विषय येताच त्यांच्या मस्तकातली एक धोक्याची घंटा ठणठणू लागली. संशोधन-केंद्रातल्या उद्भव व्यंकटेश देवळात त्यांचा महत्त्वाचा सहभाग होता. तिथं पाटलांचं फारसं सहकार्य नसल्यामुळं काही तरी करून त्यांची मर्जी संपादन करण्यासाठी त्यांना प्रमुख पाहुणे करण्यात आलं होतं. केसरूरला आल्यापासून माईकचा आरडाओरडा, बेरीचं राजकारण यामुळं वैतागून उद्भव व्यंकटेश देवळाला ते शरण गेले होते. केवळ हिंदूंना लागू पडणाऱ्या कुटुंब-नियोजनालाही त्यांनी कडाडून- विरोध केला होता आणि त्यासाठीच कुटुंबनियोजन सप्ताहासाठी त्यांनी कॉलेजची इमारत देण्याचंही आपल्या अधिकारात नाकारलं होतं.

आता प्रश्नोत्तरांना संधी दिली, तर पाटलांना ज्या कारणासाठी इथं बोलावलं, तो हेतू साध्य होणार नाही आणि त्याचबरोबर आपलाही विषय ही मुलं चव्हाट्यावर मांडतील, अशी त्यांना भीती होती.

मनातली भीती लपवण्याच्या नादात त्यांनी गोंधळ आणखी वाढवला. पाटलांनी माईक मागितला, तरी तो न देता ते स्वतःच 'सायलेन्स - शांत राहा' म्हणून ओरडत राहिले.

हातात माईक न मिळाल्यामुळं शेवटी पाटील ओरडून रफीला म्हणाले,

हे पाहा - मी मंत्र-तंत्र करणारा वैज्ञानिक नाही. विंचूदंशावरचा मंत्र हाही एक उपचाराचाच भाग आहे. सत्यासत्य समजावून घेणं - चिकित्सकपणे समजावून घेणं, हे वैज्ञानिकाचं काम! पूजा-अर्चा, देव-नैवेद्य यांवर माझा मुळीच विश्वास नाही '-'

प्रिन्सिपॉलांच्या सूचनांमधून पाटलांची वाक्यं पुढं बसलेल्यांनाच ऐकू आली. पुढं बसलेल्यांपैकी एकानं मागं वळून मुलांना जोरात सांगितलं,

''ज्यांचा पूजेवर विश्वास आहे, ते देवाची पूजा करतात आणि मंत्रांवर विश्वास

आहे, ते मंत्र म्हणतात! त्यात तुमचं काय जातंय?'' पाटील मुलांना घाबरून अशी विधाने करत आहेत, अशी त्या माणसाची समजूत झाली होती.

प्रमुख पाहुणेही विचारवाद्यांप्रमाणेच दिसताच श्यामला ही कॉलेजकुमारी धैर्य करून उठून उभी राहिली आणि म्हणाली,

''तर मग वैज्ञानिक देव-भूत-मंत्र-चेटूक-करू शकतील?''

मागच्या बाजनं जोरदार आरडा-ओरडा ऐकू आला,

''स्टेडी, श्यामला! हियर-हियर-''

आता मात्र प्रिन्सिपॉल पुरते खचले! मुलींचा एकदा पाठिंबा मिळाला, की ही पोरं रिझर्व पोलिसच काय, अख्खी मिलिटरी आली, तरी आवरणार नाहीत, हा त्यांचा विश्वास होता.

श्यामलाच्या वागण्याचा मागं बसलेल्या काही बायकांना राग आला. त्या कार्यक्रमाच्या अखेरीस असलेल्या 'प्रल्हाद प्रसंग' हे यक्षगान बघायला आल्या होत्या. त्या श्यामलावर तुटून पडल्या,

''-ए पोरी! तुझ काय जातंय् यात? रस्त्यावर आयुष्य काढणारी ती पोरं - त्यांची गोष्ट वेगळी! तुझी मुलीची जात. तुला दिल्या घरी - घेतल्या घरी चांगलं नाव करायचंय! उगाच चार माणसांत बडबडून नाव का खराब करून घेतेस ? बैस खाली -''

श्यामलानं आपली बाजू घेतल्याचं बघून सगळे विचारवादी धक्का बसल्या सारखे परस्परांकडे टका-मका बघू लागले! त्यांची अवस्था कुरुक्षेत्रात कृष्णानं विश्वरूप दर्शन दिलेल्या अर्जुनासारखी झाली होती!

काही व्यंकटेशभक्त पाटलांना फैलावर घेऊन, 'संशोधक' म्हटल्यावर नास्तिक असलाच पाहिजे काय?' असा प्रश्न विचारून आईनस्टाईनपासून राजा रामण्णांपर्यंत सगळ्यांची साक्ष काढू लागले.

''तसं नव्हे. आपला विश्वास - आपली श्रद्धा काहीही असो -ती रस्त्यावर आणून इतरांवर लादता कामा नये -''

''-तर मग मुसलमान तेवढे मशिदी बांधून माईक लावू शकतात काय?''

आता मात्र केसरूरमधल्या शीतयुद्धाला तोंड फुटलं! पुढच्या पंधरा मिनिटांत त्या सभेत चाललेली आलोचना समालोचना झाली आणि समालोचनेचा वाग्वाद झाला! वाग्वादाचा गोंधळ झाला आणि त्याचं रूपांतर पराकोटीच्या गोंधळात झालं! काही विचारवाद्यांना चेव चढला आणि त्यांनी घोषणा दिली, 'परंपरावादी पाटलांचा धिक्कार असो!'

पाठोपाठ पाटलांबरोबर वाद घालणारे काही जण ओरडले, 'नास्तिक पाटलांचा धिक्कार असो!'

आपल्या बरोबरीनं धिक्कार-घोषणा देणारे कोण आहेत, म्हणून विचारवाद्यांनी तिकडं वळून पाहिलं, तर ते सगळे व्यंकटेश देवालयाचे लोक होते! म्हणजे यांच्या बरोबरीनं पाटलांच्या धिक्काराच्या घोषणा देणं योग्य, की अयोग्य? आमचे विरोधी पाटील त्यांचेही विरोधी कसे होऊ शकतील? काहीतरी गडबड आहे!

नेहमीप्रमाणे विचारवादी या किरकोळ प्रश्नावर गडबडून गेले. त्यात मार्गदर्शन करायला रामचंद्र सरही नाहीत! तें जाऊ दे - मुली कुठल्या बाजूला आहेत, ते बघून आपलं धोरण ठरवायचं म्हटलं, तर तेही नीट समजेना!

सभेतून धिक्काराच्या घोषणा ऐकू येताच दूर उभी असलेली पोलिस व्हॅन नेहमीप्रमाणे पुढं सरसावली. ती कॉलेजालगत उभी राहताच तीतून खाकी वेषधारी आकृती उतरल्या. बाहेर गप्पा मारत उभ्या असलेल्या कॉलेजकुमारांना खाकी गणवेश पाहताच सर्पदर्शन झाल्यासारखं झालं! त्यांनी तत्परतेनं आत जाऊन सभेत वितंडवाद आणि घोषणा-युद्धात रमलेल्या आपल्या मित्रांना परिस्थितीची कल्पना दिली. बाहेरचं मैदान आणि गल्लीबोळ ही पोलिसांशी गुरिला वॉर करण्यासाठी योग्य युद्धभूमी आहे, असंही त्यांनी सुचवलं.

आता व्यंकटेश-वादींनी वाद पूर्णपणे थांबवून केवळ पाटलांचा धिक्कार करायला सुरुवात केली, 'देव-विरोधी - नास्तिकवादी पाटलांचा धिक्कार असो!-'

रमेश कावरा-बावरा होऊन म्हणाला,

"अरे - या हलकटांबरोबर आपण का धिक्कार करायचा?"

"मग गप्प राह्यचं म्हणतोस ?"

"मग काय करायचं?"

"ते शक्य नाही - " चंद्रा म्हणाला. 'मग आपण त्यांचा जयजयकार करू या-'

"होय -होय उगाच गप्प का म्हणून बसायचं?" अंगार म्हणाला.

त्यांनतर जेव्हा प्रतिपक्षानं देव-विरोधी - नास्तिकवादी पाटलांचा - म्हणून पुकारा केला, तेव्हा त्यांचा आवाज पूर्णपणे लपला जाईल, एवढ्या जोरात विचारवाद्यांनी घोषणा केली, '-विजय असो!'

हा गोंधळ चालला असतानाच 'प्रल्हादप्रसंग' यक्षगान बघायला आलेल्या बायकांना नरसिंह अवतार साकार झाल्याप्रमाणे स्टेजवर पोलिस अवतीर्ण झालेले दिसले. ते पाहताच त्या घाबरून उठत बाहेर जाता-जाता बडबडल्या,

"थू:! नास्तिक पोरटी! इथं येऊन दंगा करतात! छाती असेल, तर तिकडं मशिदीपाशी करा, म्हणावं, दंगा!-"

यावर कुणी तरी तेल-तूप टाकलं,

"त्यांनीच यांना इकडं दंगा करून 'प्रल्हाद प्रंसग' उधळायला सांगितलाय,

म्हटल्यावर हे तिकडं कशाला जातील?''

यातच हवालदार जोगप्पा प्रिन्सिपॉलना विचारू लागला,

'काय? कुणाला ठोकून काढायचं धिक्कारवाल्यांना, की जयजयकारवाल्यांना?'

प्रिन्सिपॉल आणखी गोंधळून गेले. त्यांनी सांगितलं,

''त्यांनाच - ते पाटलांचा जयजयकार असो म्हणतात ना - त्यांनाच!''

त्याच वेळी पाटलांनीही सांगितलं,

''धिक्कार असो म्हणताहेत ना? त्यांचीही चूक आहे. त्यांनी प्रश्न विचारल्यावर यांनी संधी द्यायला नको?''

या सगळ्या प्रकरणात जोगप्पाला आपण कुणाला ठोकायचं, याला उलगडा झालाच नाही. शेवटी त्यानं माईक हातात घेतला आणि सांगितलं,

''ज्यांना घोषणा द्यायच्या असतील, त्यांनी बाहेर जाऊन घोषणा द्याव्यात. इथं दंगा केलात, तर आम्हांला लाठीमार करावा लागेल!-''

''थू:! जळले मेले पोलिस! कशाला हवीय ही भानगड?'' म्हणत उठून चालू लागलेल्या एका स्त्रीच्या पुढारीपणानं सगळे बाहेर निघाले. अधून मधून मुलांना दणके देत पोलिसही बाहेर जाणाऱ्यांना मार्ग करून देऊ लागले.

बघता बघता समोरची सभा रिकामी होऊ लागली. रोप-पीक-रोग - केसरूर व्हायरस याविषयी माहिती देण्यासाठी आलेले पाटील हताश होऊन गेले.

केसरूर रोगानं एक संपूर्ण लोकसमूहच वेढला गेल्याचं त्यांना दिसलं होतं.

२०

“काय, रे, एकटाच बसलास? हेगडे-सिद्दप्पा कुठं गेले?” कॉफीबारच्या पायऱ्या चढून वर येत सिगारेट ओढत, जयराम रामचंद्राला विचारत होता.

“त्यांच्या बॉसचा केसरूरच्या ज्यूनियर कॉलेजमध्ये एक समारंभ आहे ना? तिथं गेलेले दिसतात”

“तुमच्या कॉलेजमध्ये ना? मग तुम्ही इथं कसे?”

“काय करू, तुम्हीच सांगा! या मुलांना कंट्रोल करणं फार कठीण! पाटलांविषयी त्यांना कितीही समजावून सांगितलं, तरी यांची समजूतच पटत नाही!”

“जाऊ द्या हो! आधीचं पाहिलं, तर ही पोरं कितीतरी सुधारली म्हणायला पाहिजे! पूर्वी फक्त शिट्या वाजवत भटकत राह्यची - आता विचार वगैरे करतात - सिद्धांत म्हणतात - मतं मांडतात! -”

“म्हणजे आता मतं-सिद्धांत म्हणत दंगा करतात! काय सांगू - परोपरीनं सांगितलं, तरी आम्ही पाटलांना प्रश्न विचारणार, म्हणून हट्ट सोडायला तयार नाहीत! होकार दिला, तर प्रश्न लिहून द्या, म्हणून छळवाद मांडला! उगाच काळा झेंडा - निषेध म्हणून दंगा करतील, या भीतीनं काही प्रश्न तयार करून दिले आणि मी मात्र समारंभाला येणार नाही, म्हणून सांगून इकडं निघून आलो!”

“प्रश्नच विचारणार आहेत ना? मग विचारू द्या की!”

“तसं नाही. गावातलं वातावरण इतकं विचित्र होऊन बसलंय, की अगदी क्षुल्लक घटनाही एखाद्या संकटाची नांदी ठरू शकेल. तोच विचार करत बसलो होतो-”

“ह्या मुलांचे टोकाचे स्वभाव हा एक फार मोठा प्रश्न आहे! ही फायरब्रँड पोरं शब्दाला शब्द वाढवत केव्हा हाताला हात भिडण्याची वेळ आणतील, हे सांगता येत नाही.”

एवढ्यात श्यामनंदन अंगाडीची भव्य आकृती कॉफी-बारचा दरवाजा व्यापून उभी राहिली. दाराकडे पाठ असलेल्या जयरामला ‘हॅलो - ’ म्हणत तो आत आला. जवळच्या टेबलावरची खुर्ची ओढून घेत त्यानंही त्या दोघांना विचारलं,

“दोघंच बसलात? हेगडे-सिद्दप्पा कुठं आहेत?”

“येतील एवढ्यात -” सिगारेट काढत रामचंद्र म्हणाला.

त्याच वेळी हेगडे आणि सिद्दप्पा आत आले.

त्यांना पाहताच रामचंद्रनं आशंकेनं विचारलं,

"एवढ्यात कार्यक्रम संपला?"

"व्वा! तिकडं सभाभंग करायला सुबाहू -मारीच पाठवून दिलेत! आणि इकडं सभेची चौकशी करता?" हेगडेनं विचारलं.

रामचंद्रनं घाबरून विचारलं,

"का? काय झालं?"

हेगडेनं सांगितलं,

"तरी बरं! वेळेवर पोलिस आले, म्हणून मारामारी वाचली! आमचे चीफ आधीच सिनिक! एवढं झाल्यावर केसरूरला आणखी ढीगभर शिव्या घालतील!"

'तरी मी सांगून पाठवलं होतं - मारामारी करू नका. फक्त प्रश्न विचारा म्हणून! तरीही भांडले?' रामचंद्र खिन्न होऊन म्हणाला.

'यांनी प्रश्नही विचारले नाहीत आणि त्यांनी उत्तरही दिलं नाही. ही मुलं पाटलांना विंचवावरच्या मंत्राविषयी विचारू लागली - त्यांनी मी मंत्र-तंत्र मानत नाही, म्हणून सांगितलं. त्यातच काही माणसं पाटलांना देवविरोधी-नास्तिक म्हणून दूषणं देऊ लागली. त्यातून मशीद-देवळाचा वाद निघाला. काही जण पाटलांचा धिक्कार करू लागले, म्हटल्यावर ही पोरं त्यांचा जयजयकार करू लागली! पोलिसांना कुणाला मारावं, ते समजेना. शेवटी सभा बरखास्त झाली.'

हेगडेचं बोलणं ऐकताच रामचंद्र जयरामला म्हणाला,

"मी म्हणत नव्हतो? या गावात कुठलीही किरकोळ गोष्ट संकटाला कारणीभूत होते, म्हणून?"

"एकदा ठिणगी पडून आग लागू दे! नाही तरी या धुमसत्या ज्वालामुखीच्या तोंडावर बसून सतत काय होईल, म्हणून काळजी करत राहण्यापेक्षा एकदाच जे काही व्हायचं, ते होऊन गेलं, तर उत्तम! नाही का? केसरूरच्या दुखण्यावर तेच एक औषध आहे, असं नेहमी पाटील म्हणत असतात. मीही आता त्याच निष्कर्षावर येऊन पोहोचलो आहे!" जयराम म्हणाला.

पाटलाचं नाव ऐकताच सिद्दप्पा म्हणाला,

" - अरे, तो एक वेडा सिनिक म्हातारा आहे! जोगीहाळांमध्ये जी माणुसकी होती, ती शतांशानंही त्याच्यात नाही!"

"तरीही उत्कृष्ट संशोधक म्हणून त्यांची चांगली ख्याती आहे! स्वत: जोगीहाळांचंही त्यांच्याविषयी उत्तम मत होतं - ते तसं बोलूनही दाखवायचे! - " हेगडे म्हणाला.

"सांगतील तर काय! अरे, माझं ऐका, तो म्हातारा सिनिक आहे! समोर शत्रू

असला, की त्याची बुद्धी अधिक तीक्ष्णपणे चालते. सकाळी बघितलंस ना, कसा उगाच आमच्यावर ओरडत होता! आम्ही जोगीहाळांचा खून केला, म्हणे! या म्हाताऱ्याची ही रूपकात्मक भाषा जाळून गाडायला पाहिजे! कुणी यावर विश्वास ठेवला, तर जोगीहाळांबरोबर काम केलेल्या आमच्यासारख्यांची मोठी विचित्र परिस्थिती होईल!'' सिद्दप्पा प्रामाणिक पोटतिडिकीनं म्हणाला.

एवढा वेळ सगळं बोलणं मुकाट्यानं ऐकणाऱ्या अंगाडीनं विचारलं,

''मिस्टर सिद्दप्पा! तुम्ही सगळे नीट सहकार्य न देता जोगीहाळांना मारण्यामध्ये मानसिकदृष्ट्या सहभागी झाला, असं अलंकारिक भाषेत सांगितलं ना? पण ते शब्दशः खरं असावं, असा माझा संशय आहे! -''

यावर हेगडे संतापून म्हणाला,

''पाहिलंत? पुन्हा सुरू झाली फालतू कटकट! त्याचसाठी मी पहिल्यापासून आम्हांला इंटलिजन्सची भानगड नको, म्हणून सांगितलं होतं -''

''जोगीहाळ जिवंत असताना आमच्या मनात त्यांच्याविषयी पराकोटीचा आदर होता! त्यांच्या मृत्यूनंतर मात्र त्यांचं नाव निघालं, की डोकंच फिरतं!-'' सिद्दप्पानं हेगडेंच्या आवाजात आपला आवाज मिसळला.

''माझीही तीच अवस्था आहे, सिद्दप्पा! कुठलाही विषय काढला, तरी तो थेट जोगीहाळांच्या मरणाशीच जाऊन पोहोचतो! या गावातलं सारं काही जोगीहाळांच्या मरणाभोवतीच फिरतंय! पोलिस ठाण्यात जाऊन जुन्या फायली काढून पाहिल्या. सगळा एकजात गोंधळ! या मागं किती तरी भानगडी!-'' अंगाडी म्हणाला.

हेगडे म्हणाला,

''अंगाडी, खरोखरच माझं तुम्ही ऐका - जोगीहाळांचा खून करायला कुणालाही कुठलंही कारण नाही! कृपा करून पुन्हा-पुन्हा तो विषय काढून आम्हांला जुन्या वातावरणाची आठवण करून देऊ नका! - आणि मला वाटतं, आपण एका बाजूला खुर्च्या घेऊन बसू या.''

हेगडेनं शेवटची सूचना केली. कारण तिथं भोवताली बरीच मंडळी वावरत होती. जयराम आणि रामचंद्रही त्या बोलण्यात रस घेऊ लागले होते. त्या सगळ्यांनीच आपापल्या खुर्च्या एका बाजूला ओढून घेतल्या. नंतर हॉटेलच्या पोऱ्यानं त्यांच्यामध्ये एक टेबलही ठेवून दिलं.

नंतर हेगडे पुन्हा म्हणाला,

''हे पाहा अंगाडी, आम्ही कुठल्याही न्यायपूर्ण आणि निष्पक्षपाती चौकशीला घाबरत नाही. आम्ही घाबरतो वेगळ्याच कारणासाठी! गुन्ह्याची चौकशी करताना प्रत्येकजण मनात काही तरी उद्देश ठेवून आपापली डाळ शिजवण्यासाठी धडपडत होता! काही माणसं हे खुनाचं प्रकरण शिंदीच्या कंत्राटदारावर लादायला पाहत होती,

तर काही ब्रीडर महंमदच्या गळ्याला फास लावायला निघाली होती! मी आणि सिद्दप्पानं थोडी जरी ढिलाई दाखवली असती, तर आमच्या तोंडून आपल्याला हवं असलेलं असत्य वदवून घेण्यासाठी अनेकजण दडपण आणू पाहत होते. त्यामुळं जोगीहाळांचा मृत्यू म्हणजे भूत पाहिल्यासारखं होतं आम्हांला!'

'हेगडे, तुम्हांला पुन्हा सांगतो - मी जोगीहाळांच्या खुनाची तपासणी करायला आलेलो नाही! मग, माझ्याशी बोलताना एवढे का मागं-पुढं बघता?' मग अंगाडी जयरामकडे वळून म्हणाला, 'ऑल राईट! जयराम, तुम्ही लेखक आहात. तुम्हाला मी एक विनंती करतो - शेवटी तुम्ही यावर कथा किंवा कादंबरी मात्र लिहू नका! माझी तपासणी एका डेडलॉकपर्यंत येऊन अडकून पडली आहे. कुठल्याही मार्गानं गेलो, तरी जोगीहाळांच्या मृत्यूपाशी पुन्हा येऊन थांबतो! –''

जयराम हसत म्हणाला,

''अंगाडी, लेखकाला अमुक विषयावर लिहा आणि तमुक विषयावर लिहू नका, असा तुम्ही हुकूम देऊ शकत नाही हं! कारण ते लेखकालाच अशक्य असतं!''

''बरं तर! पब्लिश करू नका! ते तरी तुमच्या हातांत असतं, की नाही? की तीही दैवलीलाच? हे जर तुमच्या हातांत नसेल, तर कदाचित तुमच्या कल्पनेनं एव्हाना एखादी कथा विणायला सुरुवातही केली असेल! खरं ना?''

''हो तर! त्यातही एक गोम आहे, अंगाडी! ते विणणं नसतं. ऐकत असतानाच ते कथेच्या रूपात आत जात असतं.''

'आता असं सांगताय! त्या वेळी तुमच्या कथेच्या आधारे तुम्हाला ठाऊक असलेलं सत्य मला सांगा, म्हणून मी जंग जंग पछाडलं, तरी तुम्ही मला सहकार्य दिलं नव्हतं. ते तुम्ही दिलं असतं, तर त्या वेळी मी त्या मुलीच्या खुन्याला निश्चित अटक करू शकलो असतो!'

'अंगाडी, अजूनही तेच तुमच्या डोक्यात आहे ? ती कथा संपूर्णपणे काल्पनिक होती म्हणून आजही मी शपथेवर सांगायला तयार आहे. लेखकाला असं सत्य उमगलं आणि तो खरोखरच चांगला कलाकार असेल, तर तोही खुनी माणसाला शिक्षा व्हावी, म्हणूनच प्रयत्न करणार ना? तसं करण्याऐवजी तो कथा लिहीत बसणार नाही, याची तुम्ही खात्री बाळगा!'

तिथं असलेल्या तिघांनाही जयरामच्या बोलण्यातला प्रामाणिकपणा भिडला.

अंगाडी म्हणाला,

''जयराम तुमच्याविषयीच्या अविश्वासानं मी हे म्हणालो नाही, याची खात्री बाळगा. तुम्ही संशोधन केंद्रात म्हणालात, खऱ्या अर्थानं मोठ्या कलावंताला भरपूर सत्यांश असलेली सामग्री दिली, तर तो वास्तवाच्या अगदी जवळ जाणारी कलाकृती निर्माण करु शकेल. राईट?'

तिथं असलेल्यांपैकी रामचंद्र वगळता सगळेच या चर्चेत थोडे फार का होईना, गोवले असल्यासारखे वाटत होत.

“कलाकाराच्या मर्जीवरच कलासृष्टी उभी असते ना? त्याच्या इच्छेप्रमाणेच पात्र सद्‌गुणाचा पुतळा किंवा खलनायक होत असतं.” हेगडे म्हणाला.

“नो नो नो! मी हे मान्य करणार नाही! हा प्रश्न अत्यंत गंभीर आहे! कितीही काल्पनिक कथा असली तरी तीमधील पात्रं आपल्या मर्जीप्रमाणे रंगवणं लेखकाला शक्य नसतं. स्वतंत्र असे नियम पाळत ही पात्रं वाढत असतात. माणसाच्या वागण्यामागं सामाजिक, आर्थिक किंवा संदर्भासहित कारणं असतात, तसंच कलाकृतीतल्या पात्रांचंही असतं. त्यात काही कमी-जास्त झालं, की कलाकृतीच्या गुणवत्तेवरही फरक पडतो!” जयराम अस्तन्या सरसावत वाद - विवादात उतरला.

“काही अंशी तुझं म्हणणं पटण्यासारखं आहे. पण प्रत्यक्ष जीवनात व्यक्ती चांगली किंवा वाईट होण्यासाठी स्वातंत्र्य आहेच ना? तसंच कादंबरीमध्येही असतं?”

“नो नो नो! आपण स्वातंत्र्याच्या भ्रमात असलो, तरी भोवताली घडणाऱ्या प्रसंगांच्या विधी - नियमांप्रमाणेच वागत असतो. कथेतही असंच असतं. त्यामुळं कथेचा शेवट बदलायचा ठरवला, तर सुरुवातीपासूनच त्यात बदल करावे लागतात.”

‘तसं असेल. कदाचित आपण स्वातंत्र्याच्या भ्रमात नियमाचे बंदिवानही असू! पण आपण स्वतंत्र, की बंदी, हे ठरवणं या जीवनात तरी शक्य नाही. वर्तमानामध्ये एकाच क्षणी - एकाच वेळी आपल्याला जेव्हा दोन प्रकारांनी वागायचं स्वातंत्र्य मिळेल, तेव्हाच ते शोधून काढणं शक्य आहे. पण आपल्याला वर्तमान-क्षणात फक्त एकदाच वागण्याचं स्वातंत्र्य किंवा बंधन शक्य आहे!’

“खरंय ते. एकच काम आपण दोन वेळा केलं, तरी ते आपण दोन वेगवेगळ्या क्षणी करत असतो. कुठल्याही परिस्थितीत एक क्षण हा दुसऱ्या क्षणाचं पुनरावर्तन नसतो. त्यामुळंच कलाकृतीची पुनर्रचना करताच कलाकारानं त्याच्या स्वरूपाविषयी विशेष जागरूक राहिलं पाहिजे.” रामचंद्र म्हणाला.

“तसं असेल, तर समजा, माझी एक जुनी कथा काल्पनिक पात्रांच्या अनैसर्गिक वागण्यामुळं अंगाडींना चुकीच्या मार्गानं चुकीच्या निर्णयापर्यंत घेऊन गेली - आता त्यातली पात्रं बदलली आणि कथाही बदलली, तर खुनी कोण, याचा शोध लावता येईल काय?”

‘हं - अस्से या!’ एवढा वेळ चाललेली चर्चा मुकाट्यानं ऐकत बसलेला अंगाडी मान डोलावत पुढं सरसावला, ‘आता ती जुनी पात्रंही नकोत आणि ती जुनी कथाही नको! जयराम, आता ही जोगीहाळांचीच कथा घ्या. पुढं जाता येऊ नये, अशा प्रकारे त्यांचं मरण मला अडथळा बनून राहिलंय! त्या संदर्भात जे जे सत्य

माझ्या हाती लागलं आहे, ते मी तुम्हांला सांगतो. त्यावर तुम्ही तुमची कल्पना वापरून ती कथा पूर्ण करा. मी त्या कथेचा समीक्षक! तुमचीच कल्पना वापरून मी त्यातलं काय शक्य आहे आणि काय अशक्य आहे, याचा तपास लावत जाईन. जीवन हे स्वातंत्र्याच्या भ्रमात आकार घेणारा क्रमबद्ध विकास असेल, तर आणि तुमची कथा वास्तवतेवर आधारित असेल, तर शेवटी त्यातून सत्यच आविष्कृत व्हायला पाहिजे! त्याच वेळी तुम्हांलाही एका रहस्याचा शोध लावल्याचा आनंद मिळेल आणि माझ्या रिपोर्टसाठीही मला त्याचा उपयोग होईल! मग? काय म्हणता?' अंगाडीनं विचारलं.

सिद्दप्पा आणि हेगडे उठत जयरामला म्हणाले,

'जयराम, आता तुमची कल्पनाशक्ती अधिक जागरूक होण्याआधी आम्ही इथून काढता पाय घेतो! कारण एव्हाना आम्हांला जोगीहाळांच्या मृत्यूचा विसर पडला आहे-'

"छे:! बसा -बसा! तुम्ही निघून गेलात, की माझ्या मनात 'हे असे का पळाले?' - यांनीच तर खून केला नसेल? वगैरे प्रश्न उभे राहतील आणि त्या पाठोपाठ अंगाडींची चौकशीही सुरू होईल! विसरू नका!" जयराम म्हणाला.

'काय वैताग आहे हा! आमच्या नकळत आम्ही या भानगडीत गुरफटत चाललो आहोत-' सिद्दप्पा म्हणाला.

"बसा - बसा! गोष्ट ऐकायला तुम्हाला कसली भीती?" अंगाडीनं त्यांची थट्टा केली.

कथा ऐकायची भीती त्यांनाही नव्हतीच. पण तिथं मंत्र्यांना थेट रिपोर्ट देणारा अंगाडी होता, हीच खरी अडचण होती!

"एक करू या - आपण सगळे प्रवासी बंगल्यावर जाऊ या. जोगीहाळांच्या मृत्यूविषयी मला जे काही समजलं आहे, ते मी तुम्हाला सांगेन. हा एक पत्त्यांचा डाव समजा, हवं तर! इथं सार्वजनिक ठिकाणी कशाला अशा विषयाची चर्चा करायची?" अंगाडी म्हणाला.

"चालेल. पण तिथं रेव्हेन्यू मिनिस्टर येणार, म्हणून बातमी होती ना!"

'बातमी होती. नोकरानं एक रूम तयारही ठेवली आहे. पण ते येणार नाहीत, म्हणून तो सांगत होता-' अंगाडी म्हणाला.

ते सगळे कॉफीबारमधून बाहेर पडले. चंद्रोदयाची चाहूल लागत होती. त्याच वेळी दगडी पुलाच्या दिशेनं 'ढम्'कन आवाज ऐकू आला.

२१

"व्वा! त्यांच्यासारख्या बुद्धिवंत माणसानंच, देव नाही, म्हणून सांगितलं, तर उत्तमच म्हणायचं! आई-वडलांशिवाय मुलं होणं शक्य आहे काय? हे कसले बुद्धिवंत, कोण जाणे!" डॉक्टर पाटलांविषयी कृष्णेगौडानं नापसंती दर्शवली.

त्या दिवशी कॉलेजमध्ये घडलेली हकीकत जयंती आपल्या वडिलांना सांगत होती. व्यंकटेश देवालयाच्या भक्त मंडळीपैकी महत्त्वाचा एक असलेल्या कृष्णेगौडाचा माईक्सवरच्या प्रार्थनांना विरोध करणाऱ्या पाटलांविषयी राग होता. त्यानंतरही जयंती बरंच काही सांगत होती. पण कृष्णेगौडाचं तिकडं लक्ष नव्हतं. त्याच्या डोक्यात वेगळेच विचार घोळत होते.

चिंक्रानं दगड टाकण्याच्या संदर्भात 'हे काही माणसाचं काम दिसत नाही - ' असं सांगितलं, तेव्हा कृष्णेगौडा घाबरा झाला होता. कारण कुठल्याही शत्रूशी दोन हात करता येतील, पण भूत-पिशाचांसारख्या अदृश्य वैऱ्यांना कसं सामोरं जायचं? त्याचबरोबर त्याला आणखीही वाटत होतं - दगड काय? चार दिवस पडतील आणि आपोआप बंद होतील.

कृष्णेगौडासमोरची खरी डोकेदुखी वेगळीच होती. त्याच्या गोडाऊनमध्ये साठवलेले बहुतेक सगळे वेलदोडे लिलावात पुकारून कुणी तरी विकत घेतले होते. लक्षावधी रुपयांचा माल कुणी विकत घेतला, याची चौकशी करताच डोक्यावर वीज कोसळावी, तशी परिस्थिती झाली होती! वेलदोडे विकत घेणारा माणूस सुलेमान बेरीकडचा होता!

सुलेमान युसुफ बेरी केसरूरमध्ये आला, तो सुकलेले मासे विकण्यासाठी. अल्पावधीतच तो केसरूरमधला एक कोट्याधिपती होऊन बसला होता! तो एवढा कसा श्रीमंत झाला, हे कुणालाच न उमगणारं प्रकरण होतं. काही म्हणत, त्याच्या सुकलेल्या माशांबरोबर चुकीनं आलेलं स्मगलर लोकांचं सोन्याचं गाठोडं त्याला मिळालं. काहीजणांच्या म्हणण्याप्रमाणे त्यानं कोईमतूरहून नोटा छापणारी माणसं आणली - त्यांच्याकडून हव्या तेवढ्या नोटा छापून घेतल्यावर त्यांना ठार केलं! अशा प्रकारे अचानक श्रीमंत होण्यामागं जी काही कारणं प्रत्येकाला सुचत, ती सुलेमान बेरीवर आरोपित केली जात होती.

सुलेमान बेरीची तीन जहाज होतं. त्याचा अरब देशांशी व्यापार चालत होता.

तिथला खजूर भारतात आणून इथले चिंचेसारखे पदार्थ तो तिकडं पाठवत होता. त्याच्याबरोबरीनंच तो वेलदोड्याचीही चोरटी निर्यात करत होता. अलीकडे त्यानं नव्या व्यापारात विशेष लक्ष घातल होतं. केसरूरमध्ये त्यानं एक गोडाऊन तयार करून त्या परिसरातला सगळा वेलदोडा विकत घ्यायला सुरुवात केली होती. तो यानंतर थेट वेलदोड्याच्या निर्यातीच्या व्यापारातच उतरणार होता. त्या दृष्टीनं त्यानं केसरूरमधलं ककुंजी बेरीचं घर विकत घेऊन त्यावर 'मलबार वेलदोडा मंडी' असा बोर्डही लावला होता. अशा सुलेमान बेरीशी स्पर्धा करणं कृष्णेगौडाला अशक्य होतं.

कृष्णेगौडाची डोकेदुखी तीव्र व्हायचं कारण म्हणजे या परिसरातला सर्वच्या सर्व किरकोळ वेलदोड्याचा व्यापारही सुलेमान बेरीनं आपल्या कह्यात घेतला होता. त्यामुळं केसरूरमधले सगळे व्यापारी मार्ग थेट बेरीच्या कोठारात उतरू लागले.

सुलेमान बेरीचे चोरटी निर्यात, लाच-लुचपत, चोरटा व्यापार, अरण्यनाश वगैर उद्योग सुरू असताना केसरूरच्या लोकांना त्यांचा धोका समजला नव्हता. त्यांना तो जाणवला, तो वेगळ्याच प्रकारानं!

सुलेमान बेरी स्वत: जिथं जाईल, तिथं आपली माणसं जमवत होता. कुठं कॉंट्रॅक्ट द्यायचं असो - रानात लाकडाची कोळशासाठी भट्टी लावायचो असो - त्याचं काम सुरू झालं, की शेकडो मंगळूरी बेरी तिथं यायचे. त्यांनी वस्ती केली, की सुलेमान बेरी तिथल्या तलाठी आणि तहसीलदारांना लाचेत बुडवून त्या जागेवर त्यांची मालकी होईल, असं करायचा. जेव्हा या मोठ्या-मोठ्या मुसलमान वस्त्या वाढू लागल्या, तेव्हा केसरूरच्या लोकांच्या डोळ्यांमध्ये त्या सलू लागल्या. जेव्हा मशिदींवरच्या माईकवरून आरडाओरडा सुरू झाला, तेव्हा त्यांना सुलेमान बेरीचा उद्देश समजू लागला. पैसा, धर्म आणि राजकारण यांच्या पायावर सुलेमान बेरी अधिकाधिक बलवान होऊ लागला!

केसरूरमधली वक्कलिग, लिंगायत वगैरे मंडळी स्वत:कडे असलेली संपत्ती आपल्यातच ठेवण्यासाठी आपसांत मुली देऊन-घेऊन लग्नं लावून देत कुटुंब - रक्षणात इतके गुंतले होते, की त्यांना सुलेमान बेरीचा धोका जाणवलाच नव्हता. पण जेव्हा सुलेमान बेरीची माणसं तालुका बोर्डाची मेंबरं होऊन या पटेल-पाळेगारांच्या मांडीला मांडी लावून बसायला आली, तेव्हा केसरूरचे वक्कलिग आणि लिंगायत घाबरे झाले.

कृष्णेगौडाला एकूण परिस्थितीचं संपूर्ण ज्ञान नसलं आणि केसरूरला नेमकं काय झालंय, ते उमगत नसलं, तरी आपल्याला येणाऱ्या अनुभवानुसार तो 'केसरूरला काही तरी वाईट काळ आलाय!' अशा निष्कर्षापर्यंत येऊन पोहोचला होता. त्यातच ही घरावर दगड पडायची समस्या उपस्थित झाली होती!

हळूहळू केसरूर नष्ट होत होतं - अरण्यनाशाच्या रूपानं, धर्म-पंथांच्या झगड्यामध्ये आणि अखेर जोगीहाळांच्या मृत्यूमुळं!

२२

“तसं नव्हे, रे, रामचंद्र! तू स्वत:ला विचारवादी म्हणवतोस आणि मला का इथं भविष्य सांगायला डांबून ठेवतोस?”

“भविष्य नव्हे - भूत! त्या वेळी काय घडलं असेल, ते सांग, एवढंच आमचं म्हणणं!” रामचंद्र म्हणाला.

“घडलेल्या घटनांमधले तुकडे संदर्भानुसार भरून तुम्ही कथा लिहिता - आम्ही, कथा सांगा, म्हणतोय, एवढंच! कारण घटनांचे तुकडे जोडलेली एक अखंड अशी कथा - आम्हाला हवी आहे, जिच्या आधारानं आम्ही तपास पुढं सुरू ठेवू शकू अशी! शेवटी तुमची कथा खोटी ठरवण्यात आम्ही यशस्वी झालो, तरी त्यातून थोडं-फार सत्य बाहेर येईलच ना!” अंगाडी म्हणाला.

‘आजवर जोगाहाळांच्या मृत्यूविषयी तुम्ही जे जाणलंय, आज केसरूरच्या वेलदोड्यांची जी अवस्था आहे - त्या सगळ्याचा विचार केल्यावर माझी कल्पनाही काही सांगू पाहते. जोगीहाळांच्या मृत्यूविषयी प्रत्येक जण एकेक कथा रचून एकेका निष्कर्षापर्यंत पोहोचत आहेत. आता मीच तेवढा राहिलोय!’ जयराम गंभीरपणे म्हणाला.

किती तरी वेळ शांततेत गेला.

जयराम गंभीरपणे विचारात बुडून गेला होता. आता तो काय सांगेल, याच आशंकेत सगळे बुडाले होते. अंगाडी मात्र आपलं मन पूर्णपणे रितं करून बसला होता. कारण कुठल्याही साक्षीनं पुढं गेलं, तरी एखाद्या निष्कर्षापर्यंत पोहोचणं अशक्य व्हावं, अशाच परिस्थितीत त्याची कल्पनाशक्ती अडकली होती.

रामचंद्राच्या मनात एक विचित्र कल्पना येऊन गेली - जोगीहाळांशी कुणी विशेष लागेबांधे जोडले असतील काय? अंगाडीच्या संपूर्ण चौकशीत अशा प्रकारचा अंश कुठंही डोकावला नव्हता. त्यामुळं तो उत्सुकतेनं जयराम काय सांगतो, याकडे कान देऊन बसला होता.

काही क्षण जयराम विचारमग्न होऊन बसून राहिला. त्यानंतर घनगंभीर आवाजात त्यानं जे काही सांगितलं, ते ऐकून सगळेच चकित झाले. केसरूरच्या लोकांना हे सुचणंही अशक्यच! अत्यंत विचित्र मार्गानं जोगीहाळांचा खून घडल्याचं त्यानं सांगितलं.

यावर हेगडेनं तत्काळ तक्रार केली,

“एवढा पोलिस-तपास झाला. पण कुठंही खून म्हणून साक्ष नाही, की पुरावा नाही! अशा परिस्थितीत तुम्ही एकदम खून कसं म्हणता?”

अंगाडी म्हणाला, “हेगडे, मी पोलिस तपासणीची फाईल लक्ष देऊन पाहिली आहे. तिथंही सगळ्यांनी खून म्हणतच एकमेकांवर आरोप-प्रत्यारोप लादण्याचा प्रयत्न केला आहे! केसरूरच्या कांगावखोर लोकांच्या असल्या वागण्यामुळंच नीट साक्ष नाही, की साक्षीदार नाही! त्यानंतर केव्हा तरी सगळी चौकशीच अधांतरी सोडून दिली आहे! एकमेकांवर आरोप करता करता संपूर्ण केसरूरच प्रक्षुब्ध झालं असावं, असं दिसतं!-”

अंगाडीच्या बोलण्यात अडथळा आणून जयराम बोलू लागला,

“हे पाहा अंगाडी, मी एक लेखक आहे. मला जे वाटतंय, ते मी सांगेन. पण तुम्ही मी असं कशावरून म्हणतो, म्हणून साक्ष काढायची नाही, ही माझी अट. जेव्हा एखादा पोलिस-हेर घटनांचा मागोवा घेत असतो, तेव्हा त्याची पद्धत वेगळी असते आणि एका सर्जनात्मक कलाकाराची कथा-निर्मितीची पद्धत वेगळी असते. मी जे सांगेन, त्यावर पुढचा तपास करून तुम्ही खरं-खोटं या निर्णयावर येण्याआधीच ‘असा विचार करणं बरोबर नाही - योग्य नाही’ असं म्हणू लागलात, तर माझं रचना-कार्य थांबून जाईल –”

संपूर्ण केसरूर शांत होतं. रस्त्यावरचे दिवेही मंद होत चालले होते. कथेला सुरुवात करण्याआधी जयराम म्हणाला,

‘कुठल्या चौकशीला मदत करणं किंवा एखाद्या हेराप्रमाणे घटनेचा शोध घेणं हा माझ्या कथेचा उद्देश नाही. ही केवळ साहित्य-निर्मिती आहे, एवढंच. तुम्हा सगळ्यांच्या अपेक्षेकडे मी दुर्लक्ष करतोय, त्याबद्दल रागावू नका-’ असं म्हणून त्यानं कथा सांगायला सुरुवात केली.

जयरामनं सांगितलेली कथा थोडक्यात अशी होती:

आंतरराष्ट्रीय ख्यातीचे शास्त्रज्ञ जोगीहाळ यांची मॅगसेसे पुरस्कारासाठी निवड व्हावी, म्हणून हालचाल सुरू झाली, तेव्हा इतर राष्ट्रांची त्यांच्यावर नजर पडली. वेलदोड्याच्या जागतिक व्यापार-क्षेत्रात शंभर टक्के वर्चस्व असलेल्या भारतावर पहिल्यापासूनच तशी नजर होती. मागासलेल्या राष्ट्रांना पुढं आणण्यासाठी सक्रिय काम करणाऱ्या आणि त्यात यशस्वी होणाऱ्या शास्त्रज्ञांना ठार करण्याचा एक आंतरराष्ट्रीय कट ठरवण्यात आला. भारतातील काही अणुवैज्ञानिक, इंधन संशोधक, कृषितज्ज्ञ या कटाचे प्रमुख लक्ष्य बनले. जोगीहाळ हेही त्यांपैकी एक. अरब देशांना वेलदोडे पाठवणाऱ्या देशांमध्ये भारताचा प्रमुख प्रतिस्पर्धी ग्वाटेमाला. ते राष्ट्र या कटात सामील झालं आणि जोगीहाळांचा मृत्यू घडवण्यात त्यांना यश

मिळालं. ग्वाटेमालाहून काही स्लाईड्स जोगीहाळांकडे अभिप्रायाच्या निमित्तानं पाठवण्यात आल्या. त्यांच्याद्वारे केसरूर व्हायरसचे जिवंत व्हायरस पाठवण्यात आले. स्लाईड्स प्रोजेक्टरमध्ये घालत असताना व्हायरस उडून पसरण्याची व्यवस्था केली होती. त्यामुळं जोगीहाळांचा मृत्यू झाला आणि केसरूर व्हायरस पसरून भारतातल्या वेलदोड्यांनाही त्यानं झपाटलं! भारताची वेलदोड्याची निर्यात झपाट्यानं ओसरू लागली. अरबांचं तेल इतर देशांकडे वाहू लागलं! हा कट अनेक आंतरराष्ट्रीय खुनांना कारणीभूत झाला. या खून-सत्रानं सर्व प्रगतिपथावरच्या देशांना कमीत कमी पंचवीस-तीस वर्षे तरी मागं लोटलं.

एवढी कथा जयरामनं भरपूर वस्तुनिष्ठ तपशील भरून, अत्यंत नाट्यमय पद्धतीनं सांगितली. ती ऐकता ऐकता हेगडे आणि सिद्दप्पा अवाक होऊन गेले होते. व्हायरस रोग आणि त्याचा प्रसार वगैरे तपशील जयरामनं त्या दोघांच्या बोलण्यातूनच उचलला होता. एका कथाकाराच्या हातात अनेक घटना वेगवेगळ्या पद्धतीनं आल्या, तर त्यांची रचना कशी होऊ शकते, हे पाहताना ते अवाक होऊन गेले होते आणि त्याच बरोबर भयभीतही!

कथा ऐकता-ऐकता सगळे इतके तल्लीन होऊन गेले होते, की जोगीहाळ खून-प्रकरणात यांनतर जयरामासारख्यांना या व्यतिरिक्त आणखी कुठलीही कल्पना करणं अशक्य व्हावं!

कथा संपल्यावर जयरामनं चारही श्रोत्यांकडे पाहिलं. स्वतःच्या कलेवर त्याचा संपूर्ण विश्वास होता. त्यात सत्य असो वा नसो - पण ते एकत राहतील, तेवढा वेळ ते त्यांना सत्यच भासेल, या विश्वासनंच त्यानं कथेला सुरुवात केली होती. ते सगळे कथेच्या प्रभावात इतके बुडून जातील, की लगेच त्यावर समीक्षा करणं शक्य नाही, हेही तो जाणून होता.

आपण निखळ सत्याचं चित्रण उभं करू, यावर जयरामचा कणभरही विश्वास नव्हता. साहित्यिक दृष्टीनं उत्तम वाटेल, अशी कथा त्यानं सांगितली होती, एवढंच!

पण अंगाडी मात्र खऱ्या जीवनात ही कथा घडू शकेल, की नाही, याचा शोध घ्यायला निघाला होता आणि त्यासाठी आवश्यक तो तपशील उपलब्ध करून देण्यासाठी हेगडे-सिद्दप्पा तयार होते!

सगळे अभिप्रायासाठी अंगाडीकडे वळले.

अंगाडी म्हणाला,

"जयराम, तुमची कथा म्हणजे एक रोमांचकारक अनुभव आहे! मी त्याकडे केवळ वाचक म्हणून बघणार नाही. यांनतर या कथेतल्या प्रमुख घटना एकेक करून घेत मी त्याची तपासणी करत जाणार आहे. तोपर्यंत मी या कथेवरचा माझा अभिप्राय देणार नाही."

२३

सकाळी कृष्णेगौडा वेलदोड्याच्या गोदामाचा दरवाजा उघडत होता, त्या वेळी केसरूरचे रिटायर्ड सब रजिस्ट्रार आचारी, कॉलेजचे प्रिन्सिपॉल व्यंकटराम आणि सुब्बेगौडा, इत्यादींबरोबर हजर झाला. अजूनही कृष्णेगौडाच्या डोक्यात सुलेमान बेरीच्या 'मलबार वेलदोडा मंडी'चा विषय मेंदू कुरतडत होता. त्या तिघांच्या मागोमाग लाल मिशा आणि चमत्कारिक चर्येचा एक माणूस विचित्र वेष करून आला होता. त्याच्या सोबत एक बाईही होती - पण तिकडं कृष्णेगौडाचं लक्ष नव्हतं. तो विचित्र वेषधारी केसरूरला वरचेवर भेट देणारा असला, तरी त्याची ओळख न पटल्यामुळं आचारीनंच ओळख करून दिली.

त्या विचित्र चर्येच्या आगांतुकाचं नाव जादुगार मुत्तु. कृष्णेगौडाच्या मळ्यामागं पालं टाकलेल्या गोसाव्यांपैकी तो एक. बसस्टँड, बाजार, जत्रा, इथं जादूचे प्रयोग करून दाखवणं, हे त्याचं प्रमुख काम. कुठंही माणसं जमलेली दिसली, की आपली जादूची पोतडी सोडून जादू दाखवायला तो सुरू करे. प्रेक्षकांकडून मिळणारी चार नाणी एकत्र करून संध्याकाळच्या एका बाटलीची व्यवस्था करणं एवढंच त्याचं काम होतं. रात्री बरोबरीच्या इतर गोसाव्यांबरोबर ससा-कोल्ह्याची शिकार करून सकाळच्या स्वयंपाकाची तो व्यवस्था करत असे. त्यालाही इतर गोसाव्यांप्रमाणे हिंदी, उर्दू , इंग्लिश, तमीळ, बंगाली, तेलगू- सगळ्याच भाषा थोड्या -फार प्रमाणात बोलता येत होत्या.

त्या गोसावी समाजातल्या सगळ्या बायका पद्धतशीरपणे वेश्याव्यवसाय करत होत्या. लालबुंद रंग, बारीक कंबर अशा या बायका म्हणजे केसरूरच्या गौडांचा विचित्र शौक होता. त्यामुळंच आचारी आणि सुब्बेगौडाशी जादुगार मुत्तु एवढ्या जवळचा परिचित होता!

यंदा आचारीच्या मनात एक विशिष्ट हेतू जन्मला होता. गोसाव्यांना या गावातून पुढं जाऊ न देता इथंच ठेवून घेऊन त्यांतल्या सगळ्या बायकांची चव बघायची! कृष्णेगौडा केसरूर पंचायतीचा अध्यक्ष असल्यामुळं आणि आचारीला कृष्णेगौडाची हावही ठाऊक असल्यामुळं त्यानं मुत्तूबरोबर त्याच्या पालातली मुलगीही आणली होती. विशेष विचार न करता ती मुत्तूची मुलगी अशी त्यानं ओळखही करून दिली.

ओळख वगैरे करून दिल्यावर आचारी म्हणाला,

'आपल्या ग्रामपंचायतीकडून यांना घरासाठी जागा मंजूर करायला पाहिजे. त्यांच्याकडून तसा अर्ज द्यायला लावतो.'

आपल्या विचारात गढून गेलेल्या कृष्णेगौडानं एकदम असहकार दर्शवला आणि सांगितलं,

'ते गावाचं गाय-रान आहे. तिथं घरं बांधायला जागा देता येणार नाही.'

आचारी पटकन म्हणाला,

'बरं - बरं! असा धाडकन नकार देऊ नका. संध्याकाळी विचार करून सांगतो, म्हणा. तुम्हाला एक महत्त्वाची गोष्ट सांगायची आहे. ती ऐकल्यावर तुम्ही नकार देणार असाल, तर गोष्ट वेगळी!'

त्यानंतर आचारीनं मुत्तुला सोबत असलेल्या कन्यारत्नासह कृष्णेगौडाला संध्याकाळी भेटायला सांगून माघारी पाठवलं. मुत्तु आणि ती छोकरी निघून गेले.

आचारीचं डोकं महापाताळयंत्री! त्याला सगळे गरम मेंदूचा आचारी म्हणून ओळखत. त्याच्या वक्रबुद्धीला घाबरून गावातली सगळी माणसं त्याच्याशी आदरानं वागत. आचारी सैल कासोट्याचा नसता, तर त्यानं एव्हाना सुलेमान बेरीला सहज मागं टाकलं असतं, असा गावकऱ्यांचा विश्वास होता. पण आचारीला संपूर्ण जीवनात बाई वगळता आणखी कुठल्याही गोष्टीवर मोह नव्हता. जमीन-जुमला, शेत-मळा, घर-दार, पैसा-अडका या सगळ्या बाबतींत अत्यंत निर्मोही असलेला, साठी उलटलेला आचारी जत्रा, यात्रा, बाजार-पेठा-शक्य असेल, तिथं बायकांच्या मागून हुंगेगिरी करत फिरत होता. डोक्यावरचे पांढरे केस वगळता वृद्धत्वाचं कुठलंही लक्षण त्याच्या देहावर दिसत नव्हतं. त्याच्या दृष्टीनं प्रत्येक नवी स्त्री म्हणजे नवं साहस-यान! प्रत्येक नवीन स्त्री म्हणजे अद्‌भुत अनुभव देणारा अगाध भू-खंडच! बाईचा प्रश्न आला, की त्याची बुद्धी अमर्याद रूप धारण करे! काहीही करून यंदा गोसाव्यांना गावाजवळ जास्तीत जास्त दिवस ठेवून घ्यायचं, असं त्यानं ठरवलं होतं. त्यामुळं तो गोसाव्यांचे प्रमुख मुत्तोजी, तानाजी, शिवाजी यांना गाठून इथंच घरं बांधून राहण्यासाठी, अर्ज देण्यासाठी चिथवत होता.

खरं तर, त्या गोसाव्यांना तिथं घरं बांधून राहण्यात मुळीच रस नव्हता. जवळ-पासचे कोल्हे-ससे मारून, जवळच्या नदी-डोहातले मासे संपवून, गावकऱ्यांची मांजरं-कोकरं मारून, हाती लागेल तेवढं सामान चोरून, गावच्या सैल कासोट्यावाल्यांना रोग लावून दुसऱ्या ठिकाणी निघून जाणं हीच त्यांची जीवन-पद्धती होती. पण इथं आचारीनं सांगितलं होतं,

'सरकार घर बांधायला जागा, पत्रे, लाकूड, कौलं आणि पैसेही देईल. मग

जमीनही मिळेल. त्यानंतर तुम्हांलाही मताचा अधिकार मिळेल. आता तालुकाबोर्डाच्या निवडणुका येतील. दोन्ही पार्टीवाले तुमच्यावर मतासाठी पाहिजे, तेवढा पैसा उधळतील!'

आचारीनं समोर पसरलेलं मायाजाल गोसाव्यांनाही मोहवून टाकणारं होतं.

आता कृष्णेगौडाकडे येताना आचारीनं आपल्या बोलण्याला वजन यावं, म्हणून उगाचच प्रिन्सिपॉलना आणलं होतं. सकाळीच तो प्रिन्सिपॉलांच्या घरी गेला होता आणि 'कालचा कॉलेजमधला दंगा सुलेमान बेरीच्या माणसांनीच घडवून आणला! वेळीच यावर उपाय केला नाही, तर यानंतर कॉलेजमध्ये अनाचार-अत्याचार सुरू होतील! मी यावर नीट विचार केलाय - तुम्ही फक्त माझ्याबरोबर चला –' असं सांगून त्या बिचाऱ्या मूर्ख-शिरोमण्याला सोबत घेऊन दिवसभर फिरत होता. त्यानंही 'या गावाच्या प्रमुख घटनांमध्ये आपल्याला महत्त्वाचं स्थान मिळतंय!' या विचारापोटी कोकरासारखी खाली मान घालून आचारीची पाठ धरली होती.

कृष्णेगौडाला आचारी म्हणाला,

'तुमच्याशी थोडं खाजगी बोलायचंय –'

-आणि प्रिन्सिपॉल व सुब्बेगौडाला बाहेरच ठेवून दोघंही आत गेले.

एकांतात गेल्यावर त्या दोघांच्या परस्परांशी एकवचनी संबोधनात सैलपणे गप्पा सुरू झाल्या. बायकांच्या अनुभवात दोघंही सारखेच संपन्न असल्यामुळं आणि परस्परांपुढं आपली संपन्नता दाखवण्याची हौस दोघांनाही असल्यामुळं तसा सैलपणा येणं साहजिकच होतं!

'काय रे, आचारी! तुझ्यापुरता तू चार बायांशी मजा मार आणि हात धुवून मोकळा हो! त्यांना गावात ठेवून कुणाला देशोधडीला पाठवायचा विचार आहे तुझा? त्यांनी ठाण मांडलंय, ते आमच्या घराच्या कुंपणापाशी! तिथं त्यांनी कायमचा मुक्काम ठोकला, तर आमच्या घरचं एक तरी कोंबडं-कोकरू शिल्लक राहील काय?-' कृष्णेगौडानं जामलं.

"हेच! हेच चुकतंय तुझं, कृष्णप्पा! तुला काय वाटलं? दिसली बाई, की मी लाळ घोटत जातो, म्हणून? अरे, असल्या कितीतरी बाया पाहिल्यात मी! तुला मी हे का जीव तोडून सांगतोय, याचा तूही विचार कर. अरे, यांना घरं बांधायला जागा दिली, तरी ते तिथं राहणार आहेत काय? ती विकून पुन्हा फिरत निघून जातील ते! माझं ऐक - आता त्यांना घरापुरती जागा दे. त्यांना मताचा अधिकार मिळेल. मग सुलेमान बेरीला व्यवस्थित टांग मारता येईल! हरिजनांनी मुसलमानाला मतं दिली, की यंदा व्ही. पी. चेअरमन, तालुका बोर्डचं अध्यक्ष-पद, सगळीच महत्त्वाची पदं सुलेमान बेरीच्या माणसांना मिळतील! एक दिवस निवांतपणे येऊन मी तुला त्यांच्या आणि आपल्या संख्याबलाची कल्पना देईन. आता मी सांगतोय, त्याला मुकाट्यानं

होकार दे. संध्याकाळी मुत्तु येईलच, मुलीबरोबर तुला भेटायला! बिचाऱ्या बाया! त्यांनाही आशा असतेच!''

कृष्णेगौडाच्या सगळ्या इंद्रियांना आवाहन करत - संमोहित करत आचारीनं आपलं घोडं पुढं दामटलं.

सुलेमान बेरी! कृष्णेगौडाला तो विसरू पाहत असला, तरी पुन्हा-पुन्हा त्याची नतद्रष्ट आठवण वर येत होती! गोसाव्यांनी पालं टाकलेल्या जागेवर सॉ-मिल उभारण्यासाठी सुलेमान बेरीनं याआधीच अर्ज दिला होता. त्या वेळी वक्कलिग आणि लिंगायतांनी सतराशे साठ कारणं देऊन त्याला ती मिळणार नाही, अशी व्यवस्था केली होती.

आचारीच्या बोलण्यात सत्यांश आहे, असं कृष्णेगौडालाही वाटू लागलं. तरीही या सर्व उपद्व्यापामागं आचारीचं बायकांचं आकर्षणच आहे, असा विश्वासही आत कुठं तरी होताच.

''अरे आचारी! बायांच्या नादापायी तू घर-दार, शेत-मळा सगळं गमावलंस - आता गावची जमीन वाटायला निघालास होय! तुझी बायको लवकर सुटली बिचारी! इतके दिवस सुलेमान बेरीविरुद्ध अवाक्षरही न उच्चारणारा तू! एकाएकी काय झालं तुला?''

'बायको गेल्याचं दुःख तुला काय समजणार, म्हणा! घरात बायको असताना तुझी ही गत! तुझी पिल्लावळ बसस्टँडपाशी दिसते, म्हणा! ते जाऊ दे. तुझ्या गोडाऊनपुढंच सुलेमान बेरी वेलदोड्याचं कोठार उभारतोय, म्हणे! ठाऊक आहे ना? अरे, आता तरी नीट समजून घे! - मी बायांच्या आशेपोटी आलो नाही! माझ्याबरोबर कॉलेजचे प्रिन्सिपॉल आहेत. आता शाळा-कॉलेजमध्येही सुलेमानची माणसं दंगा घडवून आणताहेत, म्हणून सांगत होते ते! काल कॉलेजमध्ये यक्षगान होऊ दिलं नाही त्यांनी! पोलिस वेळेवर आले, म्हणून पुढचा रक्तपात टळला! हे आमचं प्राक्तन - तू तुझ्या गावातल्या जमिनीचा चतकोर तुकडा द्यायला रडतोस! तिकडं सुलेमान बेरी सगळं गावच गिळायला बसलाय! त्याला तिकडं आख्खं केसरूर गिळू दे - तुम्ही बसा इकडे शेणाचे पो ठेवल्यासारखे!-'

आचारीचं प्रत्येक वाक्य कृष्णेगौडाच्या हृदयात चांगलंच झोंबलं. बायकांच्या आशेपोटी आचारीनं आपली संपूर्ण बुद्धिमत्ता आणि वक्तृत्व पणाला लावलं होतं. त्या ब्राह्मणाच्या प्रचंड जिव्हाशक्तीपुढं बिचाऱ्या कृष्णेगौडाची बुद्धिशक्ती तंतरली!

''पण मी होकार दिल्यानं काय होणार आहे? बाकीचे सगळे तहसीलदार, व्ही. पी. मेंबर काय म्हणतील? त्यांना पटवून द्यायला नको? ती जागा सुलेमान बेरीला मिळू नये, म्हणून आम्ही तेव्हा आक्षेप घेतला आणि आता ती गोसाव्यांना दिली, तर ते काय म्हणतील?''

त्याच्या बोलण्यावरून त्याची संमती दिसत होती.

"ते सगळं मी बघून घेईन - '' आचारी घाईनं म्हणाला, 'त्यासाठीच मी सुब्बेगौडा आणि प्रिन्सिपॉलांना बरोबर घेऊन आलोय. सरकारकडे गरिबांना जागा द्यायची योजना आहेच. तो मुद्दा धरून तहसीलदारांना वाकवता येईल. इतरांकडे प्रिन्सिपॉलांना पाठवता येईल -' त्या क्षणी विचार करून आचारीनं पुढच्या प्लॅनची ब्ल्यू-प्रिंट त्याच्या पुढ्यात मांडली. आचारीच्या मेंदूवर पहिल्यापासूनच प्रचंड विश्वास असलेल्या कृष्णेगौडानं त्वरित मान हलवली.

खोलीतून बाहेर आलेल्या आचारीनं प्रिन्सिपॉलना सांगितलं,

"मी सगळं नीट बोललोय. पुढं जे करायचं, ते तुम्हीच करायला पाहिजे. सांगेन मी सगळं! व्यंकटेशाची कृपा असेल, तर सगळं नीट होईल!''

मागचं-पुढचं काहीही ठाऊक नसताना आचारी काय म्हणाला, तेही प्रिन्सिपॉलना समजलं नाही. आपला अडाणीपणा लपवण्यासाठी ते आचारीबरोबर तिथून बाहेर पडले.

२४

ब्रीडर महंमद खरोखर चिंताग्रस्त होऊन गेला होता. जोगीहाळांच्या अकस्मात मृत्यूनंतर त्या केसमध्ये त्याला अडकवायचे अनेक प्रयत्न झाले होते. त्यामुळे त्याची मन:स्थिती संतुलित राहिली नव्हती. काही तरी करून इथून बदली करून निघून जावं, असा तो प्रयत्न करत होता. इथं सरकारी अधिकाऱ्यांपासून गावकऱ्यांपर्यंत सगळेच त्याच्याकडे संशयानं बघत होते. त्यामुळं त्याला आपल्या जाती -बांधवांची मदत घेणं अत्यावश्यक होऊन बसलं होतं. सुलेमान बेरीनं त्याला सांगितलं होतं,

"तुला आखाती देशात भरपूर पगाराची नोकरी मिळवून देतो - हे गावच का? हा देशही सोडून जा."

त्यामुळं महंमदनं पासपोर्ट-व्हिसा वगैरे तयारीही केली होती. पण अजून तिकडं नोकरी मिळायची खात्री नसल्यामुळं त्यानं देश सोडायची तयारी केली नव्हती.

आता केसरूरमधलं वातावरण अधिकच चिघळत चाललं होतं. मशीद आणि व्यंकटेश देऊळ यांमधलं माईक-युद्ध हळूहळू वाढत चाललं होतं. महंमदला या गावात अलिप्तपणे राहणं अशक्य होत चाललं होतं. परदेशी जायचा विचार निश्चित केल्यामुळं महंमदनं लग्नाचा विचारही पुढं ढकलला होता. त्यातच अवाक होऊन जावं, असा एक प्रसंग घडल्यामुळं महंमद अस्वस्थ झाला होता.

संध्याकाळच्या वेळी महंमद आपल्याच विचारात गढून चालत येत असताना पाठोपाठ येत असलेल्या एका सावलीची त्याला चाहूल लागली. त्यानं मागं वळून बघण्याआधीच मागून आवाज आला,

"मान वळवलीस, तर डोकं उडेल! –"

महंमदच्या पाठीला सुऱ्याच्या टोकाचा स्पर्श चांगलाच जाणवत होता. आपला अंत:काळ आला, असं मनाशी म्हणत महंमद जागीच उभा राहिला.

त्या अज्ञात व्यक्तीनं उर्दूमध्ये दमदाटी केली,

"काय, रे, भेंचोद! मुसलमान असून मुसलमानांशी दगा करतोस? तुला बहरीन - दुबईत काम पायजे आणि इकडं नमकहरामी करतोस?"

हा कुणी तरी सुलेमान बेरीचा माणूस आहे, याची महंमदला कल्पना आली. तो उत्तरला,

"मी कशाला मुसलमानांविरुद्ध दगलबाजी करू? मी तसलं काहीही केलं नाही. मी कुणाच्याही भानगडीत नाही."

"अस्सं! मग एका प्रश्नाचं खरं उत्तर दे - "

"ठाऊक असलं, तर देईन - "

"तो अंगाडी का आलाय गावात?"

"तो वेलदोडा बोर्डाचा इंटलिजन्स ऑफिसर आहे. वेलदोड्याचा रिसर्च, मार्केटिंग वगैरे चौकशी करायला आलाय तो."

"खोटं बोललास, तर जीव जाईल, लक्षात ठेव! त्यानं सुलेमान बेरीची काहीच चौकशी केली नाही?"

"नाही."

"खोटं बोलू नकोस - फुकट मरशील!"

"खरंच सांगतो. कुराणाची शपथ! - "

"हे बघ - तू आमच्यापैकी आहेस! तो इथं का आलाय, हे तुलाही ठाऊक नसेल. पण त्यानं सुलेमान बेरीचा विषय काढला, की लगेच आम्हाला कळवायचं! समजलं?"

"कोण तुम्ही? कुठं कळवायचं? - "

"-हा - हा! मूर्खा! ते तुला घेऊन काय करायचंय? पाहिजे तेव्हा आम्ही चौकशी करून जाणून घेऊ! समजलं? खोटं बोललास, तर खलास म्हणून समज!"

"जेवढं ठाऊक असेल, तेवढं सांगेन -"

"ठीकाय् - ठीकाय्! नीट लक्षात ठेव - फसवायचा प्रयत्न केलास, तर हा सुरा तुझ्या छातीत आरपार -!" असं म्हणत मागच्या व्यक्तीनं पाठीला सुऱ्याचं टोक दाबलं.

महंमदच्या तोंडून शब्द फुटेना. त्याला आता बहरीन आणि दुबई - दोन्ही नकोसं झालं होतं. कधी एकदा या केसरूरमधून बाहेर पडेन, असं त्याला वाटत होतं!

"हं! मागं वळून न बघता तसाच पुढं पाचशे पावलं चल. त्या आधी मागं वळून पाहिलंस, तर तुला ठार मारावं लागेल! आणि याबद्दल कुणाला बोललास, तर - " म्हणत पुन्हा सुऱ्यावरचा दाब वाढला.

जीव वाचल्यामुळं सुटकेचा निःश्वास टाकत महंमद जीवनाभिमुख होऊन धावत सुटला. तो पावलं मोजायच्या फंदातही पडला नाही. खरोखरच पळत सुटायची त्याला तीव्र इच्छा झाली होती.

काही अंतर धावल्यानंतर महंमद दमला. मागून कुणी धावत येत नाही, याविषयी खात्री झाल्यावर त्यानं मागं वळून पाहिलं. रस्ता रिकामा होता - अगदी

रिकामा नव्हे. जिथं त्याच्या पाठीला सुरा लावण्यात आला होता, तिथं कुणी तरी उभं होतं. तो माणूस आपल्याकडेच येत असल्याचं महंमदच्या लक्षात आलं. आपण घाई केली, की काय, असं वाटून महंमदनं मनोमन स्वत:ला दूषणं दिली. तरीही तो त्या व्यक्तीकडे पाहत राहिला. ती व्यक्ती जवळ येऊ लागली, तसा महंमद अस्वस्थ होऊ लागला. आपण पळून जावंसं त्याला वाटू लागलं.

ती व्यक्ती जवळ येऊ लागली, तसं त्या व्यक्तीला कुठं तरी पाहिल्याचा महंमदला भास होऊ लागला. तो माणूस स्वत:च्या विचारात इतका गढून गेला होता, की महंमदकडे त्याचं लक्षही गेलं नाही. तो तसाच महंमदसमोरून पुढं निघून गेला. आपल्या पाठीला सुरा लावण्याशी याचा काहीही संबंध नसावा, असं महंमदला वाटलं. पण हा कोण? याला कुठं पाहिलय्?

एकाएकी महंमदला आठवलं - हा जादूगार मुत्तु! सिद्दप्पानं याच्याविरुद्ध जोगीहाळांकडे अनेकदा तक्रार केली होती. मुत्तु आणि इतर गोसावी संशोधन-केंद्राच्या जवळपास असलेले पक्षी, रान-कोंबडे पकडून मिलिटरी कँटीनला विकत होते. शिवाय केसरूरच्या जवळपास आढळणारे मोठ्या जातीचे बेडूकही पकडत आणि त्यांच्या मांड्या कापून त्यांची निर्यात करत. या गोसाव्यांकडून केसरूरच्या पर्यावरणाला विविध प्रकारे हानी होत असल्याबद्दल सिद्दप्पानं एक सविस्तर अभ्यासपूर्ण अहवाल तयार केला होता आणि त्यांना इथून पळवून लावावं, म्हणून वन-विभाग आणि पोलिस-खात्याकडे तक्रार दिली होती. आता मुत्तूला पाहताच पुन्हा सिद्दप्पाशी त्याची झटापट होईल, असं महंमदला वाटलं.

तर मग आपल्या पाठीला सुरा लावून दम देणारी व्यक्ती कोण असावी? मुत्तु जादूगाराचा आत्ताचा अवतार आणि चालायची पद्धती पाहिली, तर त्यानं अशी भीती दाखवणं अशक्य वाटत होतं. ती व्यक्ती आणखी कुणी असेल,

तर मुत्तूला पाहून ती आपल्याला सोडून निघून गेली असेल काय ? पण मुत्तूला पाहिलं, तर त्यानं कुणा सुराधारीला पाहिलं असावं, असं वाटत नाही.

महंमदच्या मनातला गोंधळ मिटला नाही. पण एक गोष्ट स्पष्टपणे त्याच्या ध्यानात आली- केसरूरमधली माणसं आपल्याविषयी केवळ उदासीन नाहीत. स्वत:ला ठाऊक नसलं, तरी आपल्याकडून केसरूरच्या मर्मस्थानी काही तरी इजा पोहोचली आहे!

महंमदला सुरा लावून घाबरवण्यात आलं, त्यामागची कारणं अत्यंत सरळ आणि साधी होती. संशोधन-केंद्राचे पाटील आणि त्यांची माणसं यांना गावातल्या दोन्ही पार्टींनी कधीच अलिप्त मानलं नव्हतं. दोन्ही पार्टीवाले त्यांच्याकडे विरुद्ध पार्टीचे एजंट म्हणूनच संशयानं बघत होते. त्यामुळंच कॉलेजमधल्या सभेत पाटलांचा धिक्कार करण्यात आला होता.

त्यातच अंगाडी नावाचा अपरिचित माणूस गावात येताच सुलेमान बेरीचा ग्रूप थोडा सावध झाला होता. त्यात तो इंटलिजन्सचा माणूस म्हणून समजल्यावर बेरीची माणसं जास्तच घाबरी झाली होती. आपण जंगलातली सागवान-देवदारची कोट्यवधी रुपये किमतीची झाडं तोडून निर्यात केल्याचं कुणाच्या तरी लक्षात येऊन त्याची चौकशी करायला हा आला असेल काय, अशी त्यांना शंका आली. त्यामुळंच त्यांनी महंमदकडून अधिक माहिती मिळेल काय, ते पाहिलं होतं.

महंमदच्या सांगण्यामुळं साहजिकच त्यांचं समाधान झालं नाही. तसंच अंगाडी, जयराम, रामचंद्र या लोकांच्या वागण्याचाही त्यांना अर्थ समजत नव्हता. त्याचबरोबर रफी, रमेश वगैरे मुलंही दोन्ही पार्ट्यांना समजणार नाही, असं वागत होते! या सगळ्यांच्याच वागण्याचा अर्थ जाणून घेण्याचा दोन्ही पार्टीवाल्यांचा प्रयत्न चालला होता. आपल्या दुष्कृत्यांच्या पार्श्वभूमीवर अंगाडी काय शोधू पाहत आहे, याविषयी घाबरत ते नजर ठेवून होते.

यातच जयरामची कथा परिस्थिती आणखी क्लिष्ट करायला जबाबदार झाली, हाही एक दैवदुविलास!

२५

"जयरामांनी सांगितलेली कथा बऱ्याच प्रमाणात सत्य होऊ पाहत आहे! माणसाची वागणूक पूर्वनियोजित असते, हेच सत्य असावं, की काय, असं मला वाटतं. जयरामांच्या कथेतील त्रुटींचा मी शोध घेतला नसता, तर जोगीहाळ खून-प्रकरणातील फितुरीत जयरामही एक सदस्य आहे, अशी मला शंका आली असती. वास्तव संदर्भाच्या आधारानं एखादा कलाकार सत्याच्या एवढ्या जवळची घटनांची साखळी जोडू शकतो, हे विश्वास ठेवायला अशक्य वाटावं, असं आश्चर्य आहे!" इतरांची वाट पाहत प्रवासी बंगल्यात बसलेल्या अंगाडीनं रामचंद्राला म्हटलं.

अंगाडीला जयरामची कथा सत्याच्या अगदी जवळून गेल्यासारखी वाटली होती. जयरामची सर्जनशक्ती त्याला अल्लाउद्दीनच्या अदभुत दिव्यासारखी वाटली होती!

रामचंद्र मात्र कुठल्याही निर्णयापर्यंत न येता मुकाट्यानं सिगारेटचा धूर सोडत बसून होता. त्यानं एकाएकी वळून अंगाडीला विचारलं,

"तुम्ही कधी काळी कम्युनिस्ट होता का?"

या प्रश्नानं चकित झालेल्या अंगाडीनं विचारलं,

"हा प्रश्न का विचारलात? इथं राजकारणाचा काय संबंध?"

"सांगतो... पण मला सांगा... तुम्ही मार्क्सवादी होता का?"

"नाही. मी कधी मार्क्सवादीही नव्हतो आणि माझा कधी कम्युनिस्ट पक्षाशीही संबंध आला नव्हता. बंगालमध्ये नोकरी करताना काही कम्युनिस्ट विचारसरणीच्या लोकांबरोबर बऱ्यापैकी ओळख होती, एवढंच. प्रत्यक्ष त्या पक्षाशी संबंध नव्हता. पण तुम्हांला का एकाएकी याविषयी विचारावंसं वाटलं?"

"काही नाही. आपण ज्या तत्त्वांवर किंवा सिद्धांतांवर विश्वास ठेवतो, ती आपल्या दृष्टिकोनावर आणि जाणिवेवर गाढ परिणाम करतात. संपूर्ण मानवी इतिहास काही ऐतिहासिक नियमांना धरून विकसित झाला आहे, असं मार्क्स मानतो. म्हणजेच माणसाची प्रज्ञा स्वातंत्र्याच्या भ्रमात राहून काही नियमांच्या अधीन होऊन काम करते, असं त्याचं म्हणणं. काही सत्य घटना सांगितल्या, की जयरामची प्रतिभा पुढील सत्याची कल्पना करेल, हा तुमचा विश्वास, म्हणजे मला तरी मार्क्सवादाचा प्रभाव वाटतो!"

"छे:! छे:! तुम्ही प्राध्यापक आहात. तुम्ही या सर्व तत्त्व-विचारांचा सखोल विचार आणि अभ्यास केलाय काय? मी मात्र तसा अभ्यास केला नाही, हे आधीच स्पष्ट करतो. मी पहिल्यापासून गुप्तहेर आहे, एवढंच. गुप्तहेरासाठी आवश्यक असलेलं शोध-विषयक कुतूहल तेवढंच माझ्याकडे आहे. कुठल्याही राजकीय विचारांचं प्रतिपादन करणं, हा माझा उद्देश नाही."

हे बोलणं चालू असतानाच जयराम, हेगडे, सिद्दप्पा प्रवासी बंगल्याच्या पायऱ्या चढून वर आले. हेगडे आणि जयरामचा काही वाद चालला होता.

जयराम म्हणत होता,

"-हे अजिबात चालणार नाही. आधीच सांगून ठेवतो! गोष्ट ऐकल्यावर ती चांगली आहे, की नाही, हे सांगणं एवढंच समीक्षकाचं काम! त्या ऐवजी अशी लिहायला पाहिजे - तसं दुरुस्त करून मांडायला पाहिजे, म्हटलं, तर मी ऐकणार नाही -"

"जयराम, तुम्ही माझं ऐकून तर घ्या! व्हायरस फंगस भू-खंडाला चिकटून येतात - त्यांना कुणी जन्माला घालावं लागत नाही, ही एक गोष्ट झाली. दुसरी आणि त्याहूनही महत्त्वाची गोष्ट म्हणजे, केसरूर व्हायरसचा प्रसार करण्यासाठी ग्वाटेमालाला जोगीहाळांचा खून करायची आवश्यकता नाही!-" हेगडेनं सगळ्यांनाच आपला आक्षेप कळावा, म्हणून पुन्हा एकदा नीट सांगितलं.

अंगाडी म्हणाला, "एक मिनिट, हेगडे! केसरूर रोग फक्त ग्वाटेमालातच होता, हे तुम्ही मान्य करता?"

"होय."

"तर मग ग्वाटेमालामध्ये तिथल्या वेलदोड्याला या रोगाची लागण होऊन तिथला वेलदोडा नष्ट व्हायला हवा, की नाही?"

"नाही. कारण केसरूर रोग एका झाडापासून दुसऱ्या झाडापर्यंत नेण्यासाठी आवश्यक असलेले एफिड्स् हे कीटक तिथल्या थंडगार हवेमुळं तिथं नाहीत. त्यामुळं तिथं या रोगाचा प्रसार संथपणे होतो. इतक्या संथपणे, की हाच रोग तिथं अत्यंत निरुपद्रवी आजार ठरतो."

"तर मग हा रोग नामशेष न होता तिथं कसा राहिला?"

"हा व्हायरस वेलदोड्याच्या रोपांना होणाऱ्या फंगस रोगाचा किंवा बुरशीचा आश्रय घेऊन त्यांच्या परागांतून प्रसार पावतो, अशी एक शंका आहे."

"म्हणजे या रोगाचा जिवंत साठा असलेल्या स्लाईडस् त्यांनी जोगीहाळांकडे पाठवल्या आणि प्रोजेक्टर स्फोटामुळं त्याचा प्रसार झाला - असंच जयरामनी सांगितलं."

"-अशी जयरामाची कल्पना! या कल्पनेवर विश्वास ठेवण्याआधी आपल्याला

इतर किती तरी प्रश्नांची उत्तरं शोधावी लागतील. तोपर्यंत हा सगळा ऊहापोह खोटाच ठरतो –'' हेगडे आणि सिद्दप्पानं एकाच वेळी सांगितलं.

एकाएकी अंगाडी गंभीर झाला. त्याच्या चेहऱ्यावरचा हा बदल सगळ्यांनाच तीव्रपणे जाणवला.

"हे पाहा, हेगडे, जयरामांच्या सांगण्याप्रमाणे तुम्ही असत्य म्हणून पाहत नसाल, अशी माझी अपेक्षा आहे! तुम्ही यावर एवढ्या गंभीरपणे आक्षेप घेताहात, म्हटल्यावर त्यासाठी आवश्यक ती उत्तरं देण्याची जबाबदारी तुमच्यावर आहे, हे लक्षात ठेवा!''

प्रकरण आपल्यावर शेकत असलेलं बघून हेगडे वैतागला. त्याचा वैताग बघून रामचंद्राला हसू आलं.

"जोगीहाळांचा अकस्मात मृत्यू हा खुनाचा प्रकार आहे, हे अगदी खरं आहे! जयरामांनी कथा सांगितल्यानंतर मी शिरसीला जाऊन आलो. तिथं मी जोगीहाळांच्या लॅब-टेक्निशियनशीही बोललो. जोगीहाळांकडे ग्वाटेमालाहून स्लाईडस् आल्या होत्या, हे खरं आहे! त्या अत्यंत पुसट असल्यामुळं नीट दिसत नव्हत्या. त्यासाठी जोगीहाळ हॅलोजिन बल्ब शोधत होते. हा सगळा तपशील ठाऊक असणाऱ्या कुणी तरी त्यांना तो बल्बही मिळवून दिला! संपूर्ण प्रकरणात ही पायरी अत्यंत महत्त्वाची आहे!'' अंगाडी अतिशय गंभीरपणे म्हणाला.

तरीही हेगडेच्या डोक्यातले काही संशय मात्र तसेच राहिले होते. तो म्हणाला, 'ते काहीही असू द्या. तुम्हांला तुमचे साक्षी-आधार कितीही पूरक वाटत असले, तरी माझ्या संशयाचं समाधान होईपर्यंत बेनिफिट ऑफ डाऊट राहणारच! जोगीहाळांचा खून करण्यामागचं कारण काय? व्हायरसचा प्रसार एवढाच उद्देश असेल, तर हा खून करायची काहीच आवश्यकता नाही. याचं उत्तर शोधेपर्यंत तुमचा तपास अपूर्णच राहणार!'

बराच वेळ हा वाद ऐकत असलेला जयराम म्हणाला,

"हेगडेंच्या बोलण्यात तथ्यांश आहे. तुम्ही मला सुरुवातीला जी कथा सांगितली, त्यातलाच एखादा प्रमुख धागा राहून गेलेला दिसतो. जोगीहाळांचा खून करण्यामागं काही तरी प्रमुख कारण असलंच पाहिजे! ते नसेल, तर बाकी सगळा केवळ काथ्याकूट आहे. जोगीहाळांचा मृत्यू केवळ अकस्मात घडलेली घटना ठरेल, एवढंच!''

पण अंगाडी जयरामच्या कथेकडे केवळ काथ्याकूट म्हणून बघायला तयार नव्हता. आंतराष्ट्रीय पातळीवरचं उत्तम हेरजाल तो तोडायला तयार नव्हता! शिवाय आत्तापर्यंत त्यानं जयरामच्या कथेला पूरक ठरतील, असे काही पुरावेही जमवले होते. आता हेगडे त्याच्या पुढ्यात मोठाच पेच उभा करू पाहत होता.

"जोगीहाळ रिसर्च करत होते ना? तिथं एकच गोष्ट महत्त्वाची होती. ती म्हणजे केसरूर हायब्रीड. या बियाण्याची लागवड केलेला एक एकराचा प्लॉट अजूनही आहे. पण त्यात विशेष लक्ष देण्यासारखं काहीही नाही, असं पाटील आणि ब्रीडर महंमद म्हणतात! -" म्हणत तोही गप्प बसला.

ब्रीडर महंमदनं सांगितलं,

"अंगाडी संशोधन-केंद्रावर येऊन गेल्यानंतर पाटील केसरूर हायब्रीड जातीच्या वेलदोड्याविषयी अधिक खोलात जाऊन शोध घेताहेत. पुन्हा-पुन्हा त्या बियाण्याचं मातृ-रोप कुठलं, म्हणून चौकशी करताहेत! अंगाडींनी शांतगौडांकडून एकरी टनभर वेलदोड्याची बातमी ऐकल्यापासून पाटलांनी अत्यंत गंभीरपणे जोगीहाळांच्या नोट्स तपासायला सुरुवात केली आहे. तेही शांतगौडांना भेटायला गेले होते. पण त्यांची तब्येत अतिशय गंभीर असल्यामुळं डॉक्टरांनी त्यांना बोलण्याची बंदी केली आहे!"

"केसरूर हायब्रीड वेलदोडा म्हणजे सालं चिदंबर-रहस्यच होऊन बसलं म्हणायचं!" अंगाडी डोक्याला हात लावत म्हणाला.

महंमदही म्हणाला,

"अंगाडी, सकाळी पाटीलही हाच शब्द वापरत होते! जोगीहाळांच्या नोटस् पाहताना ते म्हणाले, 'चिदंबर-रहस्य होऊन बसलंय्, बघ -" म्हणून! शांतगौडांनी काही तरी सांगितल असतं, तर बरं झालं असतं. आता पाटलांना त्या नोटस्वर पुन्हा काम करावं लागेल!'

"ते असू दे. जयराम, तुम्ही इथं खून कुणी केला, हे अर्धवटच सोडून दिलंय ना? त्याचा खुलासा व्हायला नको काय? हा आक्षेप तुमच्या कथेविषयीचा आहे, हं!" अंगाडी म्हणला.

जयराम म्हणाला, "तुमचं खरंय अंगाडी. पण तसं करण्यात कुणावर तरी दोषारोप करावा लागेल ना? मी याच कथेवर आणखी विचार केला. आता तुम्ही सांगितलेली हॅलोजिन बल्बची घटनाही त्यात घेता येईल. सगळं घडलं, ते जादुगार मुत्तूच्या प्रत्यक्ष मदतीनं!-"

यावर सिद्दप्पा म्हणाला,

"जयराम, तुम्ही तुमची कल्पनाशक्ती जबाबदारीनं वापरायला पाहिजे! तुमच्या या तपासणीचा अखेर काय परिणाम होईल, याचा तुम्ही विचार केलात काय?"

"नो नो नो! काल्पनिक कथेत जबाबदारीचा प्रश्नच कुठं येतो? कुणीही जबाबदार माणूस अशा प्रकारे कल्पनेशी खेळ खेळणार नाही, हे लक्षात ठेवा. माझी कल्पना सांगते, हे सगळं जादुगार मुत्तूकरवी घडवून आणण्यात आलं आहे. हासनमधल्या हॉटेल्सपुढं मुत्तु प्रवाशांना जादू दाखवत असतो. कितीतरी विदेशी प्रवासी हळेयबिडु-बेलूरली देवळं बघायला येत असतात. विदेशी लोकांना सहजपणे

हाती लागणारा माणूस मुत्तूच नाही काय? त्यांच्याकडून मुत्तूही रंगीत फिल्म्स्, कॅमेरे, पेन्स, वॉचेस् विकत घेत असतो. गूढ कामासाठी त्याच्याइतकी योग्य व्यक्ती दुसरी मिळणं शक्यच नाही.'' जयरामनं कथा पुढं नेली.

''जोगीहाळांच्या मृत्यूच्या वेळी मुत्तु इथं होता?'' अंगाडीनं विचारलं.

''होय. त्या सगळ्याच गोसाव्यांकडून पर्यावरणाची हानी होते - रानातले प्राणी मारले जातात, म्हणून त्यांच्याविरुद्ध सिद्दप्पांनं युद्धच पुकारलं होतं.'' हेगडेनं सांगितलं.

''-एवढंच नव्हे -'' महंमद एवढं म्हणून थांबला. सगळे त्याच्याकडे वळले. त्याचा चेहरा बघून सगळेच घाबरे झाले. तो पुन्हा 'नाही... मी म्हणत होतो...' म्हणत स्वत:ला सावरू लागला. त्याचा चेहरा पांढरा फटक पडला होता, ओठ कापत होते. तिथं बसलेले सगळे त्याची ती अवस्था बघून चांगलेच गडबडले. खेळ म्हणून सुरू झालेला वेढा फास बनून आवळू पाहत होता.

अंगाडीनं विचारलं,

'काय झालं, महंमद?'

त्यानंतरही काही वेळ स्वत:ला आवरत महंमद स्वस्थ बसला आणि त्यानंतर म्हणाला,

''जयराम, तुम्ही सांगताय, ती केवळ कथा आहे, असं मला वाटत नाही! अल्ला तुमच्या तोंडून काही तरी वदवू पाहत आहे! जादुगार मुत्तु पुन्हा केसरूरला आला आहे! आजच पाहिलं मी त्याला! तेही एका विचित्र परिस्थितीत! जिवावरचा प्रश्न आहे इथं! तुम्ही कुणाला सागूं नका -'' असं विनवून त्यानं पाठीला सुरा लावल्याची हकीकत सांगितली. त्याचबरोबर सुरा लावणारा मुत्तूव्यतिरिक्त कुणीतरी असला पाहिजे, हेही बोलून दाखवलं. हे सांगताना त्याच्या सर्वांगाला सूक्ष्म कंप सुटला होता.

सगळं ऐकणारा जयराम एकदंम म्हणाला,

''मित्रांनो! सत्याचा आणखी एक पैलू सापडला! माझी कथा आणखी एक पाऊल पुढं गेली त्यामुळं मी ती भूतकाळातून वर्तमानकाळात आणून सोडतो! जादुगार मुत्तु पुन्हा का आलाय? अंगाडीला मारायला, की महंमदला? जर माझी कथा वास्तवाच्या अगदी जवळ असेल, तर या खेपेला त्याचं लक्ष्य कोण असेल? प्रोफेसर पाटील! केसरूर हायब्रीडचं चिदंबर-रहस्य सोडवण्याआधी पाटलांची कथा संपेल!-''

जयरामचं बोलणं संपलं, तेव्हा सगळ्यांच्याच डोक्यावर आकाश कोसळल्यासारखं झालं होतं. त्यात महंमदचा सुऱ्याचा अनुभव ऐकत असताना ही कथा सहजपणे सुरू होऊन एका अवघड जागी येऊन पोहोचल्याचं सगळयांनाच जाणवत

होतं. आता तिचा अंत समजल्यावर तर ती फास होऊन गळ्याभोवती आवळत आहे, असं वाटू लागलं.

अखेर महंमदच म्हणाला,

"असं असेल, तर आपण हे पाटलांना सांगायला हवं - नाही का?"

या वेळेपर्यंत सारं मुकाट्यानं ऐकत असलेल्या रामचंद्राला मात्र आता राहवलं नाही. तो उद्वेगानं म्हणाला,

"पुरे करा बघू तुमची कथा! कथा सांगा, म्हटल्यावर सगळयांनी आपल्यालाच ओरबाडून घ्यावं, असं करणारी कथा सांगता? तुमची कथा पुरी होण्यासाठी आता पाटलांचा खून व्हायला पाहिजे! पाहिलंत - सगळं प्रकरण कुठं येऊन पोहोचलं, ते? आता तुम्ही पाटलांपुढे जाऊन काय सांगणार ? जयरामांनी अशी - अशी कथा रचलीय आणि त्यात शेवटी तुमचा खून होणार आहे, म्हणून? अरे, थोडा विचार करा! आपण बोलतोय, तो सगळाच प्रकार या कथेबाहेरच्यांना किती पोरकटपणाचा वाटेल! मला वाटतं, हा तपास, हा प्रयोग, ही कथा - केवळ आपल्या चार-पाच जणांमध्येच ठेवणं योग्य ठरेल."

जयराम म्हणाला,

"मी ही कथा लिहिली असली, तरी काही ठिकाणी मलाही टवाळखोरी दिसतेच. पण अंगाडींना ज्या प्रमाणात यश मिळतंय, त्यावरून वाटतं, केसरूरमधले फारच थोडे लोक या कक्षेबाहेर आहेत!"

"मला यात मर्कटचेष्टा दिसत नाही, रामचद्रं! कारण त्यामागं माझा उद्देश आहे. माझ्या दृष्टीनं हा एक उद्देशपूर्ण प्रयोग आहे. या प्रकरणात मी कुठूनही पुढं जाता येऊ नये, अशा परिस्थितीत गुरफटलो होतो. माझ्या दृष्टीनं तर ही कथा खोटी ठरली, तरी मला तिचा उपयोग आहे!" अंगाडी म्हणाला.

रामचंद्रनं जयरामकडे वळू विचारलं,

"आम्हांला कथा सांगून घाबरं करण्यामागे तुमचा काय उद्देश आहे?"

"सत्याचा शोध! क्वेस्ट फॉर ट्रुथ! खऱ्या अर्थानं चिदंबर - रहस्याचा वेध घ्यायचा आहे. केवळ जोगीहाळांचा खून झाला, की नाही, याचा शोध घेणं एवढाच अंगाडीसारखा मर्यादित हेतू नाही! केसरूर हायब्रीडचा शोध घेण्यापेक्षाही हा शोध वेगळा आहे. जीवनाचं स्वरूप काय? अनुभव आणि त्या अनुभवांचा आधार असणाऱ्या मानवाच्या वागणुकीचं स्वरूप काय? हेच ते चिदंबर-रहस्य!"

"म्हणजे हा साहित्य-विषयक प्रश्न नाही!"

"नाही. तुम्ही उपस्थित केलेला प्रश्नच माझाही प्रश्न आहे. मनुष्य-प्रज्ञा खरोखरच स्वतंत्र आहे, की तो एक भ्रम आहे? संपूर्ण ग्रह-तारे - संपूर्ण विश्व काही नियमांनी बद्ध होऊन फिरत असतं. प्रत्येक अणू-परमाणू आणि इलेक्ट्रॉन-प्रोटॉनही

विशिष्ट नियमांच्या सरहद्दीतच फिरत असतात. अशा वेळी त्यानंच प्रभावित होणारी मानवी प्रज्ञा नियमातीत आहे काय? ती खरोखरच स्वतंत्र आहे? मला खऱ्या अर्थानं चकित करणारं हेच चिदंबर-रहस्य! तुमच्या या पोरकट खेळात सहभागी होण्यात माझ्यासारख्याचा या व्यतिरिक्त दुसरा कुठलाही उद्देश नाही!'' जयराम उत्कटपणे म्हणाला.

''ते असू द्या, हो! पण तुमचा हा ज्ञानयोग कुठं येऊन पोहोचला, पाहा ना! आता तुझ्या कथेतल्या सत्यासत्यतेची प्रचीती घेण्यासाठी पाटलांच्या खुनाची वाट बघत बसायची पाळी आली!'' रामचंद्र उद्गारला.

''छे:! छे:! मी प्रवासी इंटलिजन्स ऑफिसर!'' अंगाडी म्हणाला.

जयराम म्हणाला,

''रामचंद्र, एक गोष्ट तुम्ही विसरलात. आता आपण कथेच्या वर्तमानात आहोत. तुम्हांला माझी कथा ठाऊक आहे. आता तर तुम्ही कथेचीही कथा ठाऊक असलेले पात्रधारी आहात! पाटलांना मृत्यूच्या दाढेतून वाचवणारी पुढची कथा आता तुम्ही पुढं नेली पाहिजे!''

रामचंद्र खदखदून हसला. त्याचं हसणं ऐकून सगळेच चकित झाले.

''जयराम, पाटलांना वाचवणं किंवा न वाचवणं एवढ्याचसाठी मी हा प्रश्न विचारला नाही. इथं असलेला खरा मोठा गोंधळ अजून तुमच्या ध्यानात आलेला दिसत नाही! तुमच्या कथेप्रमाणे आपण पाटलांना मृत्यूपासून वाचवलं, तर मनुष्य-प्रज्ञा स्वंतत्र आहे, असं समजता येईल - त्याचबरोबर मनुष्य-प्रज्ञा कोणते तरी नियम पाळत असते, हे विधान खोटं म्हणता येईल. खरं, की नाही?''

''होय - होय!'' सगळे म्हणाले.

''म्हणजेच मानवी-प्रज्ञा कोणत्याही नियमांना न मानणारी आहे, असं एकदा म्हटल्यावर वास्तवाचे तुकडे काटेकोरपणे जोडून कलाकार त्याची पुनर्रचना करू शकतो - हे विधान खोटं ठरेल आणि तुमच्या कथेवर विश्वास ठेवणारे आमच्यासारखे मूर्ख ठरतील!''

''आपण गप्प बसलो, तर?'' अंगाडीनं विचारलं.

''आपण गप्प बसलो, तर आपण जयरामांची कथा गंभीरपणे घेतलीच नाही, असा अर्थ होईल!''

रामचंद्राच्या तर्काच्या मृत्यूबंधानं सगळ्यांचंच डोकं गरगरू लागलं. सगळे डोक्याला हात लावून बसून राहिले.

गप्प न राहता जयरामला पुढची कथा सागांयच्या भरीला घालून आता मात्र सगळे कथेच्या चक्रव्यूहात गरगरत राहिले होते!

''हे पाहा, तर्क-इतिहास-जीवनाचं स्वरूप वगैरे प्रत्येकाच्या जीवनाच्या एका

टोकापाशी निश्चित होत असतं. आता यांनतर आपण सगळे आपापल्या बुद्धीप्रमाणे वागू या. ती घटना वर्तमानापासून हटून इतिहासाचा भाग बनल्यावर आपण त्यापासून जे निर्णय काढायचे, ते काढू या! काय म्हणता?'' हताश होऊन बसलेल्या अंगाडीला जयरामनं सुचवलं.

त्यासरशी रामचंद्रनं उपस्थित केलेल्या क्लिष्ट प्रश्नाला तात्पुरता पूर्णविराम मिळाला.

''ऑल राईट! तुम्ही म्हणता, ते खरं आहे. मी तर यानंतर मला योग्य वाटेल, तसं वागेन. त्यामुळं मानवी प्रज्ञा स्वतंत्र आहे, असं सिद्ध होवो. नाहीतर बद्ध आहे, म्हणून सिद्ध होवो! -'' अंगाडीनंही ठरवलं.

२६

सिद्दप्पाला पाहिलं, की आचारीच्या तळपायांतली आग मस्तकात जात होती. कारण गोसावी दिसले, की सिद्दप्पा भडकून उठत होता. त्यांना पाहिलं, की हा नागासारखे फूत्कार टाकत होता.

संपूर्ण केसरूरचं पर्यावरण कसं नाश पावत आहे, हे सिद्दप्पा जवळून पाहत होता. एकीकडे सुलेमान बेरीसारखा राक्षस वैयक्तिक फायद्यासाठी निसर्गावर सुरा चालवत होता, तर दुसरीकडे गरीब माणसं स्वतःच्या जगण्यासाठी त्याचा नाश करत होती. सुलेमान बेरीप्रमाणे हे गोसावीही नाशाला हातभार लावत होते. सुलेमान बेरी आणि त्याची माणसं गावालगतची जंगलं, विविध झुडपं तोडून ट्रकमधून परगावी पाठवत होती, तर हे गोसावी रानातल्या काट्या-काटक्या जळणासाठी आणत होते आणि त्या झुडुपांच्या आश्रयानं राहणारे ससे, रानकोंबडे, रानकोकरं पकडून, त्यांच्या मुंड्या मुरगाळत आणि विकत होते. झाडं तोडल्यामुळं बोडक्या झालेल्या डोंगरावरून पावसाळ्यात धो-धो पाणी वाहू लागलं, की वरचा मातीचा थर निघून जाऊन ते केवळ गारगोट्यांचे खडक होऊन राहत होते. हे गोसावी विषारी वनस्पतीच्या बिया कुटून तो विषारी लगदा केसरूरजवळच्या नद्यांमधल्या डोहात मिसळून ठेवत. त्यामुळं मेलेले मासे गोसाव्यांनी नेल्यानंतरही गिधाडं-घारी किती तरी दिवस मेलेले मासे खाण्यासाठी त्या डोहांभोवती घिरट्या मारत!

याच कारणासाठी सिद्दप्पाचं गोसाव्यांशी भांडण होतं. तो काही ना काही कारण सापडलं, की त्यांच्याविरुद्ध वनविभाग आणि पोलिस खात्याकडे तक्रार देत असे. यंदा आचारी त्यांना केसरूरमध्ये कायमचीच जागा देण्याचा विचार करत असल्याचं त्याला ठाऊक नव्हतं.

केसरूरमध्ये गोसाव्यांच्या विरोधात फक्त सिद्दप्पाचाच तेवढाच आवाज नव्हता. आपल्या वस्तीच्या शेजारीच ठाण मांडून बसलेल्या या शनी-अवतारांकडे केसरूरचे हरिजनही अत्यंत तिरस्कारानं पाहत. दरवर्षी आपल्या वस्तीतून ज्या तरण्या-ताठ्या मुली पळून जातात, त्याला हे गोसावीच जबाबदार आहेत, असं हरिजन मानत होते. गावोगाव भटकणाऱ्या या गोसाव्यांचे दूरदूरच्या गावांमधल्या वेश्याव्यवसायाशी

लागेबांधे होते. हरिजन मुलींना हे गोसावी शहरी जीवनाची आशा दाखवत आणि त्यांना वेश्या वस्तीत पोहोचवून आपलं कमिशन मिळवत. अशा प्रकारे निघून गेलेल्या मुलींपैकी दोन-तीन मुली परतही आल्या होत्या. पण त्यावेळी त्यांच्या अंगांवरच्या साड्या झुळझुळीत होत्या आणि त्यांनी आपापल्या आयांना दागिने आणि वडिलांना रोख पैसे आणून दिले होते. हे पाहून गरिबीत खितपत पडलेल्या किती तरी तरण्याताठ्या हरिजन मुलींना गोसाव्यांच्या आगमनासरशी विविध वेध लागले होते. त्यामुळंच हरिजनांचा गोसाव्यांवर राग होता.

हरिजनांनी 'गोसाव्यांना इथं कायम जागा दिली, तर आम्ही त्यांना आमच्या विहिरीचं पाणी देणार नाही!' अशी तीव्र भूमिका घेतली आणि सिद्दप्पाच्या आवाजात आवाज मिसळला.

सिद्दप्पाचा गोसाव्यांवर राग असायला जयरामची कथा कारणीभूत आहे, असं अंगाडी, रामचंद्र वगैरेंना वाटत होतं. पण वस्तुस्थिती अशी होती, की या कारणाबरोबरच सिद्दप्पाला हे लोक संपूर्ण निसर्गाचा नाश करणाऱ्या कृमी-कीटकांप्रमाणे भासत होते!

पाटलांचा खून मुत्तु गोसावी करणार नाही, अशा प्रकारे नजर ठेवायची संपूर्ण जबाबदारी अंगाडीनं स्वीकारल्यामुळं त्या कारणासाठी सिद्दप्पा गोसाव्यांवर आगपाखड करत नव्हता.

अलीकडे या सर्व घटनांवर बारीक नजर ठेवणारा आणखी एक माणूस त्या परिसरात होता. तो म्हणजे अब्बास बेरी - सुलेमान बेरीचा उजवा हात! परिस्थितीवर संपूर्णपणे नजर ठेवून घडणाऱ्या घटनांचा साधक-बाधक विचार करायचा आणि त्यानुसार आपली पावलं ठरवायची, ही जबाबदारी त्याचीच होती.

सुलेमान बेरी कोट्यधीश आहे, असं सगळे समजत असले, तरी अब्बास बेरीला त्याच्या आजच्या कठीण परिस्थितीची कल्पना होती. म्हणूनच तोही सुलेमान बेरीप्रमाणे धडधडत्या छातीनं परिस्थितीचं निरीक्षण करत होता. त्यानं महंमदकडून अंगाडीच्या येण्यामागचं कारण जाणून घ्यायचाही प्रयत्न केला होता. पण महंमदच्या उत्तरानं त्याचं किंचितही समाधान झालं नव्हतं. कारण केसरूरच्या संपूर्ण वातावरणातच अस्वस्थता आणि द्वेषाचा धूर कोंडला होता. तिथं कुठलं तरी धोकादायक दडपण वाढत चाललं होतं. अब्बास बेरीही तेच जाणून घ्यायचा प्रयत्न करत होता. जे आपल्याबरोबर नाहीत, ते आपले शत्रू, असा त्याचा साधा हिशेब होता. त्यामुळचं केसरूरमधल्या प्रत्येकावर कुठल्या ना कुठल्या पार्टीमध्ये सामील व्हायचं दडपण आलं होतं. जे सुलेमान बेरीच्या गटात जाऊ शकत नव्हते, ते व्यंकटेश भक्तांना जाऊन मिळत होते.

अब्बास बेरी दररोज विचार करत होता - फासा कसा फेकायचा?

अंगाडीचं संशयास्पद आगमन!

सिद्दप्पाचा गोसाव्यांविरुद्ध युद्ध-पुकारा!

रामचंद्रनं जमवलेली विद्यार्थ्यांची टोळी!

हरिजनांचा गोसाव्यांवरील राग!

केसरूरमधलं साधं-सरळ सामाजिक वातावरण बघता-बघता क्लिष्ट होऊ लागलं होतं. केसरूरच्या दारू-कंत्राटदारावर जोगीहाळांचा मृत्यू लादून सुलेमान बेरी संपूर्ण तालुक्याची अबकारी आपल्या मुठीत ठेवण्यासाठी धडपडत असतानाच केसरूरची परिस्थिती पूर्णपणे नियंत्रणाबाहेर जाईल, अशी त्याला भीती वाटत होती.

ही परिस्थिती नेमकी कशी आहे, म्हणायची? आपल्याला पूरक आहे, की मारक? अब्बास बेरी बऱ्याच ठिकाणांहून चाव्या फिरवू पाहत होता; पण दरवाजा उघडण्याची लक्षणं नव्हती.

गोसाव्यांना जमीन देण्यासाठी आचारी धावपळ करतोय. डेप्युटी कमिशनरची सही झाली, की ती मंजूरही होईल. 'गरीब जनतेला घर' या योजनेखाली हे चाललंय. अब्बास बेरीला हे सर्वप्रथम समजलं होतं. पण यामागं आचारी का एवढी धावपळ करत असावा? हलकटाची खाज या पातळीवर गेली काय?

पण जेव्हा त्याला आचारीबरोबरच इतर काही चेहरे या कामात गढलेले दिसू लागले, तेव्हा वैऱ्याच्या हालचालींमधले डावपेच उमजू लागले. तालुका बोर्डामधला विरुद्ध पक्ष तिथं होता! कृष्णेगौडा, तम्मण्णागौडा, शाम नायक, तिम्मप्पागौडा, कॉलेजचे प्रिन्सिपॉल - ओहो! म्हणजे हे केवळ गरिबांना घर द्यायचं प्रकरण नाही आणि ही केवळ आचारीची खाजही नाही! हे तर योजनाबद्ध राजकारण आहे! तालुका बोर्ड काबीज करायला इथं लिंगायत आणि वक्कलिग बामणाच्या नेतृत्वाखाली निघाले आहेत! मादरचोद लेकाचे! -

अब्बास बेरीची संतापानं सर्वांगाची लाही-लाही झाली.

सुलेमान बेरीनं या आधीच त्याला सांगितलं होतं - यंदाची तालुका-बोर्डाची निवडणूक आपल्या जीवन-मरणाचा प्रश्न आहे! त्यामागं केवळ सत्ता-लालसा हे एकच कारण नव्हतं.

गेले काही दिवस सुलेमान बेरी एक फार मोठा जुगार खेळण्यात दंग झाला होता. आपल्या भांडवलाचा तिसरा भाग त्यानं यात गुंतवला होता. त्यानं सरकारी अरण्यातलं वड, पिंपरणी आणि इतर फालतू लाकूड चोरून आणून त्यापासून दारं-खिडक्या-चौकटी-तुळया वगैरे वस्तू जनता घरांसाठी म्हणून तयार करून ठेवल्या होत्या. अब्बास बेरीच्या सॉ मिल्समध्ये त्यांचा ढिगारा पडला होता! या सर्व प्रकारात कोट्यवधी रुपयांची गुंतवणूक होती! या वेळी तालुका-बोर्डावर विरोधी पार्टीची सरशी झाली आणि त्यांनी हा सगळा माल निकृष्ट दर्जाचा म्हणून नाकारला, तर? मग

संपूर्ण जिल्ह्यात बातमी पसरायला उशीर लागणार नाही! पाठोपाठ या निमित्तानं कापलेलं भारी लाकूड कुठं गेलं, याची चौकशी सुरू होईल! मग? हा हरामखोर बम्मन आचारी तर गळ्याशीच फास आणतोय!

हे पाहता-पाहता पाटलांच्या माणसांच्या हालचालींचा अर्थ जाणून घेणंही अवघड होऊ लागलं. कितीही डोकं खाजवलं, तरी यांचं काय चाललंय, हे त्याला उमजत नव्हतं. हा साठ-सत्तर माणसांचा गोसाव्यांचा ग्रूप केसरूरमध्ये राजकारणाच्या दृष्टीनं नेमका कितपत महत्त्वाचा आहे? आपण मनावर घेतलं, तर शंभर माणसं आपल्याकडे वळवणं अशक्य आहे काय?

-काही का असेना, तो हलकट, ढिल्या कासोट्याचा आचारी अत्यंत धोकादायक माणूस आहे! तो समोरच्या पार्टीत असेपर्यंत आपण सावध असलं पाहिजे! - अब्बास बेरीनं स्वत:ला बजावलं.

२७

"सर! तुमचा खून करायचा एक प्रयत्न चाललाय म्हणे - सर!" फायलींमध्ये डोकं खुपसून बसलेल्या पाटलांपुढं उभा राहून ब्रीडर महंमद भयग्रस्त होऊन म्हणाला.

सुलेमान बेरीच्या माणसानं सुरा लावून घाबरवल्यापासून महंमद अत्यंत भयभीत अवस्थेतच वावरत होता. त्यानंतर जयरामची कथा ऐकून त्यात चिंताही मिसळली होती. तो जेवढा म्हणून त्या कथेवर अधिकाधिक विचार करू लागला, तितकी ती कथा त्याच्या दृष्टीनं आणखी आशयपूर्ण होत चालली होती. संशोधन केंद्रामध्ये येणारा प्रत्येक माणूस पाटलांचा खून करायलाच आला आहे, असं त्याला प्रत्येक वेळी वाटू लागलं. शिवाय एक भीती त्याच्या मनात सतत होती. आपण जर ठाऊक असूनही पाटलांना सावध केलं नाही, तर सगळे हिंदू आपल्यालाच जबाबदार धरतील, याची त्याला खात्री होती. त्यानं ही भीती हेगडे-सिद्दप्पांपुढं बोलून दाखवली होती. पण त्यांनी "अबे जा! त्या सिनिक म्हाताऱ्यापुढं असं काही सांगणार ? डोकं ताळ्यावर आहे, की नाही?-" असं म्हणून उडवून लावलं.

त्या दिवशी मात्र पाटील वेगळ्याच आनंदात होते. जोगीहाळांच्या नोटसूचा अभ्यास बऱ्याच अंशी उरकत आला होता. केसरूर हायब्रीडचं रहस्य उकलण्यात त्यांना यश मिळालं होतं! पण त्यातले काही बारकावे जाणून घेतल्यानंतर या रहस्याचा भेद करायचा, म्हणून ते अजून गप्प बसले होते.

ब्रीडर महंमदनं अचानकपणे पुढं येऊन खुनाविषयी सांगताच त्यांनी दृष्टी महंमदकडे रोखली.

त्या दृष्टीनं महंमद चांगलाच गडबडून गेला. पुढं काय बोलावं, हेच त्याला सुचेना.

तो पुढं आणखी काही सांगेल, म्हणून काही वेळ पाटील अपेक्षेने पाहत राहिले. तो काहीच बोलेना, तेव्हा त्यांनीच विचारलं,

"हे तुम्हांला कसं समजलं? तुम्ही एवढे का पांढरे फटक पडला? मला वाटतं, ही जबाबदारी कुणी तरी तुमच्यावर सोपवली आहे!"

कोरडी पडलेली जीभ ओली करत महंमद म्हणाला,

"तसं नाही, सर! पण आम्हांला तसा संशय आलाय्!"

"संशय? माझी तर खात्रीच झालीय! तुम्ही नीट बोलाल काय? आम्हाला म्हणजे कुणा-कुणाला? सगळं नीट सांगा. एक लक्षात घ्या - एक ना एक दिवस मरायचंच आहे. खून, की आजार, हा वेगळा प्रश्न आहे. पण त्यासाठी एवढे का घाबरे होता?"

"आम्ही म्हणजे मी-सिद्दप्पा-हेगडे. त्यामागं एक गोष्ट आहे, सर! गोष्ट म्हणजे खरी-खरी कथा!"

"हो? तर मग मलाही सांगा ना! मीही ऐकेन." एकंदरीत पाटलांना किंचितही भीती वाटलेली दिसली नाही.

महंमदनंही स्वत:ला सावरून आपल्याला ठाऊक असलेलं पाटलांना सांगितलं. आता तीच कथा कशी शनीसारखी छळतेय, हेही सांगितलं.

किंचितही विचलित न होता पाटलांनी सारं व्यवस्थित ऐकून घेतलं आणि नंतर ते म्हणाले,

'महंमद, माझा यावर मुळीच विश्वास नाही. काही कॉर्नर्समधून मलाही खुनाच्या धमक्या आल्या आहेत, हे खरं आहे! पण एक लक्षात घ्या - इट इज टू लेट! आता मला ठार करून काहीही उपयोग नाही. सर्व परिस्थितीचा विचार करता जयरामची कथा खरी ठरू शकेल, अशी एक पुसट शक्यता आहे, इतकंच! पण, एक लक्षात ठेवा, मला मारण्यानं काहीही उपयोग नाही. जा, सिद्दप्पा-हेगडेंनाही बोलावून आणा. जोगीहाळांच्या नोटस्‌मधून मला जे काही समजलंय्, त्याविषयी मला तुम्हा सगळ्यांशी बोलायला पाहिजे! त्यांनतर मी मेलो, की फार तर गाढवाची शेपूट गेली म्हणा आणि तुमचं काम सुरू ठेवा!'

आपलं बोलणं पाटलांनी एवढ्या शांतपणानं घेतल्याचं पाहून महंमदचं मन तरल झालं होतं. तो त्या दोघांना बोलवायला गेला. सगळं ऐकताच आधी दोघंही त्याच्यावरच उखडले,

"तुला कुणी सांगितला होता नसता उद्योग? आधीच सिनिक माणूस! आम्ही येत नाही, जा -"

महंमद गयावया करू लागला,

"तसं नाही, रे - त्यांना काही तरी महत्त्वाचं सांगायचंय, म्हणे! केसरूर हायब्रीडविषयी -"

"डोंबल तुझं! त्यात कसलं आलंय रहस्य? आपल्याला ठाऊक नाही, असं काय आहे त्यात? आपण उगाच रहस्य-रहस्य म्हणून धावपळ करू लागलो, तर उद्या एखादा माथेफिरू आपलेही खून करून मोकळा होईल! एकंदरीत या केसरूरात कुठल्या तरी खुनाची आपण पूर्वतयारी करतोय, वाटतं!-"

अखेर ते कसेबसे पाटलांकडे यायला तयार झाले. त्यांनी आल्या आल्या पाटलांचं सांत्वन करायच्या स्वरात सांगितलं,

"सर! जयरामांनी सांगितलेल्या कथेवर विश्वास ठेवून यानं तुमच्या मनाचा गोंधळ उडवून दिलाय! तुम्ही यातलं काहीही मनावर घेऊ नका, सर –"

"सिद्दप्पा, या बाबतीत तुम्ही माझं समाधान करायची गरज नाही. पण मला धैर्य देण्याइतकं धैर्य तुमच्या मनात आहे, याचाच मला आनंद आहे! गावातले सगळेच्या सगळे देवळं-मशिदी बांधून मरत असताना आपल्या कामाची गंभीर दखल घेऊन कुणी धमकावत असेल, तर तुम्हाला तुमच्या संशोधनाचा अभिमान वाटला पाहिजे! मला तर या आधीच फोनवरून खुनाच्या धमक्या देण्यात आल्या आहेत! मरणाची भीती ही माझ्या दृष्टीनं काही अपरिचित गोष्ट नाही. मला हृदयविकाराचा त्रास आहे, अशी एका डॉक्टरांनी मला भीती घातली होती. आपला नवा इलेक्ट्रो-कॉर्डिओग्रम कसा काम करतो, याचं मला प्रात्यक्षिक दाखवायला जाऊन तो या निर्णयाला आला होता. धावपळ करू नको, पायऱ्या चढू नको, धाप लागेल, असं काहीही करू नको, मीठ खाऊ नको, साखर खाऊ नको, दूरचा प्रवास करू नको - अशी काटेकोर नियमांची भली मोठी त्यानं मला यादी दिली होती. त्याच्या सगळ्या सूचना पाळायच्या, म्हणजे मला एक थडगं तयार करून त्यात नऊ वर्षं राहावं लागलं असतं! हे कसं शक्य आहे? मृत्यूचं भय गेल्याशिवाय तुम्ही खऱ्या अर्थानं माणूस होऊ शकणार नाही! मेलो, तर मेलो - गाढवाचं शेपूट गेलं, म्हणत इतकी वर्षं न मरता जगतोय मी! तुमची डोकी जागेवर आहेत, की नाहीत? जयरामांनी सांगितलेलं सगळं खरं असेल, तर आपण गंभीरपणे मरू या!-"

सिद्दप्पा, हेगडे आणि महंमद पाटलांच्या या प्रतिक्रियेमुळं किंकर्तव्यमूढ होऊन गेले होते! या सिनिक म्हाताऱ्याच्या हृदयात दडलेलं धैर्य पाहून त्यांच्याही मनांत थोडी ताकद आली.

"तसं नाही, सर! कथा ऐकायच्या आधी जे घडलं असतं, ते घडलं असतं. पण कथा ऐकल्यावर सगळे पुरावे त्याला पूरक आढळू लागले, म्हटल्यावर डोकं फिरल्यासारखं झालं!" हेगडे म्हणाला.

"हे सगळं कुणाचं काम?"

"श्यामनंदन अंगाडी आलेत ना? त्यांनी सगळा गोंधळ करून ठेवलाय बघा! त्यात रामचंद्र-जयरामही शिरलेत. माणूस स्वतंत्र आहे, की विधिनियमांनी बद्ध आहे, हे कलाकृतीवर प्रयोग करून जाणून घेऊ या, म्हणून त्यातूनच सुरुवात झाली. दररोज संध्याकाळी या कथेचा परामर्श घेण्यात येतो. खेळ म्हणून हे प्रकरण सुरू झालं आणि आता मात्र नसती डोकेदुखी होऊन बसली आहे!"

"ओ हो! म्हणजे तुम्ही कधीही न सुटणाराच प्रश्न घेतलाय म्हणायचा, डोंट वरी! कुणाचा अचानक खून झाला आणि कुणी मेलं, तरी सगळं एवढयात संपत नाही! ते जाऊ द्या. आता आपण जोगीहाळ संशोधन करत असलेल्या केसरूर हायब्रीडविषयी बोलू या. वेलदोडा म्हणजे उत्पादन न वाढवता येण्यासारखं पीक आहे, म्हणून भिंतीवर धडका मारून डोकं रक्तबंबाळ करून घ्यावं, तसं चाललं होतं, हे तुम्हांलाही ठाऊक आहेच. शेवटी जोगीहाळांनी ही समस्या किती साध्या पद्धतीनं सोडवली आहे! हायब्रीड बियाण्यापासून तयार झालेलं वेलदोड्याचं रोपही इतर रोपांचे दोष घेऊन आल्यामुळं बीपासून त्याचं उत्पन्न वाढवणं अशक्य आहे, अशा निणर्यापर्यंत येऊन त्यांनी एंकदरीतच संशोधन थांबवलं होतं."

"होय, सर! त्या वेळी आम्हांलाही आमची मेहनत पाण्यात गेली, म्हणून वाईट वाटलं होतं."

"पण त्यासाठी एक अत्यंत साधा मार्ग होता. पण आपल्यापैकी कुणालाही तो सुचला नव्हता. आपली पांरपरिक विचार करायची पद्धतच या मार्गामध्ये अडचण झाली!"

"कुठला मार्ग, सर?" सिद्दप्पानं उत्सुकतेनं विचारलं.

"सांगतो... सांगतो! एवढी कसली घाई? तेवढ्यात कुणी खून करेल, म्हणून भीती वाटते? या पाहा, जोगीहाळांनी ग्वाटेमालामध्ये काढलेल्या नोटस्! तिथं वेलदोड्याच्या पिकाचं प्रमाण जास्त का, यावर त्यांनी तिथं जाऊन संशोधन केलं. कारण ग्वाटेमालातलं बी भारतात लावलं, तरी त्यांना हवा तो रिझल्ट मिळत नव्हता. जोगीहाळांनी प्रत्यक्ष ग्वाटेमालामध्ये जेव्हा संशोधन केलं, तेव्हा एक गोष्ट त्यांच्या लक्षात आली. ग्वाटेमालात वेलदोड्याची लागवड बियाण्यामार्फत करत नाहीत. हे झाड केळी आणि आल्याप्रमाणे कंदातून येणारं झाड आहे. त्यामुळं ग्वाटेमालामध्ये असे कंद काढून केळीच्या झाडांप्रमाणे वेलदोड्याची लागवड करतात. यातून निर्माण होणारं रोप मात्र मातृ-रोपाचे सगळे गुणधर्म घेऊन येतं. मग तिथला शेतकरी काय करेल? शक्य तितकी उत्तम झाडंच तो वेगळी रोपं तयार करण्यासाठी निवडतो त्यामुळं ग्वाटेमालात केवळ चांगल्या जातीच्या रोपांचा प्रसार होऊन फालतू जातीची झाडं नष्ट होत आहेत. त्यामुळं साहजिकच त्यांच्याकडील वेलदोड्याचं उत्पादन वाढतंय -"

सगळेजण कानांत प्राण आणून पाटलांचं बोलणं ऐकत होते.

"-याचाच अर्थ असा - तुम्ही एखाद्या गोष्टीकडे कुठल्या दृष्टीनं पाहता, यावर सगळं अवलंबून आहे! ग्वाटेमालाच्या शेतकऱ्यांनी वेलदोड्याकडे कंदमुळाचं झाड म्हणून पाहिलं आणि आपण भारतात त्याकडे फूल-फळ-बी या मार्गानं प्रसार पावणारं झाड म्हणून पाहिलं. जोगीहाळांनी केसरूर हायब्रीडकडे त्या दृष्टीनं पाहायचा

प्रयत्न केला आहे. ज्याला जोगीहाळ केसरूर हायब्रीड म्हणतात, ते झाड एका वर्षात किलोभर वेलदोडे देईल. या हिशेबानं पाहिलं, तर एका एकरात एक टन उत्पादन देईल! एकरी टनभर उत्पादन देणारं झाड म्हणून ख्याती पसरली होती, ते हेच झाड!''

''सर, यांतल्या एका गोष्टीचा नीट उलगडा झाला नाही. ही बातमी जयराम आणि अंगाडींना समजली, तर ते कथा पूर्ण झाली, म्हणून फुगून जातील! जोगीहाळांच्या खुनामागचं कारण काय, म्हणून त्यांनी सगळ्यांकडे कटकट चालवली होती. आता तुम्हीच त्याचा शोध लावलात!'' सिद्दप्पा म्हणाला.

''सिद्दप्पा, मृत्यूच्या छायेत काम करताना जो आनंद मिळतो, तो आणखी कशातही मिळत नाही. पूर्वी भारतात ब्रिटिशांनी कॉफीचे मळे तयार केले ना? त्यांच्या कथा वाचा. म्हणजे समजेल तुम्हाला, मी काय म्हणतो, ते! त्यांचं आयुष्य काही फुलांच्या पायघड्यांवरून गेलं नाही. तिथंही पावला-पावलाला जीवन-मृत्यूचा झगडा चालला आहे!''

''ते झालं, सर! पण केसरूर हायब्रीडचं मातृरोप कुठं आहे? ते सापडल्याशिवाय तुम्ही जे जाणून घेतलंय, त्याला काहीच अर्थ राहणार नाही.'' महंमद म्हणाला.

''त्याशिवाय आता कोण गप्प बसणार आहे? आणखी थोडा जोगीहाळांच्या नोटस् आणि डायरीचा अभ्यास करायचा आहे. मी ते निश्चित शोधू शकेन. ते जाऊ द्या. पण ह्या दृष्टिकोनाचं महत्त्व समजलं, की नाही? जीवन असो वा एखादं झाड असो - तुम्ही त्याकडे कसे पाहता, ते महत्त्वाचं आहे. त्यावर तुमचा अंतिम निष्कर्ष अवलंबून असतो. हे मी सांगतोय, असं कृपा करून समजू नका! जोगीहाळांनी आपल्या नोटस्मध्ये तशी नोंद करून ठेवली आहे. आता फक्त जोगीहाळ म्हणतात, ते मातृरोप शोधायचं काम राहिलं. यानंतर माझा खून झाला, तरी जोगीहाळांचं संशोधन निष्फळ करता येईल काय? काही का असेना, आमच्या गावंढळ केसरूरकरांना माझ्या संशोधनाचं महत्त्व समजलं नसलं, तरी परदेशी लोकांना तरी ते समजलं ना! हा – हा - हा - अशीच ना जयरामची कथा?'

पाटील खदखदून हसले. या सिनिक म्हाताऱ्याचं दीर्घ बोलणं आणि हसणं ऐकून तिघंही हतबुद्ध झाले होते.

''एकराला एक टन वेलदोडा! म्हणजे काय झालं, सर!''

''जोगीहाळ आपल्या नोटस्मध्ये लिहितात - अशा प्रकारे प्रत्येक वेलदोड्याचा मळा म्हणजे सोन्याची खाण होईल! याची पंचवीस रोपं तयार करून जगायचं ठरवलं, तर सर्वसाधारण सरकारी पगाराएवढं उत्पन्न निश्चित मिळेल! आता मी त्याच्या रोगनिरोधक शक्तीविषयीच्या नोट्स पाहतोय. यानंतर मूळ मातृरोप कुठं

आहे, ते समजलं, की मी तुम्हांला लगेच कळवेन. पण मग जयरामच्या कथेप्रमाणे त्यानंतर तुमचाही खून करावा - किंवा व्हावा लागेल, नाही का? हे मात्र विसरू नका -" म्हणत पाटील पुन्हा खदखदून हसले.

पण हे ऐकून मात्र तिघंही चांगलेच दचकले.

२८

"काय सांगायचं, आचारी! घरात कटकट, घरावर कटकट आणि घराबाहेरही कटकट! इकडं हलकट सुलेमान बेरी माझ्या व्यापारावर कुऱ्हाड चालवायला बसलाय - तिकडं घरावर दगड पडताहेत - घरात भुताची कटकट चाललीय - त्यातच बायको माहेरी जाते, म्हणून हट्टून बसलीय! तिला भर दिवसा भूत दिसलं, म्हणे. मळ्यातली नोकर-माणसं मळ्यात भूत फिरतंय, म्हणून एकेक काम सोडून जाताहेत. मन:शांती म्हणायची राहिलीच नाही -" कृष्णेगौडा कोठारात बसल्या-बसल्या आचारीपुढं आपलं दु:ख आळवत होता.

"माझं ऐक - सुलेमान बेरीचा विषय तू माझ्यावर सोडून दे. गोसाव्यांना जागा मिळवून दे आणि त्यांची नांव मतदारांच्या यादीत येतील, असं पाहा. तेवढंच तुझं काम. त्यानंतर काय मजा होते, ते पाहाच! तेही जाऊ दे. पण तुला भुतासाठी मात्र काही तरी करायला पाहिजे. तिकडं मात्र दुर्लक्ष करू नकोस, कृष्णप्पा! पाहिजे, तर आपल्या संशोधन केंद्रातल्या पाटलांना विचारून पाहा. तेही काही तरी मंत्र-तंत्रं करतात, म्हणे! विचारून पाहायला काय हरकत आहे? मंत्र टाकून ते विष उतरवतात, म्हणे. यासाठीही कदाचित असेल मंत्र-तंत्र त्यांच्याकडे! -"

"काही तरी सांगू नकोस. त्यांचा देवावरच विश्वास नाही, म्हणतात. आमच्या व्यंकटेशाच्या देवळाच्या कामात सतराशे साठ अडथळे आणतोय तो!"

"तिकडं तू कशाला लक्ष देतोस? ही भूत- प्रेतं सोडवणारी माणसं देवावर विश्वास ठेवत नाहीत. माणसात देवगण-राक्षसगण असतात ना ? ही सगळी राक्षसगणाची माणसं. देवाला विरोध करतच ही माणसं मोक्षाला जातात. त्या सगळ्याचा विचार करून तू का तुझं डोक पिकवून घेतोस? तुझ्या घरावर पडणारे दगड थांबले, की तुझं काम सपलं, की नाही? मात्र तिकडं आता तू दुर्लक्ष केलंस, तर यानंतर दिवसाही दगड पडायला लागतील! मग घरातली भांडी उडायला लागतील! पाठोपाठ अन्नात विष्ठा पडणं - आग लागणं वगैरे सुरू होईल!"

आचारीचं हे बोलणं ऐकून कृष्णेगौडाच्या पोटातला गोळा छातीकडे धडधडत गेला आणि पोटात खड्डा पडला. त्याच्या कानशिलांवरून घामाच्या धारा वाहू लागल्या.

आचारी भूत-गान आटोपून जायला निघाला, त्या वेळेपर्यंत कृष्णेगौडानं पाटलांना भेटायचा निर्णय घेतला. तो तिथून निघण्याआधी गावातला आणखी एक कीचक आणि त्याचा मित्रही तिथं येऊन दाखल झाले. ते म्हणजे केसरूरचा तम्मण्णागौडा आणि बँक मॅनेजर रामाचारी. हे दोघंही गावात कीचक म्हणूनच प्रसिद्ध होते. केसरूरमधल्या कुठल्याही भांडणाचं किंवा भानगडीचं मूळ शोधायला गेलं, की ते या दोघांपर्यंत पोहोचत होतं.

तम्मण्णागौडानं कृष्णेगौडाचा चेहरा पाहून विचारलं,

'काय झालं?'

कृष्णेगौडानं आचारीला सांगितलेली सगळी हकीकत पुन्हा एकदा आळवून शेवटी पाटलांना भेटायला निघाल्याचं सांगितलं.

ते ऐकून तम्मण्णागौडानं यात काही अर्थ नाही, असं सुचवून पुढं सांगितलं,

"अरे, हे गावच्या हरिजनांचं काम आहे! त्यांचा जवळ-जवळ धर्मगुरू असलेला मायी आहे ना? त्याला पुढं करून त्याच्याकरवी हे घडवून आणताहेत!"

आधीच डोकं पिकवून बसलेल्या कृष्णेगौडाच्या विचाराची संपूर्ण दिशाच त्यानं बिघडवून टाकली!

तम्मण्णागौडानं हरिजनांवर अशा प्रकारे शस्त्र परजण्यासाठी एक अगदी ताजं कारण घडलं होतं! काही वेळापूर्वी त्यानं व्यंकटेश देवालयाच्या भक्तागणांपैकी एक असलेल्या रामाचारीबरोबर हरिजन-वस्तीला भेट दिली होती. खरं तर, त्याआधी कधीही रामाचारी हरिजन वस्तीवर गेला नव्हता. पण तिथल्या राष्ट्रीय बँकेचे मॅनेजर श्रीनिवास राव यांनी बातमी आणली होती, की सगळे हरिजन मुसलमान धर्मात जाणार आहेत!

त्याचं असं झालं होतं - सरकारी आदेशानुसार श्रीनिवास रावनं हरिजन - गिरिजनांना कर्ज देण्यात बराच पुढाकार घेतला होता. त्यानं आणि केसरूरच्या व्हेटरनरी डॉक्टरांनी काही हरिजनांना एकत्र जमवून, त्यांना फूस लावून त्यांच्याकडून कागदांवर अंगठे घेतले होते आणि त्यांना काही डुकरांची पिल्लं देऊन उरलेलं डी. आय्. आर्. कर्ज बेपत्ता केलं होतं. आपल्याला ही डुकराची पिलं मोफत देण्यात आली आहेत, याच समजुतीत हरिजन होते. त्यामुळं ते कुठलंही कर्ज फेडायच्या दृष्टीनं हप्ता भरायच्या फंदात पडले नाहीत.

काही दिवस असेच गेल्यावर श्रीनिवास रावाला वरून कर्जवसुलीची नोटिस आली. तेव्हा तो हरिजनांकडे जाऊन तगादा लावू लागला. हरिजनांनी ही गोष्ट फारशी मनावर घेतली नाही. पण जेव्हा हा बँक मॅनेजर 'कर्ज परत देता, की डुकरांचा लिलाव करून वसुली करू?' म्हणून दमबाजी करू लागला, तेव्हा ते घाबरले. एवढा उत्तम खाद्यपदार्थ श्रीनिवासराव घेऊन जाईल, या भीतीपोटी तो पुन्हा येण्याआधी त्यांनी तो फस्त केला.

जेव्हा मॅनेजर श्रीनिवास राव अधिक चौकशी करू लागला, तेव्हा त्यांनी काखा वर करून सांगितलं,

'आम्ही सगळे मुसलमान धर्मात प्रवेश करणार आहोत. त्यामुळं वस्तीवर डुकरं असणं निषिद्ध असतं, म्हणे! म्हणून आम्ही त्यांना मारून रानात पळवून लावलं!-'

सुलेमान बेरी लोकांना आपल्या धर्मात बोलावतोय, अशी बातमी उडत त्यांच्या कानांवर आली होती - तिचा त्यांनी फायदा करून घेतला. त्यांना इतर कशाशीही फारसं कर्तव्य नव्हतं. डुकरं नाहीशी झाली, हे पटण्यासारखं एक कारण हवं होतं, एवढंच!

पण श्रीनिवास राव व्यंकटेश भक्त मंडळापैकी असल्यामुळं त्यानं ती बातमी तातडीनं रामाचारीच्या कानांवर घातली होती.

रामाचारी केसरूरमधल्या ब्राह्मण समाजाचा प्रमुख होता. त्यांचं ब्राह्मण्य टिकवण्यासाठी कटिबद्ध होऊन उभा राहिला होता. जाती-जातीतला भेद पक्का ठेवून, ब्राह्मणांचं हित साधण्यात त्याचा हातखंडा होता. ब्राह्मण-शूद्र झगड्यात 'खरे शोषण करणारे लिंगायत आहेत', असं सांगून तो हल्ला लिंगायतांवर उलटवला होता. जेव्हा सगळे शेतकरी एकत्र आले, तेव्हा भूधारक भूमिहीनांचं शोषण करत आहेत, असं म्हणत त्यानं कम्युनिस्ट पार्टी स्थापन केली आणि भूमिहीन कामकऱ्यांना शेतकऱ्यांविरुद्ध फितवलं होतं. या वेळेस जगद्‌गुरू आले, की काहीतरी करून त्यांना महारवाड्यात न्यायचं आणि हरिजनांना त्यांच्या पाया पडायला लावायचं त्यानं ठरवलं होतं. त्यातूनच तालुका बोर्डाच्या निवडणुकीमध्ये पुढाकार घ्यायचा, असा त्याचा विचार होता. पण शूद्रांमध्ये भांडण लावण्यात तो यशस्वी झाला, तरी सगळे ब्राह्मणांकडे संशयानंच पाहत राहिले. त्यामुळं त्यानं व्यंकटेश भक्त मंडळींत शिरून तिथल्या काही मठ्ठ गौडांना आपल्याकडे ओढून घेऊलं होतं. पण तरीही तालुका बोर्डाच्या निवडणुकीमध्ये हे गौड कदाचित हात दाखवतील, अशीही भीती त्याच्या मनात होतीच. त्यामुळं हरिजनांची साथ सोडता कामा नये, म्हणून तो मूर्ख तम्मण्णागौडाला सोबत घेऊन 'हरिजन मुसलमान होतील! आपल्याला तिकडं दुर्लक्ष करून चालणार नाही-' म्हणत केसरूरच्या महारवाड्यावर गेला होता.

हा तिरक्या बुद्धीचा ब्राह्मण आणि मूर्ख तम्मण्णागौडा हरिजन वस्तीकडे आल्याचं पाहताच हरिजनांच्या मनांत कुतूहल निर्माण झालं. आपण मुसलमान होणार, म्हटल्यावर हे आक्रीत घडलं! ओ हो! म्हणजे जात बदलण्यात काहीतरी अतिशय महत्त्वाचं आहे, वाटतं! हा महत्त्वाचा मुद्दा लक्षात येताच त्यांनी त्या दोघांपुढं धर्मांतराचा प्रश्न मुळीच नाकारला नाही! उलट, "तुम्ही तुमच्या देवळात आम्हाला प्रवेश देता काय? आम्हाला शिवून घेता काय?" वगैरे प्रश्न उपस्थित करून वाद घालू लागले.

रामाचारी म्हणाला,

''हो! त्यात काय हरकत आहे ? अहो, शिवू नये वगैरे सगळ्या फार जुन्या गोष्टी झाल्या. त्यातला मथितार्थ एवढाच, की तुम्हीही स्वच्छ राहिलं पाहिजे. उगाच कुणी कुणाला कशासाठी शिवायचं? उद्या रस्त्यानं जाणारा कुणीतरी तुमच्या बायकोला हात लावून गेला, तर तुम्ही गप्प बसाल काय? तसंच हेही आहे. देवळात पुजाऱ्याशिवाय कुणालाही सोडायचं नाही, असा नियम केलाय. त्या मागचं कारण नीट समजावून न घेताच तुम्ही वाद घालता! तुमचं-आमचं कल्याण व्हायला नको काय? देवापर्यंत शिवाशीव गेली, तर त्रास कुणाला? देवाला, की आपल्याला? म्हणून म्हणतो - थोडा विचार करून बोला!''

कुंपणावरच्या गप्पा मारत तो आपलं जाळ टाकू लागला. आता तो हरिजनांच्या मनाचा रोख जाणून घ्यायला आला होता - कुठलंही आश्वासन द्यायला नव्हे!

पण हीच संधी पकडून हरिजन 'तुम्ही आमच्यावर अमूक-अमूक अन्याय केले', म्हणून पाढा वाचून दाखवू लागले.

हे सारं ऐकत रामाचारीमागे उभ्या असलेल्या गौडाचा संताप चढू लागला. रामचाचारीसारख्या महानुभावाशी हे असे उद्धटपणे वागताहेत, याचा त्याला पराकोटीचा राग आला.

''जा, रे, जा, हलकटांनो! तुम्ही सांगता, ते सगळं खरं आहे! नाही कोण म्हणतंय? जिथं मनुष्य आहे - तिथं हे असंच असणार! म्हणून तुम्ही जातच सोडायची? आम्ही असं केलं आणि तसा अन्याय केला, म्हणून सांगता - तुमच्या खापर आज्यापासून तुम्हाला अन्न देऊन जिवंत ठेवलं - हे नाही तुमच्या तोंडानं येत!'' तो चढ्या आवाजानं वादात उतरला. तसं पाहिलं, तर हरिजनांविषयी विशेष कळवळा असणारा तोच होता!

''तुम्ही आम्हाला राखलंत ? आमच्या खापर पणज्यापासून तुमच्या दारात राबलो, तरी अर्धपोटी आणि अर्धे उघडेच! दिसत नाही काय?''

''आणि आम्ही काय डोक्यावर सोन्याचा मुकुट घालून फिरतो? जेवलेल्या ताटात घाण करणारी जात तुमची! इतके दिवस तुम्हाला आमची गरज होती! आता त्या गुरं खाणाऱ्या हलालखोर मुसलमानांशी नातं जोडायला निघाला?''

''खाल्ली, म्हणून काय झालं? तेबी खातात... आमीबी खातो.''

''म्हणूनच तुम्हाला शिवू नका - लांब राहा, म्हणायचं!''

हे वाक्य ऐकताच चार-सहा तरुण उसळून आले.

रामाचारी 'अरे थांबा-' म्हणत असतानाही न जुमानता भांडणात सामील झाले - त्यांतला एक उसळून म्हणाला,

''तुम्ही गू खाणारं डुक्कर खाता, ते फार छान असतं, नाही काय?''

दुसरा म्हणाला,

"म्हाराच्या तरण्याताठ्या पोरी शेतावर आल्या, की त्यांना हात लावता, ते चालतं, वाटतं!"

"आमच्या पोरी-बाळींना नीट काम करायला देत नाही तुम्ही –" आणखी एकजण म्हणाला.

रामचासारीसमोर ही पोरं आपल्याला केवळ वाद-विवादातच हरवताहेत, असं नव्हे, तर ते आपल्या कर्तृत्वाचा पाढा वाचताहेत, हे पाहून गौडाचा संताप मस्तकात शिरला. अगदी प्रामाणिकपणे सांगायचं, तर महारांच्या पोरींशी असं वागणं हा आपल्या औदार्याचा एक भाग, असंच तो मानत आला होता. पण इथं पाहिलं, तर हरिजन त्याचा हेटाळणीनं उल्लेख करताहेत - एवढंच नव्हे, तर अपराधांच्या यादीत त्याचा समावेश करताहेत!-

"अरे, वा, रे, वा! आधी तोंड मिटा! यांच्या म्हारवाड्यातल्या बाया म्हणजे मोठ्या गरतीच की नाही! म्हारवाड्यातल्याच निम्म्या पुरुषांशी त्या लागू असतात आणि आम्हाला सांगायला येता होय? जा-जा! मुसलमानांच्या जातीत जाऊन पडा! मग सगळे बेरी तुमच्या घरात घुसतील - तुम्ही मजा बघा! चला, रामाचारी! ह्या हलकट म्हारड्यांबरोबर बोलण्यात अर्थ नाही!" अशा प्रकारे हरिजनांच्या मनांवर आघात करत तो रामाचारीबरोबर माघारी फिरला.

ह्या मूर्ख गौडाला कापून काढावं, असं वाटण्याइतका संताप हरिजन तरुणांमध्ये खदखदत होता. पण शतकानुशतकं खालच्या मानेनं राहायची सवय झाल्यामुळं त्यांना पुढं होऊन मारामारी करायचं धैर्य झालं नाही.

पण ते दोघं निघून गेल्यावर त्यातल्या काहींच्या मनांत स्वतःच्या जातीविषयी तिटकारा निर्माण झाला होता.

रामाचारीच्या चलाख बुद्धीला गंज चढल्यासारखं झालं. कुणावर विश्वास ठेवून मन मोकळं करावं, हे त्याला समजेना. या मूर्ख गौडाबरोबर आपण म्हारवाड्यात गेलो, हेच चुकलं, अशी त्याला आता उपरती झाली. हिंदू समाजातल्या वेगवेगळ्या जातींमध्ये द्वेष पसरवणं जितकं सोपं आहे, तितकं सामंजस्य आणणं सोपं नाही, असंही त्याच्या मनात आलं!

तम्मण्णागौडानं कृष्णेगौडाला हरिजन वस्तीतल्या महारांनी मायीकरवी करणी केल्यामुळंच दगड पडत आहेत, असं छातीठोकपणे सांगण्यामागे एवढी कथा होती!

पण तम्मण्णागौडच्या बोलण्याकडे कृष्णेगौडचं तितकंसं लक्ष नव्हतं. सगळ्यांचं कौतुक ऐकलं, तसं याचंही ऐकून तो पुन्हा स्वतःच्या काळजीत बुडून गेला.

२१

कृष्णेगौडाची नेमकी डोकेदुखी त्याच्याशिवाय आणखी कुणालाही समजणं कठीण होतं.

त्यानं कुणापुढं, घरावर दगड पडतात, म्हणून सांगितलं की ऐकणारे म्हणत, घरावर चार दगड पडले, म्हणून काय बिघडलं?

काहीजण आपलं कुतुहूल शमवण्यासाठी त्याच्या घरी भेट देत आणि आपल्याला ठाऊक असलेल्या भुताटकीच्या कथा ऐकणाऱ्यावर त्याचा काय परिणाम होईल, याचा विचार न करता रंगवून सांगत. काहीजण मुद्दाम दगड पडायच्या वेळी येऊन माकडासारखे दबा धरून बसत आणि छपरावर काहीही पडलं, तरी धडा-धडा घरभर आणि घराभोवती धावून नाट्यमय वातावरण तयार करत!

घरी येणाऱ्यांची चहा-कॉफी करता-करता कृष्णेगौडाची बायको सीतम्मा वैतागून गेली होती. त्याचबरोबर सगळ्यांच्या बोलण्यामधून आपल्या घराच्या मागच्या बाजूला गोसाव्यांनी पालं टाकल्याची बातमी तिच्या कानांवर आली होती. त्यामुळं ती अधिकच चिडचिडी झाली होती. आपल्या नवऱ्याच्या बाहेरच्या सवयी तिला ठाऊक होत्या. किंबहुना त्या सवयींमुळंच आपल्याला जयंतीच्या पाठीवर दुसरं मूल झालं नाही, असा तिचा विश्वास होता. आणखी थोडी मुलं असती, तर तिनं नवऱ्याच्या चाळयांची दखलही फारशी गंभीरपणे घेतली नसती. कारण चार बायका ठेवून घराचं रणकंदन करणं ही मलेनाडच्या गौडांच्या दृष्टीनं अत्यंत सामान्य घटना होती! कृष्णेगौडा घरात बाया ठेवण्यापेक्षा स्वत:च बाहेर जाऊन येतो, हीच तिच्या दृष्टीनं एक महत्त्वाची सामाजिक सुधारणा होती! तरीही आपला नवरा दरवेशी बायकांशी झोपायची इच्छा ठेवतो, हा तिला स्वत:च्या स्त्रीत्वाचा अपमान वाटत होता.

जेव्हा या गोसाव्यांना कृष्णेगौडा घरामागं कायमची जागा देण्याच्या विचारात असल्याचं तिला समजलं, तेव्हा त्या संतापात किळसही मिसळली आणि त्याचा परिणाम म्हणून नवऱ्यानं 'अंग' म्हटलं, की ही 'काय, रे' म्हणू लागली.

अशा कौटुंबिक वातावरणात तिची मुलगी जयंती मोठी होत होती - वयात येत होती - रूप-लावण्यानं बहरत होती तिच्या सौंदर्याविषयी तिच्या मनात संशय

नव्हता, तसा इतरांच्या मनांतही नव्हता. पण एक प्रश्न मात्र तिला छळत होता - आपण सुंदर असूनही कुणीच कसं आपल्यावर प्रेम करत नाही? पूर्वी राजकुमार किंवा आणखी कुणी सुंदरींना घोड्यावर बसवून घेऊन जायचे, असं तिनंही कथांमधून ऐकलं होतं. पण अजून आपल्यासाठी हे साहस करायला कुणीच का सरसावत नाही? या कॉलेज-कुमारांना कुणी तरी घोडी का आणून देऊ नयेत? उगाच भाड्याच्या सायकली तुडवत फिरत असतात बिचारी!

ज्यूनियर कॉलेजमधल्या कार्यक्रमात श्यामला उठून उभी राहिली आणि तिनं प्रश्न विचारला, तेव्हा जयंतीच्या छातीचा ठोकाच चुकला होता! हे एक भयंकर दु:साहस आहे, याविषयी तिची खात्री होती. कारण चारचौघांत सगळ्या मुली मुलांकडे आपले शत्रू म्हणूनच बघत होत्या. त्या मुलांकडे पाहत असत - पण त्यांनी आपल्याकडे पाहिलं, की कपाळावर आठ्या चढवून दुसरीकडे पाहायचं नाटक करायची त्यांना सवयच होऊन गेली होती. भर सभेत प्रश्न विचारणाऱ्या श्यामलेवर शेजारी बसलेल्या बायकांनी छी: थू केलं, ही बातमी कॉलेज-कन्यकांमध्ये प्रचंड चर्चेचा विषय झाली होती. काही मुली तर वाद घालत होत्या – 'देवावरच विश्वास नसलेल्यांवर आपण कसा विश्वास ठेवायचा? अशा मुलांना कशाचंच काही नसतं! त्यांच्यावर प्रेम किंवा लग्न करणं अत्यंत धोक्याच आहे! मुलींशी हवं तसं वागून नंतर टाकून द्यायला मागं-पुढं बघणार नाहीत-'

आधी श्यामलेच्या वागण्या-बोलण्यानं घाबरून गेलेली जयंती आणि इतर मुली नंतर धैर्य एकवटून वादविवादात उतरल्या. देव आहे, की नाही, हा विचार करून काय मिळणार आहे - असा वाद घालत असतानाच त्या चर्चेत देवावर विश्वास ठेवणारेही कितीतरी क्रूर आणि अनीतीपूर्ण वागणारे असतात, हे दाखवणारी किती तरी उदाहरणं पुढं आली. जयंतीच्या मनात तर आपल्या वडिलांचंच उदाहरण स्पष्टपणे उभं राहिलं.

नंतरचा वाद-विवाद मात्र वेगळ्याच वाटेनं पुढं गेला. देवाचं अस्तित्व - नैतिकता वगैरे विषय बाजूला पडले आणि विचारवादी मुलांवर प्रेम करणाऱ्या आणि न करणाऱ्या अशा दोन भागांत त्या मुलींची विभागणी झाली! हळूहळू एकेका विचारवादी मुलाशी एकेका मुलीचं नाव जोडून 'ही तिची प्रेरणा हं!' म्हणून चिडवू लागल्या. देव आहे, की नाही, या विषयावर सुरू झालेल्या वादातून आपल्या वाट्याला एकेक मुलगा कसा आला, हेच त्यांना समजलं नाही! त्यामुळं आपला अत्यंत अपमान झाला, असं दाखवत आणि मनातल्या मनात इतरांपेक्षा आपल्या वाट्याला आलेला विचारवादी सरस आहे, की नाही, याचा विचार करत एकमेकींच्या खांद्यावर भार टाकत, डोकी खाली घालत खबदाडीतून घुसणाऱ्या मेंढरांच्या झुंडीप्रमाणे त्या कॉलेजच्या वर्गात शिरल्या.

हा सर्व इतरांना क्षुल्लक, उथळ खेळ वाटला, तरी जयंतीचा मात्र या निमित्तानं वेगळ्या पातळीवरून प्रवास सुरू झाला होता. एकमेकीला चिडवण्याच्या निमित्तानं का होईना, आपलं नाव एका बॉयफ्रेंडशी जोडलं गेलं, हे आपल्या सौंदर्याला मिळालेलं सर्टिफिकेट, असं तिला वाटलं. आपलं नाव कुणाशी जोडलं, हेही पाहणं तिला फारसं महत्त्वाचं वाटल नाही. कारण त्यांच्यापैकी कुणीही आपल्या प्रेमाचा स्वीकार करायला योग्यच आहे, अशी तिची खात्री होती. तिचे केवळ डोळेच नव्हे - सगळी पंचेंद्रियं तिच्या तारुण्याच्या एवढ्या अधीन होती, की समोरच्या तरुणामध्ये आपल्या मनातलं रूप, स्वभाव, गुण दाखवायला ती सज्जच होती! मनात एखादा स्फोट झाल्याप्रमाणे तिला एकाएकी प्रेम आणि जीवनोत्साहाचा साक्षात्कार झाला!

घरातली परिस्थिती अगदी टोकाची होती. सतत किरकीर करणारी, नवऱ्याशी फटकून वागणारी, मुलीच्या व्यक्तिमत्त्वाला स्वत:च्या इच्छेप्रमाणे घडवू पाहणारी, स्वत: ज्या वैशिष्ट्यांवर प्रेम केलं, त्यांचाच नाश करू पाहणारी आई! तिचे गाल कधीही आरक्त करू न शकणारे, हिच्याशी गाठ पडली आणि आयुष्याचा सत्यनाश झाला, असं मानणारे आणि स्त्रीकडे केवळ शरीराची भूक भागवणारं साधन म्हणून बघणारे वडील! दोघंही पुढचं आयुष्य याच प्रकारे जगायला तयार आहेत! कधी काळी तरी हे दोघं आपल्यासारखे होते काय? अलीकडे जयंतीला वरचेवर गोसाव्यांबरोबर पळून गेलेल्या महारवाड्यातल्या मुलींच्या कथा आठवू लागल्या. वयोवृद्ध संस्कृती असलेल्या केसरूरमधल्या घरा-घरांतलं हे कोवळं युद्ध म्हणता येईल. गावातल्या कोवळ्या जिवांवर विवेक-विवेचनाचं सिंचन करून त्या तरुणांच्या नैसर्गिक विकासाला सुयोग्य संधी मिळवून देण्याऐवजी धर्मशास्त्र आणि आचरणाच्या अदृश्य मायाजालात त्यांना गुरफटून टाकण्यात आलं होतं. एवढंच नव्हे तर या मायाजालाशी तरुणांनी प्रामाणिक राहावं, असाही त्यांनी आग्रह धरला होता. या विश्वासानंच स्वत:च्या तारुण्याचा सर्वनाश करून मोकळे झालेल्या प्रौढांनी केसरूर मधल्या कोवळ्या तरुण मनांवर स्वत:चा प्रभाव ठेवत सुंदर केसरूरला पिशाच्च-नगरी करून ठेवली होती!

एवढं असूनही सारं दडवून बसची वाट बघणारे वाट बघत होते - पाऊस वेळेवर आला नाही, म्हणून तळमळणारे तळमळतच होते!

आतल्या ज्वालामुखीचं दडपण मात्र वाढतच होतं.

तानाजी गोसावी स्वत:ची बायको म्हणवणाऱ्या एका बाईबरोबर कृष्णेगौडाला भेटायला आला. कृष्णेगौडाला बघताच ती बाई शकून सांगावा, तशी ताला-सुरात बडबडू लागली.

"तुज्यावर करनी केलीय! तुज्या मळ्यावर करनी केलीय! माजं ऐक! माज्यावर इस्वास ठेव! तुला मी वाचवीन ह्यांतनं - " म्हणत ती मोठमोठ्यानं ताला-सुरात ओरडू लागली.

संकटात पुरेपूर बुडालेल्या कृष्णेगौडानं यावरही मान हलवली आणि आचारीचा सल्ला विचारला.

आचारी म्हणाला "तेही अशक्य नाही. करून बघायला काय हरकत आहे?

या निमित्ताचं बोट धरून ही बया घरात शिरणार, हे सीतम्माच्या लक्षात आलं. तिचा संयम सुटला. तिनंही युद्ध पुकारलं,"

"ती गोसावीण घरात घुसली, तर तिचा पाय तोडून ठेवीन मी!"

"तू तिचा पाय तोडेपर्यंत आम्ही इकडं काय नुसते बघत बसणार, असं वाटलं काय? भुताचा त्रास आहे - दिवसा भूत दिसतंय, म्हणून तूच सांगतेस! त्यासाठी हिला आणलं, तर हात-पाय तोडणार, म्हणे! गावच्या सगळ्या बाया बाजारबसव्या आणि हीच तेवढी सती-साध्वी! मुकाट्यानं तोंड मिटून राहा - तुझं ठाऊक आहे मला - तोंड उघडायला लावू नकोस! - " कृष्णेगौडा उत्तरला.

सीतम्मा रडत स्वयंपाकघराकडे जाऊन दाराआड उभी राहून विचार करू लागली, गोसावीण भूत काढण्यासाठी घरी दाखल झाली आणि तिला हे सगळं भूत-प्रकरणच पूर्वनियोजित कट असल्यासारखंच वाटू लागलं. आपल्या व्यभिचारासाठीच कृष्णेगौडानं गोसाव्यांना आपल्या घरावर दगड टाकायला सांगितलं असावं आणि राखणीचं निमित्त करून संध्याकाळच्या वेळी बाहेर पडायला सोयीचं व्हावं, म्हणून ही योजना असावी, असं तिला स्पष्टपणे वाटू लागलं.

सीतम्मा स्वंयपाकघरात उभी राहून आरडाओरडा करू लागली, 'या घरात एक तर ती भवानी राहील, नाहीतर मी राहीन. ती इथं राहायला आली, तर मी माहेरी निघून जाईन, नाही तर एखादी विहीर जवळ करीन! त्या रांडेनंच तुम्हांला काहीतरी देऊन तुम्ही तिचं ऐकाल, असं केलंय! आता तिच्याशीच करा, काय करायचा, तो संसार!'

अखेर कामाच्या निमित्तानं आत आलेल्या मेस्त्री माईलानं मध्ये पडून त्या दोघांचं भांडण मिटवलं आणि त्या गोसावणीला घरात न घेता बाहेरच्या बाहेरच जे काही करायचं, ते करून जा, म्हणून सांगेन, अशी ग्वाही दिली. त्याचबरोबर त्यानं सीतम्मालाही विनंती केली, 'आता लगेच काहीतरी करून भुताच्या खेळावर उतारा करायला पायजे - मळ्यावर माणसं यायला घाबरायला लागलीत –'

नेमक्या त्याच क्षणी स्वयंपाकघरात भांडी पडल्याचा आवाज आला आणि एक भातवाढी आतून फेकली जाऊन बाहेर येऊन पडली.

घरातले आणि मेस्त्री त्याकडे अतिमानवी घटनेकडे पाहावं, तसे पाहू लागले.

"कोण आहे स्वंयपाकघरात?"

"कुणीच नाही!" कृष्णेगौडाच्या प्रश्नावर सीतम्मा उत्तरली.

कृष्णेगौडाला आचारीचं बोलणं आठवलं. आताच भुताच्या खेळाकडे दुर्लक्ष

केलं, तर घरातली भांडी घरभर उडू लागतील! म्हणजे भुताच्या खेळातला दुसरा प्रकार सुरू झाला, म्हणायचा! तिसरा? अन्नात विष्ठा!

विचार करता-करता कृष्णेगौडाच्या मनात भीतीबरोबरच सीतम्मावरील संताप उसळून आला.

जयंती मात्र काहीही न बोलता सगळा प्रकार बघत उभी होती.

३०

भुताटकीवर उपाय करायला आलेल्या त्या गोसावणीनं काहीही केलं नाही. तिनं कृष्णेगौडाकडून थोडे पैसे उकळले, काहीतरी तंत्र-मंत्र केल्याचं नाटक केलं, केस पिंजारून प्रत्यक्ष भूत दिसत असल्याचं नाटक केलं आणि तिनं मळ्याच्या चारही कोपऱ्यांत केरामध्ये केसांची गुंतावळ पुरून ठेवण्यात आली आहे, असं सांगितलं. सगळ्यांना बरोबर घेऊन ती मळ्याच्या चारही दिशांना फिरून आली आणि सुकलेल्या पाचोळ्यात शोधल्यासारखं करून चार पसे केर देऊन 'शोधून बघा - यात माणसाच्या केसांची गुंतावळ असेल - ती आगीत जाळून टाका - ' म्हणून सांगून तिनं आपलं कर्तव्य संपवलं. तो कचरा चिवडत बसायचा माईल मेस्त्र्याला कंटाळा आल्यामुळं त्यानं तो चार पसे कचरा न्हाणीघरातल्या चुलाणात टाकून दिला.

या संधीचा उपयोग करून घेऊन कृष्णेगौडाशी प्रेम-संबंध प्रस्थापित करायचा गोसावणीचा विचार होता. पण कृष्णेगौडानं तिच्या मंत्र-तंत्रालाच अधिक महत्त्व दिल्यामुळं तिची निराशा झाली आणि तेच नाटक आणखी थोडा वेळ चालवून, मिळेल, तेवढा पैसा घेऊन निघून गेली.

त्यानंतर सीतम्मानं उपरोधानं विचारलं,

"मग, काय झालं म्हणायचं? भूत सुटलं, की लागलं नवं?"

"ती कुठलं नवं भूत लावून देणार ? तूच, मला आणि माझ्या घराला लागलेलं भूत आहेस!" कृष्णगौडा वैतागून म्हणाला.

"हे पण तिनंच सांगितलं असेल! तुमचा माझ्यापेक्षा तिच्यावरच विश्वास! शंभर गावची रांड ती –"

यावर कृष्णेगौडा काहीच बोलला नाही. त्याच्या मनात तम्मण्णागौडांचं बोलणं घोळत होतं. त्यातच रात्री दगड टाकणाऱ्यांचा शोध घेत असताना समोर येऊन ठाकलेल्या विचित्र कोल्ह्याची आठवण होताच तम्मण्णागौडांच्या बोलण्याचा नवा अर्थ सामोरा येत होता.

कृष्णेगौडा काहीच बोलत नाही, हे पाहून सीतम्मा आणखी भडकली आणि म्हणाली,

"तुम्हाला तरी कशाला माझी कटकट? जातेच मी आईकडं -?"

तिच्या रागाकडे आणि बोलण्याकडे अजिबात लक्ष न देता कृष्णेगौडाही उखडला,

"मर जा तिकडं -"

संध्याकाळी जयंती कॉलेजहून आली आणि घरात आई नाही, म्हणून अश्रू ढाळू लागली, तेव्हाच ही गोष्ट कृष्णेगौडाच्याही लक्षात आली. तो मुलीवरही ओरडला, 'गळा काढायला काय झालं? उद्या माणूस पाठवून बोलावून घेतो. मग तर झालं, की नाही?'

त्याच वेळा मेस्त्री माईलानं नवीन समस्या सामोरी आणली. त्यानं गोळा करून आणलेली मजूर माणसं भुताच्या भीतीनं रातोरात पळून गेली होती. त्यांनी माईलाकडून बरीच उचल काढली होती. आता ते सगळे पैसे बुडीत खाती गेले होते. म्हणून तो कृष्णगौडाला म्हणत होता,

"मला थोडे पैसे कर्जाऊ द्या. हे हलकट कुठं गेलेत, ते शोधून, ओढून आणतो त्यांना !"

या सर्व घटनांमुळं डोकं पिंजून गेलेला कृष्णेगौडा दुसरे दिवशी सकाळी एका निर्णयापर्यंत येऊन पोहोचला. अतिविचार करता-करता त्याचा हरिजन-मायीवरचा संशय पक्का होऊ लागला. मायी कोल्ह्याचं रूप घेऊन कोंबड्या चोरतो, असा हरिजनांचा विश्वास होता. कृष्णेगौडालाही आपण पाहिलेल्या विचित्र कोल्ह्याची आठवण येऊन तोही मायीचाच प्रताप असावा, असं वाटलं.

मायी कोल्ह्याच्या रूपानं कोंबड्या चोरतो, ही कथा तयार होण्यासाठीही मायी स्वतःच जबाबदार होता. निवांतपणे भटकत राहणारा अत्यंत आळशी असा मायी हा यःकश्चित माणूस होता. पण तोच आता हरिजनांचा धार्मिक प्रमुख आणि मांत्रिक होऊन बसला होता. हे सगळं अगदी साध्या पद्धतीनं झालं होतं.

मायी गावालगतच्या सरकारी जंगलातून मध गोळा करत फिरत असताना एका लहानशा मातीच्या टेकाडापाशी त्याला तीन कुत्र्याच्या पिल्लांसारखी पिल्लं दिसली. मायीची चाहूल लागताच ती अदृश्य झाली. त्यानं जवळ जाऊन पाहिलं, तेव्हा त्याला त्या ढिगाऱ्याच्या मागच्या बाजूला एक जुनं साळुंद्रीचं बीळ दिसलं. त्यामध्ये ती पिल्लं पळून गेली होती. एकदा त्याच्या मनात धूर करून पिल्लं बाहेर काढावीत, असं वाटलं - पण पुन्हा वाटलं, जाऊ दे! ती आपणहून केव्हा बाहेर येतात, ते बघू या. तो तिथल्या एका झाडावर चढून बसला.

काही वेळानं एक प्राणी त्या दिशेनं चालत येत असल्याची चाहूल लागली. ती एक मोठी कोल्हीण होती. तिनं एक कोंबडं पकडून आणलं होतं. ती बिळापाशी जाताच मायीनं 'हो-हो-हो' म्हणून ओरडा केला. कोल्हीण कोंबडं टाकून पळून गेली.

आता मायीला सगळा खुलासा झाला. ती पिल्लं कुत्र्याची नसून, कोल्ह्याची

होती. कोल्हीण त्यांच्यासाठी कोंबडं घेऊन आली होती!

दुसऱ्या दिवसापासून मायीनं स्वत:ला त्याच कामावर कायम केलं. बायको-पोरं, काम-धंदा नसलेल्या मायीसाठी हे मुद्दाम सांगून तयार केल्यासारखं काम मिळालं! तो दररोज त्या बिळालगत दबा धरून बसू लागला. एक-दोनदा कोल्हीण कोंबडं न टाकता तशीच तोंडात धरून आल्या वाटेनं पळून गेली. त्यानंतर मायी त्या बिळालगत काटे पसरून ठेवू लागला. कोल्हीण काटे काढण्यासाठी कोंबडं खाली ठेवू लागली, की तो आरडा-ओरडा करून कोंबडं लंपास करे!

इकडं मायीचं कोंबडं-कमाईचं काम निर्विघ्नपणे सुरू होतं आणि तिकडं हरिजन वस्तीतली कोंबडी एक-एक करून बेपत्ता होऊ लागली. ती शोधणाऱ्या काहीजणांना मायीच्या झोपडीसमोर कोंबड्यांच्या पिसांचा ढीग दिसू लागला.

हरिजनवस्तीतली सगळी मंडळी आश्चर्यचकित होऊन गेली! त्यांच्यापैकी अनेकांनी कोल्हिणीला कोंबडी चोरून नेताना प्रत्यक्ष डोळ्यांनी पाहिलं होतं. त्याचबरोबर त्याच डोळ्यांनी ते मायीच्या झोपडीपुढं पडलेला पिसांचा ढीगही पाहात होते! सगळेच यावर आपसांत चर्चा करू लागले. कुणालाच या दोन घटनांमधला संबंध समजला नाही.

त्यांच्यापैकी एक म्हणाला,

'मायीनं कोल्हिणीला वश करून घेतलंय्! तिच्याकडून हा कोंबड्या चोरून नेतो! याचा आजोबा-पणजोबा बी ह्ये काम लई तयारीनं करायचा!'

काही जणांना हीच घटना 'मायी स्वत:च कोल्हिणीचं रूप घेऊन कोंबड्या नेतो' ह्या स्वरूपात अधिक पटली!

मग काहीजणांनी स्वत: मायीला कोल्ह्याचं रूप धारण करताना प्रत्यक्ष डोळ्यांनी पाहिल्याचं छातीठोकपणे सांगितलं!

अशाप्रकारे त्यांची परिचर्चा संपायच्या आत आळशी मायीचं अमानवी ताकदीच्या मांत्रिकात रूपांतर होऊन गेलं. काहीजणांना आपल्या जातीतही असा अतिमानुष शक्तीचा महापुरुष जन्मला, याचं कौतुक वाटून आनंदही झाला. त्यांच्या दृष्टीनं आता मायी डबल ग्रॅज्युएटपेक्षाही मोठा माणूस झाला होता! त्यांनी ठरवलं, 'आपण आता सगळे त्याच्याकडे जाऊन हात जोडू आणि आम्हाला त्रास देऊ नकोस, म्हणून प्रार्थना करू या.'

त्यांतल्या एका तरुणाला माग वाटलं - खरं तर, त्या कोंबडी-चोर हलकटाच्या ढुंगणावर लाथा हाणायला पायजेत! पण त्यानं हे बोलून दाखवताच सगळ्यांनी त्याला शिव्या हासडल्या आणि सुनावलं,

"अरे, ए भोसडीच्या! असल्या गोष्टीत पोरपण करतोस व्हय! आज कोल्ह्याच्या रूपानं त्यो कोंबड्या नेतुय! उद्या वागाच्या रूपानं मानसं न्यायला आला, म्हंजी? गप

ऱ्हा कुल्लं झाकून!-"

वेळ घालवण्यासाठी आपल्या झोपडीत लोळत पडलेल्या मायीचं सहज बाहेर लक्ष गेलं आणि तो चटकन उठून बसला. महारवाड्यातल्या बुजुर्गांचा घोळका त्याच्या झोपडीकडेच येत होता. कोंबडी-चोरीची भानगड समजून सगळे आपल्याला मारायला आले आहेत, या विचारानं त्याच्या काळजाचं पाणी झाल! पण लवकरच त्याच्यावर आश्चर्यात बुडून जायची पाळी आली. आलेली मंडळी त्याच्या पुढ्यात हात जोडून विनवू लागली,

"का, रं, बाबा, तुजा आमच्या वस्तीवर कोप?"

मायीच्या मनात सगळा खुलासा झाला. अनपेक्षितपणे मिळालेल्या मांत्रिकाच्या हुद्याचा विनम्रपणे स्वीकार करून त्यानं यानंतर आपण त्रास देणार नाही, असं त्यांना अभिवचन दिलं! त्यानंतर रानातल्या बिळात धूर कोंडून त्यानं पिल्लं मारली आणि आपला शब्द राखला. त्या दिवसापासून त्यानं केस वाढवले, एक एकतारी पैदा केली आणि पाल्हाळीकपणे भविष्य सांगायला सुरुवात केली. त्यानंतर लोकही त्याला घरपोच कोंबडी देऊन, मंतरलेला ताईत घेऊन जाऊ लागले.

पण आता मात्र कृष्णेगौडाच्या घरचा भुताचा त्रास मायीच्या जिवाशी आला होता!

त्या दिवशी सकाळीच माईल मेस्त्री आणि कृष्णेगौडा हातात डबल नळीची बंदूक घेऊन मायीच्या झोपडीकडे निघाले. आपल्या झोपडीत पोटभर पेज खाऊन मायी फुटक्या आरशात बघून आपला मेकूअप करण्यता गढून गेला होता.

रस्त्यात माईल मेस्त्री कृष्णेगौडाला सांगत होता,

"-त्या हलकटाला विचार करायला एवढाही वेळ देता कामा नये! लगेच ही अशी कवटीला नळी लावायला पायजे! नाय तर तो काय तरी करून पसार झाला, तर लई वांधा होईल -" नंतर शेवटी सांगितलं, "मी इथंच थांबतो - तुम्ही जा आत! दोघंही गेलो, तर गलका होईल -"

कृष्णेगौडा जोड नळीची बंदूक खांद्यावर टाकत 'या हलकटाला आता जिता ठेवत न्हाय-' म्हणत झोपडीत घुसला. मेकूअप करण्यात दंग झालेल्या मायीला फुटक्या आरशात आपल्या कवटीला पाठीमागून बंदुकीची नळी लावल्याचं दिसलं. पाठोपाठ कृष्णेगौडाचा आवाजही ऐकू आला,

'खबरदार हलशील, तर!- मेलास, म्हणून समज!'

तो आवाज ओळखून मायी गयावया करू लागला,

"अय्यय्यो! मारू नका, धनी - नको,- काय केलं मी ? तेवढं सांगून तरी मारा –"

"काय केलं? लाज नाय़ वाटत? हलकटा, तुझं कोल्ह्याचं रूप गेलं, म्हणून

समज!-'' नळीवरचा दाब वाढवत कृष्णेगौडा गरजला.

''अय्यो - धनी - माझं ऐका! मी कशाला कोल्ह्याचं रुप घेऊ? कुणाचं तरी ऐकून माझा जीव घेऊ नका!-''

''काय, रे, ए हलकटा! भुताला पाठवून घरावर दगड टाकतोस? घरात भानामती करतोस? मादरचोद! तुला आज जिवंत ठेवत नाय - कुठला मंत्र टाकतोस ते दाखव –''

''अय्यो, धनी! भविष्य सांगून भीक मागणारा भिकारी मी! मी कुठल्या भुताला पाठवणार? धनी, मला मारून पिशाच्च करू नका –'' म्हणत गयावया करत मायीनं कृष्णेगौडाचे पाय घट्ट पकडले.

एवढा मोठा दंगा ऐकून बरीच हरिजन मंडळी मायीच्या झोपडीच्या दाराशी जमली. कृष्णेगौडानं मायीला बरीच दमदाटी करून शेवटी सांगितलं,

'-बऱ्या बोलानं छू: सोडलेली सगळी भुतं माघारी बोलवतोस, की नाही? नाही तर तुझं झोपडंच जाळून टाकतो, बघ!'

मायी जिवाच्या भीतीनं, पाषाणाला पाझर फुटेल, अशा प्रकारे गयावया करू लागला.

दारात उभ्या असलेल्या हरिजनांना हा काय प्रकार चाललाय, ते समजेना. आपल्या आध्यात्मिक नायकाचा पाणउतारा चालल्याचं तेवढंच त्यांना दिसलं. संतापानं खवळलेल्या हाती डबल नळीची बंदूक असलेल्या कृष्णेगौडाला 'काय झालं' म्हणून विचारायचीही त्यांना भीती वाटली.

आपण मायीला आवश्यक तेवढं घाबरवल्याची खात्री पटताच, '-पुन्हा आमच्या घरावर दगड पडले, तर तुझं मुंडकंच उडवतो, बघ! म्हारड्या -' म्हणत तो तिथून निघून गेला.

कृष्णेगौडा निघून गेल्यावर एकेक जण आत येऊन, काय झालं, म्हणून चौकशी करू लागला. त्या सगळ्यांची डोकी संतापानं पिंजून गेली होती. दररोज कुणी ना कुणी हरिजन वस्तीवर येत होतं आणि दमदाटी करून जात होतं!

परवा बँक-मॅनेजर आला - घरांवर जप्ती आणतो - लिलाव करतो, म्हणाला! काल रामाचारी आणि तम्मणागौडा आले आणि शिव्या हासडून गेले!

आज हा गौडा तर हातात बंदूक घेऊन आला आणि जीव घेतो - झोपडी जाळतो, म्हणून दम देऊन गेला!

आम्ही राहावं, की मरावं, म्हणतात हे?

थू:! आम्ही मुसलमानांपेक्षा हलके आहोत काय?

संतापलेल्या गर्दीमधून विविध भावना उठल्या. अखेर त्यांतल्या एकानं विचारलं,

''तू व्हय म्हन, मायप्पा! त्या मुसल्यांच्या जातीत जाऊ या!''

सगळीकडून होत असलेल्या कोंडीतून बाहेर पडून केवळ याच एका मार्गानं आपण प्रतिकार करू शकू, असं त्यांना वाटलं.

"तेंच्या घरावर झाड पडलं, तर आमची खोपटी ह्यो का जाळतोय, म्हणं?"

"गोसावड्यांच्या बाया हुंगायला सोकावलाय ह्यो! तेंच्यापैकीच कुणीतरी दगड टाकलं असत्याल! ती कोल्ही खानारी गोसावडी तिकडं सुखात ऱ्हात्यात आन् हितं आमाला रोजचा तरास!"

आपल्या जातवाल्यांपुढं अब्रू गेली, म्हणून मायी मात्र घळाघळा रडत होता.

३१

बाबू गोसावी पाटलांच्या केबिनमध्ये गेल्याचं लॅबच्या खिडकीतून महंमदनं पाहिलं आणि '-अरे तिच्यायला –' म्हणत तो हातातलं काम जिथल्या तिथं टाकून सिद्दप्पाकडे धावला. सिद्दप्पा महंमदइतका घाबरला नसला, तरी जयरामची कथा ठाऊक असल्यामुळं व्याकूळ झाल्याशिवाय राहिला नाही.

'सिद्दप्पा, पाटलांच्या जिवाला धोका आहे, असं वाटत असताना आपण त्यांच्या रक्षणाची संपूर्ण जबाबदारी अंगाडीवर टाकून स्वस्थ राहणं योग्य नाही - असं म्हणत महंमद सिद्दप्पाला सोबत घेऊन पाटलांच्या केबिनकडे धावला.

त्या दोघांच्या कल्पनेप्रमाणे एव्हाना पाटील रक्तबंबाळ अवस्थेत जमिनीवर पडले असतील आणि शेजारी रक्तानं माखलेला सुरा घेतलेला बाबू गोसावी! दोघंही सोसाट्याच्या वाऱ्यासारखे पाटलांच्या केबिनमध्ये घुसले.

ते दोघं आत घुसले, तेव्हा पाटील बाबू गोसाव्याशी गप्पा मारत होते. खुर्चीवर निवांतपणे बसून प्रश्न विचारणाऱ्या पाटलांना तो काही तरी माहिती देत होता. या दोघांना वेगानं आत शिरलेलं बघून चकित झालेल्या पाटलांनी त्यांना समोरच्या खुर्च्यांवर बसायला सांगितलं. खोलीतलं शांत वातावरण बघून महंमद आणि सिद्दप्पा मात्र ओशाळल्यासारखे झाले होते.

पाटील त्या दोघांना म्हणाले,

"बसा -बसा! तुम्ही आलात, बरं झालं. मीच तुम्हाला बोलावून घेणार होतो." नंतर ते पुन्हा बाबू गोसाव्याला विचारू लागले, 'केसरूरलगतच्या सरकारी अरण्यातल्या आता नष्ट झालेल्या लंटानाच्या जंजाळात एक भला मोठा धुपाचा वृक्ष आहे. त्याला आतल्या बाजूला एका घराएवढी पोकळ ढोली पडली असल्यामुळे सुलेमान बेरीच्या माणसांनी तो शिल्लक ठेवलाय! तो तू मला दाखवू शकशील काय?'

यावर बाबू गोसाव्यानं सांगितलं,

"ते झाड दाखवायचं फार काय कठीण नाही. गेल्या वर्षी तिकडूनच मी शेरभर धूप काढला होता. पण आता तिकडची परिस्थिती फारशी बरी नाही. माणसाला पाय ठेवायला येऊ नये, इतकं तिकडं लंटानाचं जंजाळ पसरलंय! उन्हाळ्यात ते सगळं वाळून गेलं, की रानात फिरणं अशक्य होऊन जाईल! गेल्या वर्षी येवडं लंटान न्हवतं

घ्या! मी आधी जाऊन एका माणसाला जाता येईल एवढा रस्ता तयार करतो - नंतर तुम्हांला घेऊन जातो. पण हे काम काय आज उद्या होणार नाय. थोडे दिवस लागतील.''

रानातल्या धूपाचा झाडाचा डिंक, मंदलगचे कपचे, कुळुमावचं साल वगैरे वस्तू केसरूरच्या वास्तव्यात गोळा करून बाबू गोसावी अर्थार्जन करत होता. त्या सर्व वस्तू केसरूरमध्ये उदबत्ती तयार करणाऱ्या इकबाल सायबाला तो विकत होता. केसरूरमधला एकुलता एक काडेपेटीचा कारखाना सतराशे साठ तक्रारी आणि रामाचारीची कम्युनिस्ट पार्टी यांमुळं झालेलं नुकसान न पेलल्यामुळं बंद झाला होता. त्यामुळं मुसलमान वस्तीतल्या बायकांना दुसरं कुठलंही काम नव्हतं. या बायका इकबाल साहेबाकडून काड्या आणि उदबत्तीचा इतर मसाला आणून उदबत्त्या वळून देत होत्या. इकबाल साहेबाची 'दिलदार अगरबत्ती' सुलेमान बेरी अरब देशांमध्ये विकत होता. त्यासाठी लागणारा धूपाचा डिंक आणि इतर पदार्थ रानातून शोधून आणून देणाऱ्यांपैकी बाबू गोसावी प्रमुख होता. साधारणत: उन्हाळ्यात या गोसाव्यांची केसरूरला पालं पडत. पावसाळ्याला सुरुवात होईपर्यंत गोसाव्यांचं हे काम चाले. पाऊस सुरू झाला, की धूपाचा डिंक मिळणं बंद होऊन जाई. उदबत्त्या सुकवण्यासाठी ऊनही नसे. त्यामुळं आपोआपच 'दिलदार अगरबत्ती' मॅन्युफॅक्चरिंग कंपनी बंद होऊन जाई! मग गोसावीही इथली पालं उठवत.

बाबू गोसावी निघून गेल्यावर पाटील या दोघांकडे वळले, 'का रे? काय झालं? असे का वाऱ्यासारखे धावत आलात? माझा खून झाला, म्हणून तुम्हाला कुणी सांगितलं काय? मीच त्याला निरोप पाठवून बोलावून घेतलं होतं. का बोलावलं होतं, तेही सांगतो. नाही तरी ही बातमी सांगायला मी तुम्हाला बोलावून घेणारच होतो. तुम्ही आलात, हे छान झालं.'

'सर, ते तुम्ही अवश्य सांगा, सर! गोसाव्याला तुमच्या केबिनमध्ये शिरल्याचं बघून महंमदनं मला सांगितलं. यांच्याकडून अरण्याची - पर्यावरणाची केवढी नासाडी होतेय, हे मी तुम्हालाही सांगितलंय्. त्यांना इकडून हाकलायला पाहिजे, सर! मी इकडं त्यांच्याविरुद्ध तक्रारी देतो आणि तुम्ही त्यांना निरोप पाठवून बोलावून घेता-'

सिद्दप्पाचं बोलणं थांबवत पाटील मध्येच म्हणाले, 'त्यांना पळवायचं काम निवांतपणे करा, सिद्दप्पा! पण आधी त्याच्याकडून एक अत्यंत महत्त्वाचं काम करवून घ्यायला पाहिजे. जोगीहाळांच्या नोट्सप्रमाणे केसरूर हायब्रीडचं मातृ-रोप सुलेमान बेरीनं वाट लावलेल्या सरकारी राखीव अरण्यात बृहदाकार धूपाच्या वृक्षापाशी आहे! मागं अरण्यात आपोआप जन्मलेल्या झाडांपैकी तेही एक असावं. इतर रोपं उन्हाचा असह्य तडाखा आणि इतर रोगांच्या तावडीत सापडून नष्ट झाली असली,

तरी हे रोप मात्र अत्यंत प्रतिकूल परिस्थितीशी दोन हात करत भरगच्च वाढत आहे, असं जोगीहाळ लिहितात! त्याला हात लावण्यापूर्वी तिथलं तापमान - तिथल्या वातावरणाची वैशिष्ट्यं वगैरे गोष्टींचा अत्यंत काटेकोरपणे अभ्यास करणं अत्यावश्यक आहे, असंही त्याना बजावलं आहे! म्हणूनच मी तुम्हांला इथं बोलावून घेणार होतो.'

"-काही का असेना - तुम्ही गोसाव्यांशी एवढी सलगी ठेवणं योग्य नव्हे, सर!-" सिदप्पा म्हणाला.

"हे पाहा सिद्दप्पा, आज निसर्गाचा - पर्यावरणाचा नाश करण्यासाठी त्यांची जीवनपद्धती जबाबदार आहे, हे जरी सत्य असलं, तरी त्यांचा द्वेष करणं हा यावरचा उपाय नाही, हे तुम्ही ध्यानात घ्या!- त्यांच्या निसर्गज्ञानाचा योग्य वापर करून पर्यावरण - वृद्धी करण्यात नालायक ठरलेला हा आपला समाज! तीही जबाबदारी आपलीच ना?"

"तेवढंच नव्हे, सर! तुम्हांला जयरामची कथा सांगताना एक मुद्दा सांगितला होता, की नाही, कोण जाणे!"

"अरे, माझ्या मेंदूत तेवढी जागा कुठं शिल्लक आहे? जोगीहाळांच्या नोटस् तपासता-तपासता मी तर जयरामची कथा पूर्णपणे विसरून गेलोय!-"

"जयराम म्हणतात, या गोसाव्यांपैकी कुणी तरी जोगीहाळांचा खून केलाय्! त्यांचा प्रमुख मुत्तु जादूगार आहे ना? त्याच्यावर संशय आहे. आम्ही एवढ्या सावधपणे लक्ष ठेवून आहोत आणि तुम्ही तिकडं दुर्लक्ष करताय, सर!"

'असं भविष्य सांगून सगळ्यांना घाबरं करून सोडणाऱ्या जयरामना विचारवादी कसं मानता, रे ?'

'जयराम आणि रामचंद्रांच्या बुद्धिवादाचा अतिरेक होऊन त्यात विज्ञानवाद कुठला आणि अंधश्रद्धा कुठली, हेच समजेनासं झालं, सर! त्यातच दररोज अंगाडी भेट घेतात आणि संपूर्ण दिवस काय-काय घडलं, याची वर्दी घेतात!-'

'-म्हणजे आज बाबू गोसावीला बोलावलं, केसरूर हायब्रीडचं मातृरोप – सगळ्याची वर्दी होणार, तर!

'होय सर. खरं तर आज तोच महत्त्वाचा विषय असेल. तुमच्या प्राणाची जबाबदारी अंगाडींनी स्वीकारली आहे ना? तुम्हीच नको म्हटलात, तर - नाही तर हे सगळं आम्हाला त्यांना सांगावंच लागेल, सर!'

'सांगा - जरुर सांगा! तुम्ही सगळे अतिबुद्धिवादी, अविवेकी होऊन बसला आहात! तुम्ही प्रवासी बंगल्यावर भेटता ना? संध्याकाळी मीच तुम्हाला तिथं येऊन भेटेन. तुम्हां सगळ्यांना एक शॉक-ट्रिटमेंट द्यायची आहे! जोगीहाळ वारले नाहीत –'

पाटलांच्या तोंडून शेवटचं वाक्य ऐकताच सिद्दप्पा आणि महंमदची अवस्था

आकाशातून वीज कोसळावी, तशी झाली! जोगीहाळांच्या नोटस् आणि खाजगी डायरीचा अतिसूक्ष्मपणे अभ्यास करत असलेल्या पाटलांच्या बोलण्यानं बसलेला धक्का साधा नव्हता!

महत्प्रयासानं स्वत:ला आवरत अवाक्षरही न बोलता ते दोघंही पाटलांच्या केबिनमधून बाहेर पडले.

३२

भुताच्या छळानं वैतागलेल्या कृष्णेगौडानं पाटलांकडून एखादा ताईत किंवा भस्म मंत्रून आणण्यासाठी माईल मेस्त्र्याला पाठवलं, तेव्हा पाटील त्याच्या अंगावर संतापानं धावून गेले होते. पण नंतर स्वत: कृष्णेगौडानं येऊन भुताच्या कटकटीचं रामायण कथन केलं, तेव्हा पाटील काहीसे निवळले आणि त्यांनी सांगितलं, 'तुम्ही रामचंद्रांना का भेटत नाही? या असल्या प्रकरणांसाठी त्यांनी एक संघ स्थापलाय.'

रामचंद्र जयंतीचे प्राध्यापक असल्यामुळं कृष्णेगौडा तिला घेऊन त्यांच्या घरी गेला. त्यानं आपण अशा-अशा कारणासाठी आल्याचं सागितलं, तेव्हा रामचंद्र घाबरा झाला. तो म्हणाला, 'पण त्यांनी तुम्हांला माझ्याकडे का पाठवलं? मी कुठलाही मंत्र-तंत्र करत नाही, ताईत-भस्म देत नाही - उलट, मी त्याचा कडवा विरोधी आहे!'

रामचंद्र सरांची भीती बघून जयंतीच्या चेहऱ्यावर हसू उमटलं.

"सर, त्यासाठीच पाटलांनी पाठवलंय. जयराम नावाचे तुमचे मित्र आहेत ना? त्यांना कोवूर नावाच्या कोणी तरी भुताचा त्रास नष्ट करायलाच नेमलंय ना? ते काही तरी मदत करतील, म्हणत होते पाटील."

"असं होय! म्हणजे आमच्या विचारवादी संघाकडे त्यांनी केस पाठवलीय, म्हणायचं! आमचा रफी आहे ना? तो या संघाचा सेक्रेटरी आहे. सिलोनच्या कोवूर नावाच्या मानस-शास्त्रज्ञानं या आंदोलनाला सुरुवात केली. भूत-पिशाच वगैरे अमानवी शक्ती असल्याचं सिद्ध करून दाखवलं, तर लाख रुपयांचं बक्षीस ठेवलंय त्यांनी. या संघाचा कर्नाटकातला प्रतिनिधी जयराम आहे. रमेश, अंगार, रफी वगैरे सगळे त्यात आहेत."

"-हा भुताचा त्रास थांबला, तर कोवूरांचं बक्षीस राहू द्या - मला जमेल, तेवढी मदत तुमच्या संघाला मी अवश्य करेन! काय त्रास चाललाय, विचारू नका! भुताच्या त्रासापायी बायको माहेरी निघून गेली - मळ्यात भूत फिरतं, म्हणून कामाला माणसं मिळेनात! म्हारांशी भांडण झालं आणि ते सगळे माईल मेस्त्रीपाशी मला जाळून टाकू म्हणून आरडा-ओरडा करत होते, म्हणे. काय करायचं? माझं मन आणि डोकं थाऱ्यावरच राहीना बघा -" कृष्णेगौडा म्हणाला.

सारं ऐकताच रामचंद्राला भुताच्या झपाट्यात सापडलेल्यावर सहानुभूती दाखवायची संधी मिळाली, म्हणून मनापासून आनंद झाला.

"हे कुणा नाठाळ पोरांचं काम आहे. आमच्या मुलांना सांगितलं असतं, तर हा प्रश्न कधीच संपून गेला असता. आमची मुलं थोडी अतिउत्साही आहेत. अतिउत्साहाच्या भरात ती निरपराध्याला शिक्षा करू लागली, तर मात्र सांभाळावं लागतं! त्यातच तुमच्या माणसांनी त्यांच्यावरच दगड टाकल्याचा आरोप केलाय. त्यामुळं त्यांचा अपमान झालाय! तरीही मी सांगून बघतो-"

जयंतीचा चेहरा गोंधळल्याचं रामचंद्रच्या लक्षात आल्याशिवाय राहिलं नाही.

"या भुताच्या त्रासाचं काय सांगू मी! संशय घेतल्यामुळं जवळ असलेली सगळी माणसं दूर गेली, बघा! माझे एक मित्र सांगत होते - तिकडं दुर्लक्ष केलं, तर घरातली भांडी उडायला लागतील, कपड्यांना आग लागेल - अन्नात विष्ठा येऊन पडेल! आता तर अन्नाचा प्रत्येक घास मी वास घेऊनच तोंडात घालतो, सर!-" कृष्णेगौडा म्हणाला.

आपल्या घरातील घटनांचा आपल्या प्राध्यापकांपुढं पंचनामा चालल्याचं बघून जयंतीला शरम वाटत होती.

'तुमचा त्रास पूर्णपणे लक्षात आलाय, कृष्णेगौडा. आमच्या मुलांना मी नीट पटवून देईन. अजून कोवळं वय आहे ना? काल घडलेलं आज विसरतात. पण एक मात्र मी आधीच सांगून ठेवतो - नंतर मात्र तुमच्या मुलांनी चार-सहा दगड टाकून भुताचा संताप वाढवला, म्हणून आरोप करायचा नाही!'

आपल्या वर्गातली मुलं घरी येणार, या विचारानं जयंती पुलकित झाली. तिनं मनोमन भुताला नमस्कार केला. घरात भाऊ नसल्यामुळं मुलांविषयी तिच्या मनात पराकोटीचं कुतूहल होतं.

कृष्णेगौडाही म्हणाला, 'भुताच्या भीतीनं एखाद्या रोगट माणसासारखं जगण्यापेक्षा याचा काही तरी सोक्ष-मोक्ष लावायलाच पाहिजे! तुम्ही धैर्य दिलंत, तर आम्ही सगळ्याला तयार आहोत!-'

रामचंद्रनं स्वतःच त्यांना चहा दिला. जयंतीनं विचारलं,

"सर, तुमच्या मिसेस् घरात नाहीत ?"

"माहेरी गेलीय. मीच स्वयंपाक करून घेतो."

जेव्हा ही घटना रामचंद्रनं सविस्तरपणे जयरामच्या कानांवर घातली, तेव्हा जयरामनं कसलीच उत्सुकता दाखवली नाही. त्याऐवजी 'ब्लडी न्यूसन्स-' म्हणून शिवी हासडली, तेव्हा रामचंद्रालाही आश्चर्य वाटलं.

"बाकी काही का असेना - त्यांनी आपल्या विचारवादी संघाकडे एक केस सोपवली आहे, म्हणायची! पण तुम्ही असं कसं वागता, मला समजत नाही! मी

संघाचा अध्यक्ष - माझ्या अनुमतीशिवाय तुम्ही मुलांना कृष्णेगौडाकडे पाठवतो, म्हणून कसं सांगितलंत ? त्या आधी मला एका शब्दानं विचारणं आवश्यक नव्हतं काय?-'' जयराम संतापला होता.

''तुम्ही या सगळ्या फॉर्म्यालिटीजना एवढं महत्त्व देता, याची मला कल्पना नव्हती, जयराम! कृष्णेगौडाची परिस्थिती बघून मला दया आली - म्हणून मी मुलांना निरोप पाठवला. त्यांनी प्रकरण शोधून काढलं, तर तुमच्या प्रतिष्ठेला बाधा येईल काय?''

''तसं नव्हे, रामचंद्र! तुमच्या बुद्धिमतेविषयी मला शंका नाही. पण प्रत्येक कामाची एकेक पद्धत असते, हे कसं तुम्ही विसरता? कृष्णेगौडा सांगतो, त्यातले अगदी प्राथमिक मुद्दे पाहा. तिथं प्रत्यक्ष भुताचा त्रास किती आणि त्याचा फायदा घेऊन निर्माण करण्यात आलेला माणसांचा त्रास किती, याचा विचार केलात काय? ही मुलं तिथं जाऊन वस्तुनिष्ठपणे न बघता शौर्यप्रदर्शनाच्या भानगडीत पडली, तर तीही त्या सगळ्या गोंधळाचाच एक भाग बनतील! त्यामुळं या कामातल्या अडचणी कमी होण्याऐवजी वाढतीलच! असं पाठवून देणं म्हणजे कुठल्याही पूर्वतयारीशिवाय सैन्याला युद्धावर पाठवल्यासारखं होतं. प्रत्येक गोष्टीसाठी काही तरी क्रम पाळणं आवश्यक आहे, हे विसरू नका –''

''ओ हो याचंही एक शास्त्र बनवलंय काय?''

''मग? शास्त्रच आहे ते! अशा वेळी त्या संदर्भातल्या प्रत्येकाला वेगवेगळं काढायचं आणि त्यांना केवळ स्वत:च्या अनुभवाच्या संदर्भात उत्तरं द्यायला लावायचं. या चर्चेचं गुपित राखायचं. केवळ स्वत:च्या अनुभवांवर बोलायची अट घातली, की त्यातलं एका अंशाएवढंही शिल्लक राहत नाही. त्यानंतर जी भुताटकी शिल्लक राहील, तिचाही तपास करायची एक विशिष्ट पद्धत आहे. तसं न्यायाच्या दृष्टीनं पाहिलं, तर विचारवाद्याला 'भूत नाही' असा निर्णय द्यायचा अधिकारच नाही! आतापर्यंतच्या चौकशीत हे असं आढळलं, एवढंच सांगू शकतो. - तेवढंच त्यानं सागितलं पाहिजे! भूत आहे, ह्या समजुतीमुळं इतके अन्याय घडतात, की भूत नाही, हेही अत्यंत स्पष्टपणे आणि जबाबदारीनं सांगायला पाहिजे.''

''म्हणजे भुताटकीमुळं घरावर दगड येतात किंवा भांडी उडू लागतात, यासारख्या गोष्टींवर तुमचा विश्वास आहे?''

''नाही. आजवरचा माझा अभ्यास आणि अनुभवही मला नाही, असंच सांगतात. जोपर्यंत तुम्ही भूत-देव यांसारख्या निरर्थक शब्दांचा वापर करता, तोपर्यंत मला सरळ साधं संभाषण करणंही अशक्य होऊन जातं! जेव्हा तुम्ही भूत हा शब्द वापरता, तेव्हा तो एखाद्या मृत माणसाचा आत्मा या अर्थी वापरता, असं समजा. अशावेळी अगदी पहिला प्रश्न उभा राहतो - माणसाला आत्मा नावाचं काही आहे

काय? असेल तर, तो अविनाशी आहे, हे खरं आहे काय? जन्म आणि मरण हे निश्चित असे आदि-अंत असलेल्या माणसाच्या संदर्भात अनादि-अनंत-अविनाशी वगैरे शब्दांना काही अर्थ आहे काय? पाहिलंत? भूत हा शब्द वापरायचा झाला, तरी वैज्ञानिक दृष्ट्या किती तरी प्रश्नांची उत्तर स्वत:शीच शोधावी लागतात! आता मी एकाच प्रश्नाचा शोध घेत आहे- तो म्हणजे - जड पदार्थांवर प्रभाव टाकण्यासाठी प्रज्ञेकडे भौतिकतेच्या पलिकडची कुठली शक्ती आहे का?-''

''तर मग त्या दगड टाकणाऱ्या भुतांसाठी काहीच करायचं नाही?''

''थू:! पुन्हा तेच! अरे, कसलं भूत आणि कसले दगड! जर खरोखरच भूत अस्तित्वात असतं, तर माणसानं त्याला एव्हाना गारगोट्याचे पर्वत फोडायला बसवलं असतं! तिथल्या कौटुंबिक आणि सामाजिक समस्या सोडवल्या, तरी पुरेसं आहे. पण काही वेळा समस्यांचा गुंता अधिकाधिक वाढत जाऊन त्यात सारं गावच्या गाव गुरफटून जातं! अशा वेळी मी मघाशी म्हणालो, तसं 'ब्लडी न्यूसन्स' होतं! अशा प्रकारे अतिमानवी भासणाऱ्या समस्यांमागे कुतूहलपूर्ण मानवी समस्याच असते, हे तुम्ही विसरू नका!-''

''हे तुमचं झालं! पण अनुभवणाऱ्याच्या दृष्टीनं ते जिवावरचं असतं! अनुभवांमागच्या तत्त्वांचा शोध घेत घेत पाटलांच्या जिवाशी आणून ठेवलं तुम्ही! आता भुताचा शोध घ्यायला जाऊन सगळ्या गावालाच फास लावाल! कसल्या वाईट मुहूर्तावर जन्मला हो, तुम्ही!''

''म्हणूनच मी सत्याच्या अग्निपथावर पाऊल ठेवायला नको म्हणतोय! समजलं? फारसा विचारच न करणाऱ्यांना कसला त्रास नसतो!''

३३

केसरूरचे क्रांतिकारक तरुण तिकडं कृष्णेगौडाच्या घराकडं भुतावर मात करायच्या उत्साहानं रवाना झाले आणि इकडं केसरूरच्या प्रवासी बंगल्यामध्ये जयराम-रामचंद्र वगैरे कातर अंत:करणानं पाटलांची वाट पाहत बसले. जोगीहाळांच्या नोटस् आणि खाजगी डायरीच्या अभ्यासानंतर पाटलांनी दिलेल्या धक्क्यानं सगळेच कोलमडल्यासारखे झाले होते. एव्हाना सिद्दप्पा-महंमदला सगळ्यांनी अनेकदा 'आणखी काय म्हणत होते, पाटील' म्हणून विचारलं होतं. आपल्याला आणखी रोमांचकारक काम मिळाल्याच्या आनंदात अंगाडीही म्हणत होता,

"बघा! मी म्हटलं नव्हतं? जयरामांची कथा खरी ठरली, तरी माझा फायदा आणि खोटी ठरली, तरी फायदा आहे, म्हणून?-"

पाटील आले आणि आल्या-आल्या म्हणाले,

"काय रे? माझ्यासारख्या गरीब बिचाऱ्याच्या जिवावर उठण्यापेक्षा त्या कृष्णेगौडाच्या घरावर दगड टाकणाऱ्या भुताच्या का मागं लागला नाही?- बाप् द बाप् - आज त्यांना मी रामचंद्रांना भेटा, म्हणून सांगून पाठवलं होतं. आले होते ना? रामचंद्र, आजपासून मी आपलं ठरवून टाकलंय! माझ्याकडे जे कुणी ताईत-गंडा-दोरा-मंत्र म्हणून येतील, त्या सगळ्यांना मी थेट तुमच्याकडेच पाठवून देईन! रागावून-संतापून मी तर दमून गेलोय! तुमच्याकडे पाठवलं, तर तुम्हाला तेवढंच काम मिळेल!-"

पायऱ्या चढून येऊन पाटील खुर्चीवर बसले.

रामचंद्र म्हणाला, 'आले होते. त्यांची केस आम्ही घेतली आहे-'

सगळे आपापल्या जागेवर बसले. कुणीच काही बोलत नसलेलं पाहून पाटील पुन्हा म्हणाले, "अरेच्चा! तुम्ही सगळ्यांनी माझं बोलणं भलतंच मनावर घेतलेलं दिसतंय! बोला ना काहीतरी! नुसते बघत काय राहिलात?"

"जोगीहाळांच्या नोटस् आणि खाजगी डायरीचा अभ्यास करून तुम्ही बोलता, सर! मग तुमचं बोलणं गंभीरपणे न घेऊन कसं चालेल?" महंमद म्हणाला.

"वा, रे, वा, महंमद! अहो, जोगीहाळांच्या नोटस् आणि डायरीचा त्यांच्या अचानक मृत्यूशी काय संबंध? आत्महत्येसारखं प्रकरण असेल, तर लिहून

ठेवायचा प्रश्न येईल. उगाच कोण आपल्या मृत्यूविषयी काय लिहून ठेवेल? जयरामांच्या कथेवर विश्वास ठेवून तुम्ही सगळे माझ्या मरणाची वाट पाहताच ना ?-'' म्हणत ते खदखदून हसले.

"तर मग ते मेलेच नाहीत, या निर्णयापर्यंत तुम्ही कसे येऊन पोहोचलात?''

"तुम्ही ते निश्चित मेले आहेत, म्हणून पुढच्या कथा कसे रचता?''

"हे काय, सर? जोगीहाळ वारले, तेव्हा आपण सगळे इथंच नव्हतो काय? त्यांच्या पत्नीही पाटण्याहून आल्या. नंतर त्यांचा मृतदेह त्यांच्या गावी नवलगुंदला पाठवण्यात आला होता-'' महंमद म्हणाला.

"हे सगळं अगदी खरंय! पण ते जोगीहाळच होते, याचा कुणी शोध घेतलाय काय?''

"पण सगळेच जोगीहाळ म्हणत असताना आम्ही कोण कशाला शोध घेऊ?''

"पण सगळेच जोगीहाळ कशावरून? वेष, आकार, चेहरा वगैरे वगैरे तसं होतं, म्हणूनच ना? तुम्ही त्या वेळी नीट खात्री करून घेतली होती? अतिशय गंभीर प्रश्न आहे हा! नीट विचार करून उत्तर द्या!-''

काही क्षण शांतता पसरली. काय उत्तर द्यावं, हे कुणालाच कळेना. अखेर सिद्दप्पा म्हणाला,

"आम्हाला त्या वेळी तसा काही संशय आला असता, तर आम्ही त्या दृष्टीनं पाहिलं असतं सर! पण स्वत: जोगीहाळांची बायको, पोलिस ऑफिसर, डिस्ट्रिक्ट मेडिकल ऑफिसर यांसारखे तिथं असताना आम्ही कशासाठी परीक्षा पाहायची?''

'म्हणूनच मी तो प्रश्न विचारला. जोगीहाळांच्या पत्नीची दीड वर्षांपूर्वी पाटण्याला बदली झाली होती. तिथं गेल्यावर त्या एकदाही इकडं आल्या नव्हत्या. मेडिकल ऑफिसर किंवा पोलिस ऑफिसरला हाच जोगीहाळांचा देह म्हणून कसं ठाऊक असणार? त्यांच्या दृष्टीनं मृत्यू कसा झाला, हा महत्त्वाचा प्रश्न असतो. हार्टफेल, आत्महत्या, की खून, हाच प्रश्न त्यांचं डोकं खात असतो. आता जोगीहाळांच्या मृत्यूचा दिवस आठवा. सकाळी वॉचमननं धावत येऊन सांगितलं - मोठे साहेब लॅबमध्ये मृतावस्थेत पडले आहेत. पोलिसांना फोन केला. त्यांनी सांगितलं, आम्ही येईपर्यंत तुम्ही तिथं कशालाही हात लावू नका. तुम्ही सगळे खिडकीतून डोकावून आत पाहत पोलिसांची वाट पाहत राहिलात. दुसरे दिवशी पोलिस आणि डॉक्टर येऊन पोहोचले. तोपर्यंत प्रेत सुजून बरंच सडूनही गेलं होतं. त्यानंतर दुसरे दिवशी त्यांच्या पत्नी आल्या - म्हणजे तिसऱ्या दिवशी! त्यांनी गेल्या दीड वर्षांत जोगीहाळांना पाहिलंच नव्हतं. त्यात दु:खात बुडून गेलेल्या पत्नीकडून तशी कशी अपेक्षा करणार?''

"सर तुम्ही सांगताहात, त्यात न पटण्यासारखं काहीही नाही. पण मग तेव्हा

वारले ते कोण? आणि आज जोगीहाळ कुठं आहेत?'' सिदप्पानं विचारलं.

'मला काय ठाऊक? मी आता हा मुद्दा का काढला, सांगू? सर्कल इन्स्पेक्टर शरीफ मला भेटायला आले होते. अंगाडींनी पोलिस-स्टेशनमध्ये जाऊन जुनी कागदपत्रं बाहेर काढल्याचं बघून ते घाबरले आहेत. अंगाडी नेमकी कशाची चौकशी करायला आले आहेत, याची ते चौकशी करत होते. त्यांच्याशी गप्पा मारताना त्यांनी एक गोष्ट सांगितली - जोगीहाळांच्या पत्नीनं त्यांचं प्रेत ओळखलं नव्हतं, म्हणे! त्यांनी त्यापूर्वी दीड वर्षं पतीला पाहिलं नव्हतं आणि त्या आल्या, त्या वेळेपर्यंत प्रेत फुगलं होतं, हेही त्यांनी सांगितलं. ह्या प्रकरणातून असं काही तरी बाहेर पडलं, तर पोलिस खात्याला बऱ्याच चौकश्यांना सामोरं जावं लागेल, असं वाटलं. त्यांनी बऱ्याच कष्टानं मॅडमना पटवून दिलं - असं काही चौकशीचं लफडं सुरू झालं, तर लाईफ-इन्शुअरन्सचे आठ लाख रुपये मिळायला सतराशे साठ विघ्नं येतील त्याचबरोबर त्यांच्याबरोबर दररोज काम करणाऱ्यांपैकी कुणीही आक्षेप घेत नाही - तुम्ही आक्षेप घेतला, तर बरं दिसेल काय, म्हणून पटवल्यावर त्या गप्प बसल्या, म्हणे. त्याचबरोबर जोगीहाळांच्या मृत्यूच्याच वेळी पार्लमेंटमध्ये 'आमच्या शास्त्रज्ञांचे खून केले जातात' म्हणून गोंधळ चालला होता. त्यामुळे ही केस दडपली जावी, अशा वरूनही सूचना आल्या होत्या, म्हणे!

''म्हणजे पाहा - मेलेली व्यक्ती जोगीहाळच होती, यासाठी त्यांच्या पत्नी, डॉक्टर आणि पोलिसांच्या साक्षी! एकूण काय, कोण मेलं, ते ठाऊक नाही आणि जोगीहाळ कुठं आहेत, तेही ठाऊक नाही!''

''पण ते हयात असते, तर एवढ्या दिवसांत आम्हाला त्यांची कुठं तरी चाहूल लागली नसती काय? सर, तुम्ही आमच्या कथेवर एक प्रतिकथा निर्माण केली! खरं ना, सर?''

''अंगाडी, मला जोगीहाळांचा मृत्यू, खून, की अपघात यामध्ये किंचितही रस नाही. मी हे का सागितलं, सांगू? तुम्ही हेरगिरी करता-करता काही तत्त्वांचा शोध घ्यायला निघालात!''

''तुमच्या कथेनं तुम्ही आमची कथा खोटी ठरवू शकाल. पण त्यामुळं आमच्या दुसऱ्या शोधावर काहीही परिणाम होणार नाही! आता या कथेमुळं काय सिद्ध झालं, म्हणायचं? प्रज्ञा स्वतंत्र आहे, की विधिनियमांच्या स्वाधीन आहे?'' रामचंद्रनं मध्येच विषय काढला.

''दोन्हींपैकी कुठलंही विधान बरोबर नाही !''

रामचंद्र अवाक झाला. त्यानं विचारलं,

''असं कसं शक्य आहे, सर? यांतलं एक बरोबर असायला पाहिजे आणि एक चुकीचं! तुमच उत्तर अत्यंत अवैज्ञानिक आहे!''

"तुमचे सगळेच तर्क एक खरं आणि एक खोटं ठराव, अशा भूमिकेशी निगडित आहेत! तुम्ही -आम्ही -आपण सगळेच एकेका विश्वासाला वास्तव सत्य समजून कार्य-कारण प्रपंच निर्माण करत असतो. मग याच परिघात आपली गृहीतं सत्य-असत्य ठरतात. आता पाहा - जोगीहाळ वारले, हा आपल्या सगळ्यांचाच एक विश्वास आहे. पण जेव्हा मी त्यावर आक्षेप घेत तीव्रपणे प्रश्न विचारू लागलो, तेव्हा तुमच्या मनातलं सत्यही अस्पष्ट होऊ लागलं. होय ना? याचा अर्थ काय? भूतकाळ किंवा वर्तमानकाळ आपण अत्यंत दृढपणे सत्य म्हणून गृहीत धरू शकणार नाही."

"हे काय सांगता, सर, तुम्ही! आम्हां सगळ्यांच्या पुढं तुम्ही आता बसला आहात - बोलताहात - हे आम्ही सत्य म्हणून गृहीत धरू शकणार नाही? शास्त्रज्ञ असून तुम्हीच असं म्हणालात, तर काय बोलायचं? न्यूटन-डार्विन वगैरेंच्या संशोधनालाच काय अर्थ राहील मग?" रामचंद्रानं जोरात विचारलं.

"प्रत्येक भूमिकेचं एकेक तत्त्व असतं, रामचंद्र! मी शास्त्रज्ञ असून हे का म्हणतोय, असा तुमचा आक्षेप आहे ना? लक्षात घ्या - आता विज्ञानही अशाच एका पातळीवर आहे! प्रकाश हे कण, की लहर? आपण ऐकत आलोय, त्याप्रमाणे हे भौतिक शास्त्रावर आधारलेलं विज्ञान ना? हे विज्ञानच सांगतं - जो त्याकडे लहर म्हणून पाहतो, त्याच्या दृष्टीनं ती लहर आणि जो कण म्हणून पाहतो, त्याच्या दृष्टीनं कण! कारण हे निरीक्षण करणारे या प्रयोगाचा भाग आहेत, की दूर आहेत, याचा विचार केला पाहिजे."

"तसं नव्हे, सर! अशा वेळी वस्तुनिष्ठपणे त्याकडे पाहून प्रयोगानं सिद्ध करून एखाद्या निष्कर्षापर्यंत यावंच लागेल ना!–"

"बरं - ते जाऊ दे. मी आणखी एक विज्ञान-शास्त्राचाच नियम सांगतो. एखादी वस्तू प्रकाशाच्या वेगानं आणि दिशेनं प्रवास करू लागली, की आपली लांबी गमावते. अशा वेळी नियम सांगतो, उजेडाच्या दिशेनं वेगानं जाणारी मीटर-पट्टी एक फूटभर लांबीची दिसते. पण हे पाहायचं कसं आणि कुठून? आपण हे पाहण्यासाठी गेलो, तर त्या वेळी आपल्या हातातली पट्टीही लहान होईल आणि पुन्हा दोन्ही पट्ट्या सारख्याच असतील. म्हणजे इथं सांगितलेला विज्ञानाचा नियम आपण कधीही सिद्ध करू शकणार नाही... तेही सत्यच ना? पण... तुम्हांला हे सगळं मी का सांगतोय? एक गोष्ट तुम्हीही नीट लक्षात घ्या. तुम्ही फक्त जोगीहाळांच्या मृत्यूचं रहस्य शोधायला निघाला नाही! मानवी प्रज्ञा विधि-नियमांच्या स्वाधीन आहे, की स्वतंत्र आहे, याचा शोध कलाकृतीच्या आधारानं शोधायला निघाला आहात! म्हणजेच तुम्ही विश्वाच्या चिदंबर-रहस्याचा शोध घ्यायला निघाला आहात! हे चिदंबर रहस्य जो ज्या विश्वासानं उकलू पाहील, तसं त्याला दिसेल!

समजा, आधी मी अंगाडींना भेटून जोगीहाळ वारले नाहीत, ही कथा सांगितली असती, तर त्यांना तसे साक्षी-पुरावे मिळाले असते!''

''-म्हणजे जोगीहाळ जिवंत आहेत, म्हणून शोध सुरू केला, तर ते सापडतील?''

''तसा तुम्ही शोध घेतलात आणि ते खरोखरच हयात असतील, तर निश्चित सापडतील! तुम्ही मला काय म्हणायचंय, ते लक्षात घ्या. तसे पुरावे सापडतील, असं म्हणतोय मी. ते असू द्या - आता तुम्ही आधी साक्षी-पुरावे गोळा करून त्याच्या आधारानं निघाला नाही! आधी कथा रचून नंतर त्यासाठी आवश्यक ते साक्षी-पुरावे गोळा करत आहात! आणि त्या आधारानं चिदंबर-रहस्याचा भेद करू पाहताहात. पण एक विसरू नका - तुमच्या कथेसाठी मिळणारे साक्षी-पुरावे दुसऱ्याही कथेचे साक्षी-पुरावे असतात! तुम्ही अतिबुद्धिवादाच्या मार्गानं जाऊन अविवेक करताहात! माझ्याकडे केसरूरमधली किती तरी माणसं 'वाऱ्यानं झपाटलंय - भीती चिकटलेय' वगैरे सांगत येतात. ती अज्ञानी, अविवेकी माणसं आहेत, तर तुम्ही अतिज्ञानी-अविवेकी!-'' वगैरे रागावून मनगटावरील घड्याळ बघत पाटील उठले.

''हे काय, सर? एवढ्यात उठलात?'' सगळ्यांनी विचारलं.

''निघायला हवं, मला. एकजण भेटायला येणार आहेत. उगाच एखाद्याला ताटकळायला लावणं बरं नव्हे. इथं तर तुम्ही संपूर्ण जीवन संपलं, तरी न सुटणारा तत्त्वज्ञानाचा गुंता घेऊन बसला आहात!-'' म्हणत ते उठलेच आणि पायऱ्या उतरून अंधाऱ्या रस्त्यानं चालू लागले.

पाटील निघून गेल्यावर सिद्दप्पा म्हणाला, 'काय म्हातारा आहे! जोगीहाळ जिवंत आहेत, म्हणून सांगून भलताच शॉक दिला, यानं!'

''हवं तर त्यांचं सांगणं सत्य माना. त्या जागी जोगीहाळांऐवजी दुसऱ्या कुणाचं तरी प्रेत आणून टाकलं होतं, असं समजा. माझा प्रश्न 'का' हा आहे, 'कोण' हा नव्हे.'' अंगाडी म्हणाला.

''पण मी म्हणतो, जोगीहाळांना न मरायला काय झालं? आपल्या कथेवर मात करायला पाटलांनी मुद्दाम सांगितलं ते! नाहीतरी म्हातारा पहिल्यापासून विचित्रच आहे! पण म्हणून सिनिकही म्हणता येणार नाही, म्हणा. धड विज्ञान-निष्ठ नाही - धड विचारवादी नाही -'' सिद्दप्पा वैतागून म्हणाला.

''काहीही असो, मलाही केसरूर हायब्रीडचा शोध घ्यायला आलंच पाहिजे, सिद्दप्पा! आपली हेरगिरी-संशोधन या सगळ्या शेवटच्या पायऱ्या झाल्या. अजूनही गोसाव्यांबरोबर जपून राहायची आवश्यकता आहे. दर एकरी एक टन वेलदोडे देणारं झाड! आजच्या दरानं तीन लक्ष रुपये! इतर कुठलंही पीक घेतलं, तरी एवढा फायदा होणार नाही!'' अंगाडीनं सिद्दप्पाला सावध केलं.

"पण काहीही म्हणा हं! म्हाताऱ्यानं आपली मस्त फिरकी घेतली! तर्कात आपला धुव्वा उडवला, त्यानं! आपल्याच आखाड्यात येऊन आपल्याला हरवलं! अगदी चारी मुंड्या चीत! मला तर त्यांच्याविषयी मनापासून आदर वाटतो!- काय, जयराम, काहीही न बोलता गप्प का बसला?"

"काही नाही - आपण आपल्या मुलांना भुतावर छू: सोडलंय! काय करत असतील, याचा विचार करत होतो."

"असू दे! आता इथंच जेवून जा. मी आलोच –" म्हणत अंगाडी प्रवासी बंगल्याच्या नोकराला जेवायची व्यवस्था करायला सांगण्यासाठी गेला. स्वयंपाक होईपर्यंत त्यांच्या गप्पा चालल्या होत्या.

जेवण उरकून ते सगळे बाहेर आले, तेव्हा बरीच रात्र झाली होती. त्यानंतरही त्यांच्या रेंगाळत गप्पा चालल्या होत्या. केसरूर हायब्रीड सापडलं, की या शोधाचा शेवट होईल, असं त्या सगळ्यांनाच वाटत होतं.

त्याच क्षणी जमिनीचा थरकाप उडवणारा 'धर्रर - धडाम् -' असा एक प्रचंड स्फोटाचा आवाज ऐकू आला आणि केसरूरलगतच्या डोंगर-दऱ्यांतून त्याचा प्रतिध्वनी आला. कुठल्यातरी डोंगरातला ज्वालामुखी उसळावा, तसा तो आवाज उसळला!

सगळेच त्या अनपेक्षित धक्क्यानं स्तब्ध झाले. त्या स्तब्ध वातावरणातून दूरवर कुठंतरी 'अय्यो – अम्मा - अय्यय्यो' अशा मानवी आर्त किंकाळ्या ऐकू आल्या. त्या कानांवर येताच सगळेच ताठ झाले. प्रवासी बंगल्याच्या पायऱ्या ओलांडून ते रस्त्यावर आले.

गाढ झोपी गेलेल्या केसरूरला यापैकी कशाचंच सोयर-सुतक असावं, असं दिसलं नाही.

गावाबाहेरून ऐकू आलेल्या त्या मानवी किंकाळ्या आता गावाच्या दिशेकडे सरकत असल्याचं त्यांना जाणवलं. ते सगळे पाहत असतानाच दूरच्या रस्त्यावरच्या दिव्याच्या खांबाकडून चार काळ्याकुट्ट विचित्र मानवी आकृती वेड्यावाकड्या धावत येत असलेल्या दिसल्या. त्या सगळ्यांच्याच पोटात भयाचा गोळा उठला! त्या सगळ्यांचे मेंदू बधिर झाले होते आणि दृष्टी त्या चार आकृतींवर खिळली होती. सपूर्ण देह डांबरानं माखून गेल्यामुळं शरीराचं माणूसपण पूर्णपणे नष्ट झालेले ते चौघं तसेच वेडेवाकडे धावत रस्त्यावरच्या दिव्यापाशी आले.

त्याचवेळी त्या चार आकृतींपैकी एकानं जमिनीवर लोळण घेतली आणि तो तडफडू लागल्या. इतर तिघांच्या शरीरावरच्या डांबराच्या वजनामुळं त्यांच्या शरीरावरचं कातडं केळं सोलावं, तसं सोललं जाऊ लागलं आणि आतली पांढरी चरबी उघडी पडली. या कशाचंही भान नसताना पुढं जाऊ पाहणारे तिघंही एकेक करून त्यांच्या

डोळ्यांपुढं जमिनीवर कोसळले.

हे भयानक दृश्य पाहणारे सहाही जण रक्त गोठून जागीच खिळून राहिले होते. एवढा वेळ आपल्या समोर जे घडलं ती वस्तुस्थिती होती, की एखादं दुःस्वप्न होतं, हेच त्यांना समजलं नाही.

''जयराम - आपण पाहातोय, ते खरं आहे, की भास?'' रामचंद्रनं विचारलं.

''कसलं गाव आहे हे! कल्पनेतही सुचणार नाही असल्या घटना इथं डोळ्यांपुढं घडताहेत!'' जयरामही म्हणाला.

पण एका दृष्टीनं पाहता त्याची कथाच या समोरच्या भयाण दृश्याला कारणीभूत झाली होती.

३४

"हे भूत-बित सगळं तुमच्या जातीत असतं, रे! आमच्या जातीत भूतच नसतं -" रफी रमेशला सांगत होता.

रफी त्या सगळ्या विचारवाद्यांचं नेतृत्व करणारा होता. तो केवळ संघाचा सेक्रेटरी होता, एवढंच नव्हे, तर स्वभावानंही तो इतरांपेक्षा गंभीर होता. त्यामुळंच रामचंद्रानं त्याला कमांडर करून इतरांना त्याच्या नेतृत्वाखाली पाठवलं होतं. शिवाय त्या मुलांना काही सूचनाही त्यानं दिल्या होत्या. 'काही गंभीर घडल्याशिवाय कृष्णेगौडांच्या घरात शिरायचं नाही - शक्यतो बाहेरूनच दगड टाकणाऱ्यांवर नजर ठेवायची - चोर सापडले, तर त्यांना फक्त पकडायचं! मारायचं नाही -' या त्यांपैकीच काही होत्या.

रफी खूप लहान असतानाच त्याचे आई-वडील वारले होते. त्यामुळं चार ठिकाणी राबून कमाई करत तो वाढला होता. आताही संध्याकाळी एका टायपिंग-क्लासमध्ये शिकवून तो चार पैसे मिळवत होता. एकीकडे मित्रांबरोबर मारामारी-भांडणं यामध्ये भाग घेत असला, तरी इतरांपेक्षा तो विचारी होता.

"तुमच्या जातीत भूतच नसतं, तर उट्टाळी गावचा हकीमसाब कसा भूत उतरवण्यासाठी मंतरलेला ताईत देतो?" इंग्लिशगौडानं प्रश्न टाकला.

रफी, अंगार, रमेश, चंद्र आणि इंग्लिशगौडा हे पाचजण दिवस मावळता-मावळता कृष्णेगौडाच्या घराकडं दगड टाकणाऱ्या भुताचा तपास करायला निघाले होते.

"कुणास ठाऊक! कुराणात तरी कुठं, माणूस भूत होतो, म्हटल्याचं दिसलं नाही –"

"असला कसला, रे, विचारवादी तू? कुराणात, बायबलमध्ये, गीतेत सागितलं नसलं, तरी खरं भूत असतंच असतं! नाही म्हणून कशातच लिहीत नाहीत!" इंग्लिशगौडा म्हणाला.

"तुला काय वाटतं?"

"भूत नाही, असंच वाटतं मलाही! पण समजा, खरोखरच असलं, तर? काय करायचं, रे?"

'त्यात काय! सरांना सांगायचं, आहे, म्हणून! मग काय करायचं, ते सर करतील!'

"आणि असलं ,तर उत्तमच आहे, म्हणा! दाखवून दिलं, तर आरामात एक लाख रुपये मिळतील!" अगांर म्हणाला.

"नको, रे, बाबा! भूतही नको आणि लाख रुपयेही नकोत!" इंग्लिशगौडा म्हणाला.

कृष्णेगौडाच्या सुवर्णधारा इस्टेटच्या दिशेनं जाताना थोडा वेळ शांतता पसरली. पण लवकरच इंग्लिशगौडाला गप्प बसायचा कंटाळा आला. तो म्हणाला,

"आपण बाँबेगौडाला आपल्यात घेतलं नाही, ते उत्तम केल हं! तो व्यंकटेश भक्तांच्या ग्रूपमधला. जयंतीच्या घरी जायला मिळतंय म्हणून यायला निघाला होता हलकट!-" आपल्या मनात तसं काही नव्हतं, असं दाखवत तो म्हणाला.

चंद्राला याचा संताप आला.

"त्या दिवशी रस्त्यात आम्हाला भांडणात अडकवून तू निघून गेलास आणि आज फुशारक्या मारतोस होय ?" त्यानं इंग्लिशगौडावर आरोप ठेवला.

"ए! काय हलकट आहे! त्या दिवशीचं तेव्हाच विसरून जायचं सोडून आता ते उकरून काढतोस? मग तू तरी कशाला आलास?" म्हणत त्यानं भांडण काढलं.

सगळेजण भुताविषयी जेवढे सीरियस होते, तेवढेच जयंतीविषयीही होते! मनातल्या मनात ते सगळेच जयंतीच्या स्वयंवरासाठी चाललेल्या राजकुमारांच्या मूडमध्ये होते. एकाएकी त्यांच्यामध्ये 'मग तू का आलास?' 'तू का आलास?' असा वाद सुरू झाला आणि ते पुढं न जाता रस्त्यातच उभे राहून गोंधळ माजवू लागले.

आता रफी विचित्र अवस्थेत सापडला. 'हाका मारू द्या साल्यांना -' म्हणून सोडून दिलं, तर वादावादीचं पर्यवसान प्रत्यक्ष मारामारीत झाल्याशिवाय राहणार नाही, या विचारानं तो मध्ये पडत म्हणाला,

"हे पाहा, आपल्याला सगळ्यांनाच मुली म्हटल्या, की उत्साह येतो, हे खरंय. म्हणूनच त्यांना आणि त्यांच्या घरच्यांना त्रासापासून मुक्त करण्यासाठी आपण निघालो आहोत. समजा, उद्या वनजा-श्यामला - वनमाला यांच्यापैकी कुणाच्याही घरावर दगड पडायला लागले, तरी आपण जायचंच! असे रस्त्यात भांडत राहिलात, तर लोक काय समजतील आपल्याला? आणि कृष्णेगौडांच्या घरी गेल्यावरही भांडायला लागलात, तर काय करायचं? ते सरांना सांगतील. मग? तुम्ही असेच वागणार असाल, तर मी हा निघालो –" अशा प्रकारे धमकी देत रफीनं आपण त्यांचा प्रमुख असल्याचं स्पष्ट केलं. त्याचा परिणाम होऊन 'सॉरी, कॅप्टन!' 'काय,

रे?' 'थोडे तरी मॅनर्स आहेत, की नाहीत ?' म्हणत सगळे मुकाट्यानं निघाले.

कृष्णेगौडाच्या घरी गेल्यावर त्यांना भांडायला संधी मिळाली नाही. हे कुणा पोरांचं काम असेल, तर शोधून काढायला आलो असून आणखी काही असेल, तर दुसरे दिवशी सर येतील, असं सांगून ते कामाला लागले.

त्यानंतर त्यांच्या चौकशा सुरू झाल्या- दगड कुठं पडतात? कसे पडतात? धाडकन एकदम कौलावर पडतात, की गडगडत पडतात ? मळ्याच्या कुठल्या कोपऱ्यावर पहारा ठेवायला पाहिजे, यावर त्यांनी परस्परांशी चर्चा केली. हे सगळं चाललं असताना त्यांची नजर दूरवर घरात परकर-पोलकं आणि साडी हलली, की तिकडं जात होती!

सगळे टॉर्चच्या मिणमिण प्रकाशात घराबाहेर निघाले, तेव्हा कृष्णेगौडान विचारलं,

"मीही येऊ का सोबत?"

रफीनं सांगितलं,

"नको. घरच्या माणसांना कुठल्याही प्रकारचा त्रास देऊ नये, अशी वरून आज्ञा आहे!"

जयंतीनं स्वत: अंधारातच राहून या मुलांचं निरीक्षण केलं. मंद दिव्याच्या उजेडात ही तरुण मुलं म्हणजे तिला सुंदर बाहुलेच दिसले! त्यातही कुरळ्या केसांचा आणि निळसर डोळ्यांचा रफी तिच्या नजरेत भरला. त्यानंतर मात्र फक्त रफीच तेवढा प्रकाशमान होत गेला आणि इतर सगळी मुलं अंधारात विरून गेली. तिला रफी कुठंतरी उंच ढगावर उभ्या असलेल्या धीरोदात्त पाद्र्यासारखा दिसला. इतके दिवस तिच्या मनात भरून राहिलेली सगळ्या तरुण मुलांविषयीची अथांग आणि निराकार भावना आता रफी नावाच्या देवदूताचा आकार घेऊ लागली. त्याची घनगंभीर मुद्रा! त्याचं कर्तव्यकठोर व्यक्तिमत्त्व! त्याचे विस्कटलेले केस! त्याचे बलवान दडं!-

पाहता-पाहता तिला विचित्र भास झाला. हा क्षण हुकला, तर आपण पुन्हा नरजन्मात खितपत पडून राहू, असं भय वाहून ती एकाग्रतेनं इंद्रिय-भूमिकेपलीकडे पाहू लागली. आता तिची पंचेंद्रिये केवळ रूप-सौंदर्याचं आकर्षण ओलांडून त्याच्या व्यक्तिमत्त्वाच्या आकर्षणात लीन होऊन गेली. हा क्षण आपल्या जीवनामधली एक अध्यात्म-स्थिती ठरून त्यात आपण लीन व्हावं, असं तिला वाटू लागलं. बघता बघता जयंती गरागरा फिरणारा अग्निगोल झाली. मनाच्या उन्मत्त परिभ्रमणाच्या वेगात केंद्रापासून ठिणग्या सुटून दूर जाव्यात, तसं जाती, घराणं, नाव या गोष्टी निखळून दूर फेकल्या गेल्या!- जयंतीला आपल्याला हात-पाय नाहीत, असं वाहून आश्चर्य जाणवलं.

३५

"-ए- तिकडं बघ! काय आहे, रे? कुणी तरी येतंय, वाटतं! बघ - बिडी हलतेय -" घाबरलेला इंग्लिशगौडा रफीच्या कानात कुजबुजला.

डोळे दुखावतील, एवढा दृष्टीला ताण देऊन रफीनं अंधारात रोखून पाहिलं. एक उगाच फिरणारा काजवा त्याला दिसला, तेव्हा तो वैतागून म्हणाला,

"छे:! असा गोंधळ करायला लागलास, तर कुणालाच पकडता येणार नाही, बघ!–"

खरं तर एव्हाना इंग्लिशगौडाच्या मनातली जयंती - तिचं घर वगैरे थ्रिल थंडगार पडलं होतं. थंड बोचऱ्या वाऱ्यात मळ्यात रात्रभर फिरणं त्याला निरसपणाचं वाटू लागलं होतं. घरातलं उबदार अंथरूण-पांघरूण त्याला पदोपदी आठवत होतं.

पुन्हा एकमेकांत भांडणं व्हायला नकोत, म्हणून रफीनं इंग्लिशगौडाला स्वत:बरोबर ठेवून इतरांना दुसऱ्या दिशेला पाठवलं होतं.

मोठमोठ्या पाकोळ्या आपले कातड्याचे पंख रप्-रप् हलवत मधूनच उडत होत्या. दूरवर कुठला तरी निशाचर पक्षी 'स्क्रीच्ऽऽस्क्रीचऽऽ' असा पाटीवर पेन्सिल ओढावा, तसा आवाज करत ओरडत होता.

अजून कितीतरी वेळ आपल्याला इथं राहावं लागणार आहे, हे जाणवून ते दोघं एका झाडाखाली बसायच्या विचारात होते.

नेमक्या त्याच वेळी जवळच एक दगड धपकन पडल्याचा आवाज आला. दोघांनीही डोळ्यांत जीव एकवटून भोवतालच्या अंधाराचं निरीक्षण केलं. काहीही दिसलं नाही. त्याच वेळी आणखी एक दगड पडल्याचा आवाज आला.

रफीनं एका दिशेला हात करून इंग्लिशगौडाला विचारलं, 'ते काय, रे?'

इंग्लिशगौडाची चांगलीच घाबरगुंडी उडाली. 'कुठं, रे - काय, रे' म्हणत तो रफीकडे सरकला. रफीनं दाखवलेल्या दिशेला इंग्लिशगौडालाही एक पुसट आकृती दिसली. आता मात्र त्यांचा प्राण घशात येऊन अडकल्यासारखा झाला. त्याचा श्वास कोंडल्यासारखा झाला.

बघता-बघता त्या निराकार आकृतीला दोन हात फुटले.

इंग्लिशगौडा हलकेच किंचाळला. अजूनही जीव वाचवायला वाव असल्याचं

त्याला आतून जाणवलं. जीभ टाळ्याला चिकटल्यामुळे तोंडातून शब्द फुटायचा प्रश्नच नव्हता. त्यात हा मियाँही पळून जायच्याऐवजी खिळा ठोकून बसवावं, तसा उभा राहिलाय! त्यातल्या त्यात इंग्लिशगौडानं घसा ओला करून घेतला आणि अस्पष्ट ओरडला,

"रफी - चल - धाव - पळ –"

भीती वाटली, की नेहमीच इंग्लिशगौडाचे पाय ऑलिंपिक विक्रमवीरांपेक्षाही अद्‌भुत कामगिरी करत! रफीच्या घट्ट पकडीतून आपलं मनगट सोडवून घेत तो वेलदोड्याच्या पिकातून सैरावैरा धावत सुटला.

रफीही तितकाच घाबरला होता. पण तो भयानं पळत मात्र सुटला नाही. साहस-भांडण-मारामारी करतच तो मोठा झाल्यामुळं ते शक्यही नव्हतं. भयानक परिस्थितीच्या पुढ्यात अधिक कणखरपणे सामोर जाणं, हा त्याचा स्वभाव बनला होता.

ती आकृती हलल्याचा भास झाला. अरेच्चा! हा दगड टाकणारा चोर तर पळून चाललाय! रफीनं एक पाऊल पुढं टाकलं. पण रफीच्या छातीचा ठोका चुकावा, तसं घडलं! ती आकृती वेगानं पळून न जाता दोन्ही हात पसरून त्याच्याच दिशेला धावत आली!

आकृती जवळ येताच ओळख पटली -

जयंती!

जवळ येताच जयंतीनं रफीला गच्च मिठी मारली.

इकडं वेलदोड्याची रोपं कचा-कचा तुडवत इंग्लिशगौडा धावत सुटला. कुणी तरी धावत येत असल्याची चाहूल लागताच बाकीचे तिघं 'अरे - सापडला! चोर सापडला –' म्हणत त्याच्या मागं धावत सुटले. मित्रांची ओळख पटताच इंग्लिशगौडा धावायचा थांबला. हे तिघंही चकित झाले.

रमेशनं विचारलं,

"काय रे, बेवकूफ? काय झालं ?"

"भूत!- भूत आहे तिकडं! आम्हांला हात करून बोलावत होतं –"

"पण, रफी कुठाय?"

"तिथंच होता –"

"त्याला एकट्याला टाकून पळून आलास? दगाबाज! आज मात्र तुला शिल्लक ठेवणार नाही, हे नक्की!–"

"नको, रे - असं काय करता - सोडा मला –"

"-सोडू? हे बघ - जर रफीला काही झालं - तर तुला मारून, इथंच गाडून टाकू! समजलं? आणि कुणी विचारलं, तर भुतानं मारलं, म्हणून सांगू!–" रमेशनं

त्याला दरडावलं.

चंद्राही संतापानं म्हणाला,

"मियाँला म्हटलं, मी येतो - तर या भित्रट हलकटाला घेऊन गेला!" त्यानं रफीवरही राग काढला.

अंगारनं इंग्लिशगौडाची मानगूट पकडली आणि म्हणाला,

"आता बऱ्या बोलानं रफी कुठं आहे, ते दाखवणार, की मरणार?–"

"-पण तिकडं भूत आहे, रे –" इंग्लिशगौडा भयानं लटा-लटा कापत म्हणाला. "हलकट, लेका! जिवाला जीव द्यायला पाहिजे! चल - आम्हीही आहोत. भूत आलंच, तर ते आधी आम्हांला मारेल - तू चल आधी!–"

तिघंही इंग्लिशगौडाबरोबर निघाले. त्या वेळी त्यांना इंग्लिशगौडानं भयापोटी किती कमी वेळात केवढं अंतर कापलं, याची खरी कल्पना आली! तिघंही रफी आणि इंग्लिशगौडा बसलेल्या झाडापाशी आले. तिथं इंग्लिशगौडाला पुन्हा एक आकृती दिसली. तो पुन्हा घाबरून म्हणाला,

"तिकडं बघा - पुन्हा येतंय –"

"काय ?"

"भूत! – पळा – पळा-"

"येऊ दे -"

"जीव घेईल, रे -"

"घेऊ दे –" रमेशनं निर्धारानं सांगितलं. इंग्लिशगौडा पळून जाऊ नये, म्हणून दोघांनी त्याचे हात घट्ट पकडून ठेवले होते. त्यांचा अमानुषपणा पाहून इंग्लिशगौडा घाबरून थरथरू लागला. आता भुताच्या तावडीतून वाचणं अशक्य आहे, असं वाटत असतानाच समोरून येणारी आकृती खोकल्याचा भास झाला. त्यांनी आणखी लक्ष देऊन पाहिलं - ती आकृती रफी होती.

चौघांनाही त्याला पाहताच मनापासून आनंद झाला. रफीनं इंग्लिशगौडाला विचारलं,

"का, रे ? असा का पळून गेलास?"

इंग्लिशगौडानं उलट विचारलं,

"तुला भूत दिसलं नाही?"

"नाही!"

"दगड नाही का पडला, इथंच?"

"तसा आवाज ऐकला खरा-"

"कुठं पडला दगड?" रमेशनं विचारलं.

"-इथंच चार हातांवर –" रफी म्हणाला. इतरांना ती जागा दाखवायला रफी

पुढं झाला.

इंग्लिशगौडाला मात्र तसंच पकडलं होतं. त्यामुळं इंग्लिशगौडा हात झटकत म्हणाला,

"हात सोडा, रे! येतो मी - नाही पळून जाणार –"

रफीनं विचारलं, "हा कुठं सापडला ?"

"चालला होता ढुंगणाला पाय लावत पळून! आम्ही चोर समजून पकडला. रफी कुठाय्, दाखवतोस, की गळा दाबू, म्हणून दम दिल्यावर आला मुकाट्यानं आमच्याबरोबर!" अंगारनं सांगितलं.

"मित्राचा गळा दाबता? अरे, ही काय दोस्ती आहे?" इंग्लिशगौडानं विचारलं. आता त्याची भीतीही थोडी कमी झाली होती.

"गळा दाबला? तुला तसं घाबरवलं नसतं, तर तू आला असतास काय? मला तर याची दया येते, बघ! एवढं घाबरत - मरत का जगतंय कोण जाणे! एवढे दिवस आमच्याबरोबर आहे - पण भ्यायचं काही सोडत नाही!- तुला नाही भीती वाटली?" रमेशनं शेवटचा प्रश्न रफीला विचारला.

"वाटली, रे! पण म्हणून पळून कसं यायचं? तुम्ही सगळे काय म्हणाल?" म्हणत तो तिरस्कारानं पचकन थुंकला.

"असा पाहिजे क्रांतिकारक! असली मियाँ हं!-' चंद्रानं रफीचं मनापासून कौतुक केलं. रफी मेला, तर आपणही मरायचं, या निर्धारानं आलेल्या मित्रांना पाहून रफीचे डोळेही डबडबले.

"अरे, आपण इथं बसलोय - पण तिकडं कुणी गेलं वाटतं -" रफीनं अंधारात हात करत म्हटलं.

सगळ्यांनी तिथं टॉर्चचा उजेड टाकला. पण तिथं कुणीच दिसलं नाही. पण त्या जागी एकाएकी सुगंध जाणवला. सगळेच त्या सुगंधानं चकित झाले.

रफी म्हणाला,

"असेल कुठल्या तरी फुलाचा –"

सगळे तिथून माघारी वळले. काही अंतर चालल्यानंतरही रमेशला रफीपाशी तोच सुगंध जाणवला. रमेशनं संशयानं विचारलं,

"हे काय, रे? तुझ्यापाशीही तोच सुगंध?"

त्याची नजर चुकवत रफी म्हणाला,

"कुणी तरी अत्तर लावलेलं दिसतंय कपड्याला –"

पण रमेशचं समाधान झालं नाही. त्यानं रफीच्या चेहऱ्यावर टॉर्च सोडत म्हटलं, "रफी! इकडं बघ –"

रफीचा चेहरा लालबुंद झाला होता. त्याच्या पापण्याही ओलसर होत्या.

“काय झालं रे? डोळ्यांत पाणी का? बोल ना -” रमेशनं विचारलं.

“काही नाही, रे -” म्हणताना रफीचा आवाज सद्‌गदित झाला होता. त्यानं स्वतःला आवरलं. स्वतःच्या जिवाची पर्वा न करता आलेल्या आपल्या मित्रांना आपण दगा देत आहोत, या विचारानं त्याला वाईट वाटलं. तो म्हणाला,

“लहानपणापासून आई-वडलांचं प्रेम मिळालं नाही! तुमच्यासारखे मित्र सोडले, तर जगात माझं कुणीही नाही. काय घडलं, ते तुमच्यापासून लपवून ठेवायची माझी इच्छा नाही. इंग्लिशगौडा काही तरी दिसलं, म्हणून पळाला ना? खरंय ते –”

चौघंही अवाक होऊन जागीच खिळून राहिले.

‘मलाही खूप भीती वाटली. पण मी पळालो नाही. मेलो, तर मेलो, म्हणून तिथंच उभा राहिलो. ती आकृती हलली. चोर पळून जाईल, म्हणून मी चार पावलं पुढं झालो. पण तीच आकृती माझ्याकडे हात पसरून धावत आली –’

“अरे, बाप - रे!” अंगार उद्‌गारला. सगळ्यांच्याच अंगांवरचे केस ताठ उभे राहिले होते.

इंग्लिशगौडा म्हणाला,

“मी तर मेलोच असतो –”

“-जवळ आल्यावर पाहिलं, तर जयंती! जवळ येऊन तिनं मला मिठी मारली !-”

“आँ -!”

“मिठी मारली ??”

“जयंती??”

मित्रांच्या घोळक्यातून विविध उद्‌गार उमटले. मनातला भावनावेग आवरणं त्यांना कठीण झालं होतं.

“काय म्हणाली ती?”

“कशाला आली होती?” सगळेच जण प्रश्नांचा भडीमार करू लागले.

“काही नाही, रे, तुझ्यावर प्रेम करते - मला सोडून जाऊ नकोस - नाही तर मी गोसाव्यांबरोबर शहरात पळून जाऊन वेश्या होईन - म्हणून सांगत होती. कितीतरी वेळ बोलत होतो. तुम्ही सगळे शिव्या घालत - भांडत आलात, तेव्हा तुमचा आवाज ऐकून ‘जाऊ?-’ म्हणून विचारून निघून गेली -” रफीनं सांगितलं.

रफीजवळ येत असलेला सुगंधही तेच सांगत असल्यानं तो सांगतोय ते नाकारण्यात अर्थ नव्हता.

सगळ्या मित्रांना बसलेला धक्काही साधा नव्हता. किती तरी वेळ ते त्याच्या बोलण्याचा अर्थ जाणून घेत राहिले.

कितीतरी वेळानं शांततेचा भंग करत रमेश म्हणाला, ‘-आणि, रफी, गाढवा!

एवढी आंनदाची बातमी लपवून ठेवायला बघत होतास?'

"तसं नाय, रे - चुकलंच माझं - पण मनात आलं - मी मुसलमान - तुम्ही सगळे हिंदू! तुम्हांला काय वाटेल? आधी भीतीच वाटली! पण नंतर जिवाची फिकीर न करता शोधत आलेल्या दोस्तांना खोटं सांगितलं, म्हणून वाईटही वाटलं. यानंतर, नाही मी लपवून ठेवणार!-"

त्याचं बोलणं ऐकताच सगळ्या मित्रांमध्ये एकदम बळ संचारलं. सगळेच एकदम आनंदानं बोलू लागले.

सगळे एकाच वेळी मत्सरानं पेटले, तर काय करायचं? या चिंतेत असलेल्या रफीला आपल्या मित्रांना झालेला आनंद बघून आणि त्यांनी आपल्या टीमचा विजय या स्वरूपात या प्रकरणाचा स्वीकार केल्याचं बघून अपरिमित आनंद झाला.

अंगारनं विचारलं,

"कशी होती रे, ती?"

रफी लाजत म्हणाला,

"काय विचारता, रे! तुम्ही नाही बघितलं ?"

"वा, रे, वा! तू बघणं आणि आम्ही बघणं यांत फरक आहे, बाबा! आमच्यापासून लपवून का ठेवतोस?"

"तसं नाही, रे, अंगार! कसं सांगू मी? देवता वगैरे म्हणतात ना? तशी होती बघ! तिच्यासाठी काहीही कष्ट भोगेन - कसलाही त्याग करेन. काय सांगू मी? काहीही लपवत नाही, रे, मी. पण हे सगळ्यांना सांगता येत नाही. आज ना उद्या तुलाही असं होईल, तेव्हा समजेल, तुला माझी अडचण! –" रफी म्हणाला.

"तेवढं आमचं नशीब कुठलं !" अंगारनं दुःखानं सुस्कारा सोडला.

"अरे, पण ते मोहिनी-भूत नव्हतं ना? पाय बघितलेस? सरळ होते, की उलटे? नीट पाहिलेस?" इंग्लिशगौडानं विचारलं.

"अंधारात कसं पाहणार?"

"चाचपून!-"

"थूः! काही तरी बडबडू नकोस! माझं डोकं तरी ताळ्यावर होतं का?"

पण त्याच्या बोलण्याकडे लक्ष न देता सगळेच कुणी तरी स्वतःलाच चाचपल्यामुळं गुद्गुल्या व्हाव्यात, तसे खिदळत एकमेकांना टाळ्या देत म्हणाले,

"मारलास की, रे, चान्स!"

त्याच वेळी केसरूरच्या दिशेनं 'धडाम् –' कन एक आवाज कानांचे पडदे फाटत उमटला आणि त्याचे प्रतिध्वनी भोवतालच्या डोंगरदऱ्यांतून उमटू लागले.

३६

सुलेमान बेरीच्या माणसांनी ब्रीडर महंमदला संपवण्याचा निर्धार केला होता. अब्बास बेरीनंच हा निर्णय सुनावला होता. महंमदला संपवून बेपत्ता केलं, तर आपल्याला काहीही त्रास राहणार नाही, हे त्याला ठाऊक होतं. गावातल्या जातीयतेच्या वातावरणामुळं या प्रकरणासाठी आपोआपच हिंदूंना जबाबदार धरलं जाईल. शिवाय या गावात महंमदचं जवळचं असं कुणीच नसल्यामुळं तो बेपत्ता झाल्याची फारशी चर्चा व्हायचंही कारण नव्हतं. तिसरं म्हणजे, स्वत: महंमदनं अनेकांपुढं 'या दरिद्री गावाचा वैताग आलाय' असं बोलून दाखवल्यामुळं त्याचं बेपत्ता होणं, कुणीही मनावर घेणार नाही.

एवढा विचार झाल्यावर अब्बास बेरी महंमदच्या खुनाचा बारीक-सारीक तपशील ठरवू लागला.

हे सर्वजण महंमदच्या जिवावर उठले, त्याला कारण म्हणजे, त्याचा नमकहरामपणा! पाटलांनी आपल्याला अरण्यातील ढोली पडलेल्या मोठ्या धूपाच्या वृक्षाकडे नेशील काय, म्हणून विचारलं, हे बाबू गोसाव्यानं बोलता-बोलता इकबालला सांगितलं आणि त्याच दिवशी संध्याकाळपर्यंत ती बातमी सुलेमान बेरीपर्यंत जाऊन पोहोचली. लगोलग त्यानं अब्बास बेरीला बोलावून सांगितलं,

"नमकहराम! संकटाच्या वेळी पाठ फिरवतोस? मी बुडालो, तर तूही संपलास, हे तू विसरू नको!- तुला मी जिवंत ठेवणार नाही –"

सुलेमान बेरीची दमबाजी खरी होते, हे अब्बास बेरीनंही पाहिलं असल्यामुळं त्याला घाम फुटला. त्याहीपेक्षा महत्त्वाचं म्हणजे, सुलेमान बेरीनं प्रत्यक्ष काहीही केलं नाही, तरी त्याच्या पाठोपाठ आपणही बुडणार, हे त्याला स्पष्टपणे ठाऊक होतं. कारण त्या अरण्यातल्या लंटानाच्या जंजाळात सुलेमान बेरीबरोबरच अब्बास बेरीचा स्वार्थही गुंतला होताच.

घनदाट अरण्यातल्या लंटानाच्या अभेद्य जंजाळामध्ये थोडी जागा मोकळी करून अब्बासनं अफूची झाडं वाढवली होती. आणखी चार-सहा महिन्यांत हाती येणारी चार-सहा लाखांची अफू मातीमोल होऊन गेली, तर काय गत?

अंगाडी नावाचा एक हेर पाटलांना पुढं करून काही तरी कट करत आहे. हा

मादरचोद नमकहराम ब्रीडर महंमद - यानं तर आमची वाटच चुकवली! आपल्याला सुरा दाखवून घाबरवणारा माणूस सुलेमान बेरीचा होता, हे त्याला ठाऊक आहे. त्यानं हे सांगून टाकलं, तर? अब्बास बेरीचा संताप उसळून आला. स्वत:चा संताप आवरत त्यानं महंमदला मारण्यासाठी सुलेमान बेरीला विनंती करून एक माणूस मागून घेतला. महंमदला ठार करून, स्वामिनिष्ठा दाखवून देण्याची ही संधी पुरेपूरे वापरण्याचा अब्बास बेरीनं निश्चय केला.

केसरूर-मंगळूर रस्त्याचं डांबरीकरण करायच्या कामाचं अब्बास बेरीनंच कंत्राट घेतलं होतं. लक्षावधी रुपयांचं ते काम असल्यामुळं चार-सहा माणसं नेमून कसं तरी उरकणं शक्य नव्हतं. त्यामुळं त्यानं रोड-इंजिन आणि तापलेलं डांबर फवारणारं यंत्र मंगळूरहून भाड्यानं आणलं होतं. दुसरे दिवशी सकाळपासून डांबर-फवारणीच्या कामाला सुरुवात करणं आवश्यक होतं त्यासाठी डांबर वितळवायच्या मशीनमध्ये रात्रीच विस्तव टाकायला हवा होता. साक्षात वडवानलाप्रमाणे धगधगणाऱ्या त्या आगीत महंमदला मारून टाकून, दार बंद केलं, तर कुणालाही कशाचाही पत्ता लागणार नाही - असा जन्मजात खुनी असलेल्या अब्बास बेरीनं तपशील ठरवला होता. त्यासाठी त्यानं अफूची बाग राखण्यासाठी नेमलेल्या याकूबलाही पाचारण केलं होतं. साक्षात पशूप्रमाणे असलेल्या याकूबला जगात केवळ अफूची बाग राखणं, या व्यतिरिक्त काहीही ठाऊक नव्हतं. त्याला बुद्धी नावाचं इंद्रियच नव्हतं. सुलेमान बेरीच्या पैशाचं पाठबळ असेल, तर या जगात काहीही करता येईल, अशा प्रकारचा विश्वास त्याच्या मनात होता. ब्रीडर महंमदला रस्त्यात गाठून, सुरा दाखवून, त्यानंच घाबरवलं होतं.

अशा याकूबला अब्बास बेरीनं खुनाचा आराखडा सांगितला. सिद्दप्पा-हेगडे केसरूर गावातच राहत होते. दररोज रात्री महंमद जेवण्यासाठी केसरूरला जात असे आणि रात्री गावाबाहेरच्या अंधाऱ्या रस्त्यावरून आपल्या खोलीकडे परत येत असे. अशीच वेळ गाठून त्याला एकट्याला घेरून मारायचं आणि डांबर वितळवायच्या यंत्रात टाकून दार बंद करायचं, हे सगळं याकूबला सांगितलं. आतापर्यंत 'अफूची राखण' एवढंच निर्जीव काम करणाऱ्या याकूबला या कामाविषयी पराकोटीचा उत्साह वाटला!

रस्त्याच्या कामगारांना दुसरे दिवशी सकाळपासून डांबर फवारायचं काम करायचं आहे- त्यासाठी आता रात्रीपासून डांबर गरम करायला सुरुवात करा, असं याकूबनं सांगितलं. हा कुणी तरी कंत्राटदाराचा माणूस दिसतो, असं समजून त्या कामगारांनी यंत्रामध्ये डांबर वितळेल, एवढी आग तयार केली आणि तिथून अर्ध्या मैलावर रिकाम्या डांबराच्या पिंपांच्या आधारे तयार केलेल्या आपल्या वसतिस्थानावर निघून गेले.

रात्री महंमद यायच्या वेळेआधी थोडा वेळ याकूब आपल्या तीन साथीदारांसह तिथं जाऊन पोहोचला. त्यानं यंत्राचं दार उघडून पाहिलं - प्रेत जळण्यासाठी आतली आग पुरेशी नव्हती. एवढ्या कमी आगीत प्रेत टाकलं आणि ते अर्धवट जळलं, तर प्रेत सापडून गोंधळ उडेल, यात शंका नव्हती. याकूब भडकला. आता महंमद केव्हाही येऊन पोहोचण्याची वेळ झाली होती. त्यामुळं त्याला मारून, प्रेत ठेवून, नंतर आग पेटवत बसण्यात काही अर्थ नाही. त्यानं रागातच आपल्या साथीदारांना आणखी व्यवस्थित आग लावायला सांगितली. शेजारी या कामासाठी म्हणून रचून ठेवलेला लाकूडफाटा होताच. त्यातली लाकडं आणून याकूबचे सहकारी यंत्राचं दार उघडून कोंबू लागले. याकूब दर मिनिटाला एकीकडे महंमद आला का पाहत यंत्रातून उठणाऱ्या ज्वाळा बघून आनंदित होत होता.

किती तरी वेळ झाला, तरी महंमद आला नाही. तिघंही आता आळीपाळीनं ज्वाळांत लाकडं सारत आग धगधगत राहील, याची काळजी घेऊ लागले. आधीच डांबर पूर्णपणे वितळून गेलं होतं. त्यात आग धगधगू लागताच डांबराचं तापमान आणखी वाढू लागलं. काही वेळात आतलं डांबर रट-रट उकळत असल्याचा आवाज ऐकू येऊ लागला. पण महंमद भस्मसात होईपर्यंत आग विझून कशी चालेल?

चौघांच्याही डोक्यात स्वत:वर सोपवलेल्या कामाचा इतका जबरदस्त प्रभाव पडला होता, की यंत्रातील दाब दर्शवणाऱ्या काट्याकडे त्यांचं लक्षच नव्हतं. यंत्राच्या पोटातून बाहेर आलेल्या पाईपवर बसवलेल्या दाबदर्शक यंत्रावर एकानं उकाडा असह्य झाल्यामुळं आपला शर्ट अडकवला होता. अर्थात त्यांनी बघितलं असतं, तरी त्यांना काही समजलं असतं, असंही नाही.

यंत्रातला दाब वाढू लागला. दाब-दर्शकाचा काटा एका टोकाला जाऊन तिथंच थांबला. तरीही ते चौघं न आलेल्या महंमदला शिव्या-शाप देत लाकडं सारत बसले होते. रटरटणाऱ्या डांबराचं प्रेशर पराकोटीला पोहोचलं. अखेर त्यातलं डांबर आवरण भेदून 'धर्रर-धडाम्' आवाज करत, दऱ्या-खोऱ्यांतल्या शांततेचा भंग करत उसळलं.

या चौघांना फक्त आवाज आल्याचं तेवढंच समजलं. पाठोपाठ त्या चौघांवरही उकळत्या डांबराचा वर्षाव झाला. डांबराच्या वाफेने घेरलेल्या ज्वाळांनी त्या चौघांनाही घेरलं. चौघांनीही रस्त्याकडेच्या वाळूवर लोळण घेतली. त्यामुळं ज्वाळा विझल्या. पण त्यांच्या शरीरांवरच्या डांबराला वाळू चिकटली आणि संपूर्ण शरीरभर काळा गिलावा लिंपल्यासारखं झालं. पापण्यांवरच्या डांबराच्या थरामुळं त्यांना डोळे उघडणंही अशक्य झालं. संपूर्ण शरीराचा दाह असह्य होऊन ते चौघेही केसरूरच्या दिशेनं किंचाळत-ओरडत धावू लागले. धावताना प्रत्येक पावलाच्या हादऱ्यासरशी डांबराच्या

उष्णतेनं शिजलेलं कातडं आणि चरबी वरच्या गिलाव्याच्या ओझ्यानं सोलली जाऊ लागली.

केसरूरमध्ये कुणालाही हे चौघं कोण होते - ते तिथं काय करत होते - डांबराचं यंत्र का फुटलं - या प्रश्नांपैकी कुठल्याच प्रश्नाचं उत्तर मिळालं नाही. कसलीही ओळख न पटल्यानं त्यांची जात समजली नाही, म्हणून त्यांना हिंदू स्मशानभूमीत दफन करण्यात आलं.

आपल्याला मारण्यासाठी हिंदूंनी हा कट केला होता, असं अब्बास बेरी सांगत फिरू लागला.

त्या यंत्राबरोबरच्या माणसांनी सांगितलं, 'कुणी तरी मुसलमान माणसांनी आम्हांला यंत्रात विस्तव टाकायला सांगितला होता.'

त्यांची जबानी केसरूरमध्ये कळाली, तेव्हा गावातले हिंदू 'हे मुसलमानाचंच काम' म्हणून बोटं मोडू लागले.

संपूर्ण केसरूरमधलं जातीय-वादाचं डांबर द्वेषाच्या आगीत रटरटू लागलं.

३७

जादूगार मुत्तु आपल्या पालात गाढ झोपी गेला होता. डांबराचं यंत्र फुटल्याचा आवाज त्याच्याही कानांवर आला. तो आवाज ऐकताच आपण ठेवलेला पटाशीचा गोळा खाऊन एक रानडुक्कर मेलं, असं त्याला वाटलं. तरीही एक शंका मनात डोकावून गेलीस - पटाशीच्या गोळ्याच्या स्फोटाचा आवाज बंदुकीच्या गोळीसारखा किंवा फटाक्यासारखा येतो - पण हा आवाज दगड-गोट्यांमध्ये डायनामाईट ठेवावा, तसा होता. की आपण गाढ झोपेत असल्यामुळे तसं काही वाटलं ?

तो तसाच विचार करत गोधडीत लोळत पडला होता. कोल्ह्याच्या शिकारीसाठी तो पटाशीचे गोळे नेहमीच तयार करत असे. लाल पटाशीची दारू आणि गारगोटीचे दगड यांच्या मिश्रणाचा गोळा एखाद्या फडक्यात गूंडाळुन सुकवायचा. या गोळ्यावर थोडा दाब पडला, की गारगोट्या एकमेकांवर घासल्या जाऊन ठिणगी उडे आणि त्यामुळं भोवतालचा दारूगोळाही पेट घेई. याच गोळ्याला मेलेल्या प्राण्याची आतडी किंवा दुसरा कुठला तरी वास येणारा अवयव गुंडाळून ठेवला, तर कोल्हे आपोआपच त्या गोळ्यांकडे आकर्षिले जात! मुत्तुनं आता रानडुकरांसाठी अधिक दारूगोळा असलेले मोठाले गोळे तयार केले होते. त्यामुळंच मोठा आवाज ऐकून मोठं डुक्कर पडलं असणार, याचा त्याला आनंद झाला होता.

मशिदीपाशी लंटानाच्या जंजाळातून अरण्यात जाणारी लहानशी सुरुंगासारखी एक चोरवाट हाती. मुत्तु आणि बाबू पाटलांना धूपाच्या वृक्षापाशी घेऊन जाण्याच्या दृष्टीनं वाट शोधत असताना त्यांना ही चोरवाट दिसली होती. हाच अब्बास बेरीच्या अफूच्या बागेकडे जाणारा रस्ता. बाबू आणि मुत्तु त्या रस्त्यानं काही अंतर चालून गेले. हीच वाट धूपाच्या झाडाकडे जाते, हे त्या दोघांच्याही लक्षात आलं. दुसरे दिवशी आणखी थोडी खात्री करून घेऊन नंतर पाटलांना सोबत घेऊन जायचं, असं बाबूनं ठरवलं. त्या भागात फार मोठ्या प्रमाणात रानडुकरांचा संचार असावा, हेही मुत्तुच्या लक्षात आलं. कारण तिथं बऱ्याच ठिकाणी डुकरांनी जमीन उकरून कंद खाल्ल्याची लक्षणं होती.

त्यानं सगळ्यांच्या नकळत रानडुकरांसाठी बनवलेले मोठाले गोळे कोल्ह्याच्या आतड्यांमध्ये नीट गुंडाळून ठेवले होते. तीन गोळ्यांच्या जागाही त्यानं नीट लक्षात ठेवल्या होत्या.

आवाज ऐकल्यानंतर रात्रभर मुत्तुला झोप आली नाही. गोळ्यामुळं जखमी झालेलं रानडुक्कर रानात कुठं तरी जाऊन मरून पडलं, तर काय उपयोग? असं वाटून त्याची झोप उडाली होती. रात्र ओसरताच इतरांना जाग येण्याआधी त्यानं उठून रानात धाव घेतली.

सकाळी बाबूनं पाहिलं, तेव्हा तिथं मुत्तु नव्हता. बाबू एकटाच संशोधन-केंद्रात गेला आणि त्यानं पाटलांना मशिदीपाशी असलेल्या रस्त्याविषयी सांगितलं. परवाच्या दिवशी त्या वाटेनं धूपाच्या वृक्षाकडे जायचं - पाटलांनी त्या दिवशी मशिदीपाशी बाबूची वाट पाहायची वगैरे तपशील ठरवून बाबू माघारी आला.

जादुगार मुत्तु पहाटेच लंटानाच्या जंजाळात जाऊन पोहोचला होता. रानडुक्कर निश्चितच मेलं असणार, असं गृहीत धरून त्यानं सभोवताली नजर फिरवली. पण मेलेलं रानडुक्कर कुठंच दिसलं नाही. एवढंच नव्हे, जखमी जनावर पडत-उठत-धडपडत निघून गेल्याची कुठलीही लक्षणं तिथं दिसली नाहीत. याचाच अर्थ, डुकरानं कोणत्याही पटाशीच्या गोळ्याला तोंड लावलं नाही! या निष्कर्षावर येऊन पोहोचताच तो पटाशीचे गोळे शोधू लागला. दोन गोळे ठेवलेल्या जागांपाशीच मिळाले. त्यावर गुंडाळलेलं कोल्ह्याचं आतडं कुठल्या तरी प्राण्यानं सोलून खाल्लं होतं. मुत्तु ठेवलेल्या जागी तिसरा गोळा शोधू लागला. पण तिसरा गोळा बेपत्ता होता!

मुत्तूला कुणीतरी अचानक अंगावर उकळतं पाणी टाकावं, तसं झालं! भोवताली सुकलेली पानं-काट्या-काटक्या यांचा ढिगारा पसरला होता. मुत्तु एका जागी खिळल्यासारखा उभा होता. एक पाऊल उचलून समोर टाकणं अत्यंत धोक्याचं होतं. चुकून पाय त्याच गोळ्यावर पडला, तर? मुत्तूनं उभ्या-उभ्याच एक फांदी मोडून घेतली आणि तिचा झाडूसारखा वापर करून आपल्याला पाऊल टाकण्यापुरती जागा निर्माण करत तो तिसरा पटाशीचा गोळा शोधू लागला. त्याला काही सुचेना. तो घामाघूम झाला. अधीर मनानं सावधपणे त्यानं कितीही शोध घेतला, तरी तिसरा गोळा सापडला नाही. आपण तिसऱ्या गोळ्याची जागा तर विसरलो नाही ना - या विचारानं त्याचं डोकं गरगरू लागलं. पण हे शक्य नाही, हेही त्याला समजत होतं. कारण त्या दोन गोळ्यांपेक्षा हा तिसरा गोळा अधिक शक्तिशाली असल्यामुळं स्वत: मुत्तु त्याविषयी अत्यंत सावध होता. कारण प्लॅस्टिकच्या कागदात लपेटलेला तो गोळा चुकून जरी तिथं राहून गेला, तरी केव्हा ना केव्हा, कुणा ना कुणाचा जीव घेतल्याशिवाय राहणार नाही, याविषयी त्याच्या मनात शंका नव्हती.

किती तरी वेळ शोधलं, तरी तो गोळा मिळाला नाही. तेव्हा मुत्तु चांगलाच भेदरून गेला होता. निरुपायानं तो आपल्या वस्तीवर परतला. वस्तीतल्या एक-दोन

प्रौढांच्या कानांवर त्यानं घडलेली हकिकत सांगितली. तीही मंडळी हे ऐकून घाबरी झाली. त्यांनी एकमुखानं घडल्या प्रकारासाठी मुत्तूवर तोंडसुख घेतलं. पण पुन्हा रानात जाऊन तो गोळा शोधायची सगळ्यांनाच भीती वाटत होती. जर तो एखाद्या उचापतखोर प्राण्यानं रानात एखाद्या अगम्य जागी नेला असेल, तर गोष्ट वेगळी! नाही तर मात्र तिथं जाणं अत्यंत धोकादायक आहे, हे त्यांना समजत होतं. या प्रकरणासाठी संपूर्ण गोसावी समाजालाच तुरुंगात जावं लागेल, हेही ते जाणून होते! ते मुत्तूला शिवीगाळ करू लागले. मुत्तुही कधी नव्हे, तो रडकुंडीला आला होता. आता काय करावं, ते कुणालाच कळेना.

सगळे या विचारात गुरफटले असता, त्यांच्यापैकी तानाजी गोसावी धावत येत असल्याचं दिसलं. पटाशीच्या गोळ्याचीच काही तरी भानगड झाली असेल, असं वाटून सगळे भेदरून तिकडे पाहू लागले. पण तानाजीनं आणखी एक वाईट बातमी आणली होती.

कृष्णेगौडानं बायकोला बोलावून आणण्यासाठी तिच्या माहेरी माणसं धाडली, तेव्हा ती तिथं नव्हती. घाबरलेल्या कृष्णेगौडानं आपल्या माणसांना गावातल्या आणि गावालगतच्या विहिरी आणि तळ्यांचा शोध घ्यायला सांगितलं. त्या वेळी गावातल्या विहिरीत कोल्ह्यांच्या कवट्यांचे ढीग सापडले होते! गोसावी लोक कोल्हा खाऊन त्याची कवटी विहिरीत टाकून देत होते, त्यामुळे ते ढीग जमले होते, हे गोसाव्यांना ठाऊक होतं.

पण आता गावकरी मात्र मुसलमान खाटकांनी आम्हांला बोकडाचं मांस म्हणून सांगून कुत्र्याचं मासं खाऊ घातलं म्हणून संतापले होते आणि मुसलमानांचा सूड घेण्यासाठी डावपेच आखू लागले होते.

सारी हकिकत ऐकल्यावर गोसावी समाजातील एक वयोवृद्ध म्हणाला, 'आपण सांगू - ही कुत्र्याची - नव्हे कोल्ह्याची डोकी आहेत आणि ती आम्ही टाकली आहेत, म्हणून! आपण केलेल्या कामासाठी त्यांच्यामध्ये का भांडण?'

त्याचं सांगणं पटलेल्या पाच-सहा जणांचा एक घोळका गावाकडे निघाला. रस्त्यात त्यांना गरम डोक्याचा आचारी भेटला. सीता नावाच्या एका गोसाविणीशी नव्यानं संबंध जोडण्यासाठी तो निघाला होता. रस्त्यात हा घोळका भेटताच त्याला सगळी हकिकत समजली.

सारं ऐकल्यावर त्यानं सांगितलं, 'माझं ऐका - तुम्ही तिकडं जाऊ नका. लोक भयंकर खवळले आहेत! कुणीही तुमचं ऐकून घ्यायच्या मन:स्थितीत नाही. तुम्ही हिंदूंना सांगितलं, तर ते तुम्हांला सोडणार नाहीत - मुसलमानांना सांगितलं, तर तुमच्यामुळं एवढा दंगा झाला, म्हणून ते तुम्हांला सोलून काढतील! तिथंही तुम्ही वाचलात तर पोलीस तुम्हांला चौकशीच्या जंजाळात अडकवल्याशिवाय राहणार

नाहीत! तुम्ही मुकाट्यानं जाऊन झोपा, बघू! मुसलमानांची चार हाडं तुटली, तर तुम्हांला काय होतंय? त्यांची रग उतरवायला पाहिजे!'

गोसावी आणखी घाबरे झाले. मूतूनं केलेली चूकही त्यांच्या मनात येऊन गेली. त्यात ही एक भानगड! त्याच वेळी तिथं बाबूही आला. त्यानं सगळी हकीकत ऐकून घेतली.

आचारी निघून गेल्यावर त्यांनी परस्परांशी या विषयावर बरीच चर्चा केली. त्यातून एकाच मुद्यापाशी सगळे येऊन ठेपले - आज रातोरात हे गाव सोडून निघून गेल्याशिवाय दुसरा मार्गच नाही! गोसाव्यांच्या बायका दाणे टिपण्यासाठी दूर गेलेल्या आपापल्या कोंबड्या शोधू लागल्या. काही पुरुष मंडळी ओझी वाहून नेणारी गाढवं शोधायला बाहेर पडले. इतर माणसं पालं सोडून दुमडून एकत्र बांधून ठेवू लागली.

गोसावी बाबू पुन्हा इकबाल बेरीकडे धावला. त्याच्याकडून बाबूला काही पैसे यायचे होते. त्यानं पैसे मागताच इकबालनं सांगितलं,

"जा, रे! आज नाही. उद्या ये –"

"घाई होती –"

"का? आज थोडे देतो - बाकीचे उद्या घेऊन जा - समजलं?"

"उद्या मी गावात नसेन –"

"गाव सोडून जाता? का, रे?"

घाबरलेल्या बाबूनं सांगितलं,

"नाही – नाही- तसं काही नाही! उद्या पाटील साहेबांना जंगलात घेऊन जाणार आहे- म्हणून!"

"अस्सं होय! बरं - घे, बाबा, तुझे पैसे! मी कशाला उगाच ठेवू? थांब, समोरच्या दुकानदाराकडून मागून घेऊन येतो."

पैसे मिळताच बाबू आल्या पावली तेवढ्याच वेगानं माघारी परतला.

३८

दुसरे दिवशी पाटील आणि त्यांच्या सहकाऱ्यांना केसरूरला घेरलेल्या जंगलातल्या लंटानाच्या जंजाळात गोसावी बाबू घेऊन जाणार आहे, ही बातमी रातोरात अब्बास बेरी आणि सुलेमान बेरीला समजली. आता त्या दोघांनाही पाटील आणि त्यांच्या सहकाऱ्यांविषयी कसलाही संशय राहिला नाही! त्यांनीही एक कथा कल्पिली होती आणि तिला अनुकूल असे साक्षी-पुरावे त्यांना मिळाले होते! त्यांच्या कल्पनेपेक्षाही घट्ट असा एक गळफास हळूहळू त्यांच्या गळ्याभोवती आवळत चालला होता. अस्वस्थ झालेला अब्बास बेरी, सुलेमान बेरीकडे पाहू लागला. दोघांच्याही मनांत एकच विचार होता. त्यावर त्यांनी या आधी विचारही केला होता. अरण्याला तीन-चार ठिकाणी आग लावली, तर अरण्यात असलेले आपल्या विरुद्धचे साक्षी-पुरावे जळून राख होऊन जातील, याविषयी त्यांची खात्री होती. त्यानंतर कुठल्या आधारानं चौकशी करतील?

अब्बास बेरीचा अस्वस्थपणा पाहून सुलेमान बेरीनं शांतपणे सांगितलं,

'अब्बास, एक सांगतो – घाई नको. ऊन चांगलं चढू दे उद्या. नंतर आग लावा. नाही तर दरवर्षीप्रमाणे अधलं-मधलं जंगल जळून जाईल फक्त. उद्या दुपारी पाटील आणि त्यांचे सहकारीही जंगलात गेलेले असतील. केवळ साक्षी-पुरावेच नव्हे; साक्षी-पुरावे शोधायला गेलेलेही खतम व्हायला पाहिजेत! केवळ एक-दोन ठिकाणी आग लावून पुरेसं नाही. चार-सहा ठिकाणी आग लावायला पाहिजे!'

त्यांना अरण्यात दरवर्षी लंटान वाढून त्यापासून तयार झालेल्या जंजाळाची नेमकी कल्पना नव्हती. हे दरवर्षीसारखंच आहे, असं त्यांना वाटलं. त्यामुळं अब्बास बेरीनं सहजपणे सुलेमान बेरीच्या म्हणण्यावर संमती दर्शवली. आपल्या सॉ मिलमध्ये काम करणाऱ्या चोरट्या आयात-निर्यातीच्या व्यवहारात अत्यंत चतुर असलेल्या दोन केरळी मुसलमानांची या कामावर त्यानं नेमणूक केली आणि त्यांना अरण्यातले मार्ग वगैरे विषयीही सविस्तर माहिती दिली.

इकडं केसरूरच्या पाच क्रांतिकारकांसमोर एक फार मोठी समस्या ठाकली होती! रफीवर जयंती प्रेम करतेय! मुलींच्या प्रेमाचं चिदंबर-रहस्य त्यांच्या दृष्टीनं काहीसं उकललं होतं. पण पुढं काय? सिनेमामध्ये खलनायकादी मंडळी असतात आणि ती नायिकेला पळवून नेऊन नायकाला काही तरी करायची संधीही मिळवून

देत असतात. तमाम खलप्रवृत्तीच्या नराधमांना मनसोक्त चोप देऊन त्यांचा पूर्णपणे नि:पात करून अखेरीस अरण्याच्या मधोमध अनेक तरुणींमध्ये 'प्यार की होगी हमेशा जीत -' म्हणून गात-गात नायक डान्स करतो! या क्रांतिकारकांच्या दृष्टीनं हे प्रेमप्रकरण मात्र दिग्दर्शक नसलेल्या सिनेमासारखं चाललं होतं! त्यामुळं पुढं आपण काय करायचं, ते ठाऊक नसल्यामुळं कृष्णेगौडाच्या बायकोचं प्रेत शोधणाऱ्या लोकांबरोबर ते भटकले. तेवढ्यात ती केसरूरमध्येच राहणाऱ्या आपल्या बहिणीच्या घरी आहे, अशी बातमी येऊन पोहोचली. स्फोट होऊन फुटून गेलेल्या डांबराच्या यंत्राला एकदा भेट देऊन पुन्हा काय करायचं, ते न कळल्यामुळं कॉलेजला गेले.

कॉलेजमध्ये जयंतीही आली होती. तिच्याकडे हे सगळे क्रांतिकारक हळूच दृष्टिक्षेप टाकत होते. पण जयंती मात्र त्यांच्याकडे लक्ष न देता, आदल्या दिवशी काहीच घडलं नाही, असं दर्शवत वर्गात शिरली. वर्गामध्येही ती तशीच वागली.

या सर्व प्रकारामुळं रफी खचल्यासारखा होऊन गेला. मित्रांपुढं आपली काहीही किंमत राहिली नाही, असं त्याला वाटू लागलं. आपण कॉलेजमध्ये आलो, हेच चुकलं, असं त्याला वाटू लागलं. त्याच्या मित्रांनी त्याला असंख्य वेळा समजावून सांगायचा प्रयत्न केला, तरी तो तसाच निरुत्साही राहिला.

पुढच्या तासाच्या वेळी रफी आपल्याबरोबर नाही, हे चंद्राच्या लक्षात आलं.

"रमेश - रफी मियाँ कुठं दिसत नाही! कुठं गेला म्हणायचा! पुन्हा हा हलकट आम्हाला गावच्या विहिरी शोधायला लावणार, की काय?" तो म्हणाला.

त्याचं बोलणं ऐकून सगळेच घाबरले. कॉलेजमध्ये थोडं-फार शोधून सगळे रफीच्या खोलीकडे धावले. रफी आपल्या खोलीत रडत बसला होता. ते पाहून रमेशनं संतापून विचारलं, "काय, रे, मियाँ! कसला रोग झाला, म्हणायचा तुला?"

"जयंतीनं माझ्याकडे एकदाही पाहिलं नाही! काल मिठी मारून तिनं एवढं सगळं सांगितलं आणि आज अशी वागते! तुम्हाला तोंड कसं दाखवायचं, म्हणून आलो इथं - जाऊ द्या - मला एकट्याला राहू द्या-" तो हुंदके देत म्हणाला.

सगळे मित्र घाबरले. सगळे एकमेकांकडे बघू लागले.

"हा नसता वैताग आहे! मग काल तुला कुणी मिठी मारली, म्हणायची? निदान पाय उलटे आहेत, का नाही हे तरी बघायचं तू! मोहिनी-भूतच असेल ते!" रमेश स्वत:ला सांगावं, तसं म्हणाला. सगळ्या मित्रांशी विचारविनियम करून अखेरीस "काही का असेना - हे सगळं रामचंद्र सरांना सांगणंच चांगलं! –" या निर्णयापर्यंत येऊन तो एकटाच प्रवासी बंगल्याकडे जायला निघाला.

तो तिथं पोहोचला, तेव्हा तिथं अंगाडी एकटाच बसला होता. जयराम कृष्णेगौडांच्या घरी त्यांची मुलाखत घ्यायला गेल्याचं त्यानं सांगितलं. कदाचित रामचंद्रही तिथंच गेला असावा, असा अंगाडीचा अंदाज होता.

अंगाडीही चिंताक्रांत झाला होता. रात्री पाहिलेल्या दृष्याचा अजूनही त्याच्यावर प्रभाव होता. त्या चौघांचंही सोलत असलेलं कातडं अजूनही त्याच्या डोळ्यांसमोरून हलत नव्हतं. त्यानं रमेशला विचारलं,

"इथले सगळे हरिजन मुसलमान होणार आहेत, म्हणे. तुला त्याविषयी काही ठाऊक आहे?"

"कुणी तरी म्हणत होतं तसं! होईनात का, सर! कुणीही, कुठल्याही जातीत शिरला, तरी त्याचं आपल्याला काय! आम्ही तर कधीच जाति-धर्म सोडून दिलाय!" रमेश म्हणाला.

"तसं नव्हे, रे! ते हिंदू धर्म सोडून मुसलमान होताहेत, याचा मला वैताग येतोय, असं नव्हे. आता एवढ्यात मांसाच्या दुकानापाशी 'आम्हांला कुत्र्याचं मांस खाऊ घातलं,' म्हणून दंगा झालाय आणि सगळ्या मांस विकणाऱ्यांना लॉक-अपमध्ये टाकलंय. मुसलमान वस्तीतही एकच गोंधळ माजलाय, म्हणे! त्यातच हरिजन धर्मांतर करणार आहेत, ही बातमी पसरली, तर काय होईल!" अंगाडी गंभीरपणे म्हणाला.

"ह्या गावात नुसता कंप्लेंटस्‌चा बुजबुजाट झालाय, सर! या गावात क्रांती व्हायला पाहिजे! म्हणजे सगळं ठीक होईल, सर!"

"दंगा-क्रांती-गडबड-गोंधळ यामध्ये जिवानिशी मारले जातात आणि जखमी होतात, ते निरपराधीच! त्यातही बायका-मुलं! गुंड-माणसं आपसांत भांडत असली, तर भांडून मुडदे का पडेनात, म्हणून दुर्लक्ष करता येईल!" अंगाडी म्हणाला.

पण या गोष्टीवर एवढा विचार करत बसायला रमेशला वेळ नव्हता. त्यानं विचारलं,

"जयराम कृष्णेगौडांच्या घरी का गेले?"

"त्यांच्या घरच्या भुताच्या त्रासाच्या संदर्भात त्यांच्या घरातल्या प्रत्येकाचा इंटरव्ह्यू घ्यायला पाहिजे, म्हणून ते गेले -" अंगाडीनं सांगितलं.

"मी त्यांना नंतर भेटेन, सर -" म्हणून सांगून रमेश तिथून निघाला. कामावर आज रजा काढायचं त्यानं ठरवलं होतं.

३१

अंगाडीच्या अंदाजाप्रमाणे रामचंद्र गेला नव्हता. कृष्णेगौडाच्या घरून परतताना प्रवासी बंगल्यापाशी तो भेटला. जयरामचा रामचंद्राशी रस्त्यातच वाद सुरू झाला.

"हे बघा, तुम्हांला मी आधीच सांगितलं होतं - ट्रेनिंग नसलेल्या मुलांना तिकडं पाठवू नका, म्हणून! तेव्हा तुम्ही ते गंभीरपणे घेतलं नाही! आता ती मुलंही त्या समस्येचा एक भाग होऊन राहिला आहेत! अगदी गुरूला शोभतील, असे शिष्य! थूः!" जयराम म्हणाला.

"का हो? इंटरव्ह्यूमध्ये असं काय झालं? काय केलं मुलांनी? कृष्णेगौडानं काही तक्रार केली काय या मुलांविषयी? आधी काय झालं, ते नीट सांगाल तरी, की नाही?"

"खरं तर हे गुपित असतं! पण तुम्हांला सांगतो ऐका! स्वतःला विचारवादी म्हणवत तुम्ही पुन्हा असली चूक करू नये, म्हणून सांगतो. एक कृष्णेगौडा सोडला, तर तिथं कुणीच भुताचा विषय काढला नाही. त्याची बायको सांगत होती - आपल्याला एकच मूल व्हायला कृष्णेगौडाचे चाळेच कारणीभूत आहेत! घरावर दगड पडायलाही गोसावी बायाच कारणीभूत आहेत! नंतर त्या बायांनी दगड टाकल्यावर राखणीच्या निमित्तानं हा जातो - त्याची निराशा होऊन त्यानं बाहेर जायचं थांबवावं, म्हणून मी काही वेळा दगड टाकले!" त्याची मुलगी जयंती सांगते "ती मुलं यावीत, म्हणून मी काही वेळा दगड टाकले - माझं रफीवर प्रेम आहे, सर! माझं त्याच्याशी लग्न लावून द्या - नाही तर मी गोसाव्यांबरोबर पळून जाईन. वेश्येच्या घरी राहीन!" कृष्णेगौडा मात्र निरुत्साहानं सांगत होता "दरवर्षी या दिवसांत कसले तरी दगड पडल्याचा आवाज ऐकू यायचा - पण तिकडं आम्ही फारसं लक्ष देत नव्हतो. या वर्षी मात्र सगळ्यांनी मिळून माझं डोकं उठवलं, बघा! तुम्ही माझ्या बायकोला चार शहाणपणाच्या गोष्टी सांगा! मी ब्लडी -न्यूसन्स म्हणालो, त्यात काय खोटं आहे, तुम्हीच सांगा!"

"माय गॉड! डॅट गर्ल! खाली घातलेली मान कधी वर करायची नाही ती! एकाएकी तिला प्रेमरोग झाला काय?"

"एकाएकी, असं आपण म्हणतो! तिला विचारलं तर ती सांगते, 'आपण

किती तरी काळापासून रफीवर प्रेम करते आहे, म्हणून! तिची स्वत:चीच एक कथा असते. त्यासाठी ही साक्षी-पुरावे शोधत असते. आपण आणखी खोदून विचारू लागलो, की तिचं प्रेमप्रकरण 'जन्मोजन्मी' या सदरात जाऊन बसतं!''

''पण रफी काय म्हणतोय?''

''तो काय करणार? तू किंवा मी सुद्धा फार वेळ तिच्याकडे बघू लागलो, तर आपलं डोकं फिरतंय! मग तो मुलगा काय म्हणणार? नकळत माझ्या मनात तिच्याविषयी प्रेम दडलं होतं, म्हणतो! त्यावर विश्वास ठेवूनच जे काही बोलायचं, ते बोलतो. तूही आठवून पाहा - पहिल्यांदा प्रेम करताना काय बोलत होतास, ते! मनाच्या मायाशक्तीविषयी मला एक लेखक म्हणून काय वाटतं, सांगू? ती स्वतंत्र आहे, की विधिनियमांनी बद्ध आहे, असा विचार करणंच चुकीचं आहे. प्रज्ञेविषयी जाणून घेताना या विश्लेषण-पद्धतीचा अवलंब करणं चुकीचं आहे. मनाचं विश्लेषण मनानं करणं किंवा प्रज्ञेचं विश्लेषण प्रज्ञेनं करणं शक्यच नाही. काल पाटील बोलले, तेव्हा काहीही न बोलता मी त्याविषयीच विचार करत होतो.''

''बाकीचं जाऊ द्या, हो! हा मुसलमान मुलगा आणि ती हिंदू मुलगी यांचं हे प्रकरण म्हणजे यानंतर दोन्ही जातींचे लोक हा माझाच प्रभाव, असा आरोप करत चालून येतील ना! तुमकूरमध्येही असंच एक क्षुल्लक प्रकरण वाढत गेलं आणि त्याला मी जबाबदार, म्हणून बदली केली गेली. माझ्या दृष्टीनं ह्यात काही विशेष नाही, म्हणा! काही तरी व्हावं, असा आदर्श बाळगून जगणाऱ्या लोकांना हे अपरिहार्यच दिसतं -'' रामचंद्र म्हणाला. त्याच्या चेहऱ्यावर चिंता स्पष्ट दिसत होती.

त्याच वेळी तिथं रमेश येऊन पोहोचला. त्याचाही चेहरा चिंताक्रांत दिसत होता. तो म्हणाला, 'नमस्कार, सर.'

''काय, रे? काल काय झालं? भूत वगैरे काही भेटलं, की माणसंच भेटली?'' रामचंद्रनं त्याला विचारलं.

''सर, तुम्हाला एक गोष्ट सांगायची आहे. त्यासाठीच तुम्हाला शोधत फिरतोय मी-''

''काय, रे?''

''काल कृष्णेगौडांच्या मळ्यावर पहारा द्यायला गेलो होतो ना? तेव्हा इंग्लिश गौडा आणि रफी एका दिशेला गेले आणि आम्ही सगळे दुसरीकडे गेलो. त्यांना दगड येऊन पडल्याचा भास झाला. नंतर एक आकृतीही दिसली, म्हणे! इंग्लिश गौडा घाबरून पळून आला. त्याच्याबरोबर आम्ही सगळे पुन्हा त्या ठिकाणी गेलो, तेव्हा तिथं फक्त रफी तेवढा होता. त्यानं त्या आकाराला पकडायचा प्रयत्न केला, तर ती आकृतीच जवळ येऊन त्याला पकडू लागली!''

ती आकृती हुबेहूब जयंतीसारखी होती, म्हणे! रफी तर तिला जयंतीच मानतोय सर! त्या आकृतीनं त्याला 'तुझ्यावर प्रेम करते - मला सोडू नको' म्हणून सांगितलं, म्हणे! आज कॉलेजमध्ये जयंती नेहमीसारखी असलेली बघून रफी आपल्या खोलीत रडत बसलाय सर! सर - मोहिनीभूत म्हणतात - तो तर प्रकार नसेल हा? रमेशनं प्रामाणिकपणे कळवळून सांगितलं. त्याच्या आवाजात भीतीही दिसत होती.

रामचंद्र आणि जयरामनं परस्परांकडे पाहिलं. काही तरी सांगण्यासाठी रामचंद्र तोंड उघडणार, तेवढ्यात जयराम म्हणाला, 'रमेश, तू वेडा आहेस काय? भूत काय म्हणतोस?'

"मग काय म्हणायचं? काय असेल ते?"

"काय म्हणजे? जयंतीच ती! रफीवर तिचं प्रेम आहे, म्हणून तिनं कॉलेजमध्ये तुमच्याकडे बघून डोळा मार किंवा दात विचक- असलं काही करायला ती, वेश्या आहे, की काय? आणि तुम्ही रस्त्यावरचं गिऱ्हाईक ?- " जयरामनं विचारलं.

रमेशचा चेहरा आंनदानं उजळला. त्यानं उत्सुकतेनं विचारलं,

"मी हे रफीला सांगू?"

ओ येस्! रफीला सांग किंवा आणखी कुणालाही सांग! पण यानंतर जे काही घडेल, त्यासाठी मात्र तयार राहा, म्हणावं. चल - जा आता-'

रमेश अत्यंत आनंदित होऊन निघाला.

पाठीमागून जयरामनं ओरडून सांगितलं – 'आणि रफीला म्हणावं आम्हांला मिठाई पाहिजे!'

"अहो - गावच्या या असल्या परिस्थितीत तुम्ही हे सांगून मोकळे झालात!-" रामचंद्र कळवळून म्हणाला.

"अरेच्चा! त्या लबाड पोरीनं इंटरव्ह्यूमध्ये हे नाही सांगितलं मला! पाहिलीत गंमत? समजा, आता मी हे रफीसाठी रमेशला सांगितलं नसतं, तर रफी रडतच बसला असता आणि ही बाकीची पोरं मोहिनीभूत - मोहिनीभूत म्हणतच राहिली असती - मग तोही तसंच म्हणू लागला असता! अखेरीस त्याला पुट्टळ्ळीसाबकडे मंतरलेला ताईत बांधायला घेऊन गेले असते सगळे! मग त्यानं काटेरी काठीनं याला 'जाशील, की नाही' म्हणून झोडपून काढलं असतं. आता त्याला हिंदू - मुसलमान मारतील. या दोन्हीपैकी काही तरी एक अपरिहार्य आहे. मग तुम्ही कशाची निवड कराल?"

'खरंय तुमच! पण दोहोंमधूनही एखादी वाट निघेल काय, ते बघायला नको काय?'

'बरं! आता दुसरा अपरिहार्य मार्ग निवडला आहे ना? तो अपरिहार्य होणार

नाही, असं करू या. त्याचीच ही पहिली पायरी - काहीही न दडवता जगायचं. काही तरी लपवून-दडवून जगतानाच अशा काही तरी कथा आणि गुपितं तयार होत राहतात - आणि संबंधित मंडळी त्यासाठी आवश्यक ते साक्षी-पुरावेही गोळा करतात! काही तरी घडतं. ते का घडलं हे एक गुपित असतं. मग मी माझी कल्पना चालवून माझ्या कथेला अनुरूप असं स्वरूप तयार करून, त्यावर विश्वास ठेवतो.'

"ते सगळं ठीक आहे, हो –"

"ठीक नाही आणि काही नाही! तुम्हाला तुमकूरमध्ये जो अनुभव आलाय, त्यामुळं तुम्ही एवढे नर्व्हस झालेले दिसता! एक मुलगा एका मुलीवर प्रेम करतोय आणि इकडं एकाला हिंदू आणि एकाला मुसलमान, म्हणून कुणी विरोध केला, तर तुम्ही त्यापुढं नतमस्तक होणार?"

"ते खरंय - पण क्षुल्लक गोष्टच मोठी करण्यासाठी लोक वाटच पाहताहेत! आज सकाळी काय झालं, ठाऊक आहे? कोल्ह्यांच्या कवट्यांबरोबर विहिरीत दोन लहान मानवी कवट्याही सापडल्या आहेत, म्हणे! मुलांची डोकी आहेत, म्हणून लोकांनी परस्परांवर आरोप करून दंगा सुरू केला. त्या वेळी रस्त्यानं जाणारी एक म्हातारी 'अरे, वा! अशी दात विचकणारी मुलं या गावच्या जोडप्यांना होतात, हे ठाऊक नव्हतं हं -' म्हणून चेष्टा करू लागली. हे लक्षात येताच सगळेच आश्चर्यचकित झाले. मग एका हरिजन माणसानं ह्या माकडाच्या कवट्या म्हणून सांगितलं, तेव्हा लोकांचा प्रक्षोभ ओसरला, म्हणे! म्हणूनच सांगतोय मी - लहानसहान गोष्टी मोठ्या होताहेत, म्हणून!"

"जाऊ द्या हो! होऊ द्या काहीही! पण हा रमेश, जयंती आपल्यावरच प्रेम करते अशा आनंदात डोलत गेला! की द्रौपदीसारखं जयंतीलाही या पंचपांडवांवर प्रेम करावं लागेल, म्हणायचं? एकूण सगळं प्रकरण कुरुक्षेत्रावर नेल नाही, तरी पुरे!" जयराम म्हणाला.

"उत्तम झालं! या मुलांना मुलीचं प्रेम म्हणजे काय, हेच ठाऊक नव्हतं. मुली पाहिल्या, की नर्व्हस होऊन हात-पाय थरथरत उभे राहायचे! माझ्याशी बोलता-बोलता ते त-त-प-प करायला लागले, की मला समजायचं, माझ्या मागं कुणी तरी मुलगी उभी आहे, म्हणून !-" रामचंद्र हसत म्हणाला.

जयरामलाही हसू आलं.

४०

दुसरे दिवशीच जयरामकडे कृष्णेगौडा येऊन दाखल झाला. संतापानं पेटलेला कृष्णेगौडा नाटकातल्या कंसासारख्या दिसत होता.

"काय हे चाललंय! माझी लेक मुसलमानाशी लग्न करणार, म्हणतेय! एवढे-एवढे तुकडे करून विहिरीत टाकून देईन तिचे! अजून लहान आहे, म्हणून कॉलेजला पाठवली हिला! नाही तरी कधीच तिचं शिक्षण बंद करून भांडी घासत निमूट पडून राहा, म्हणून सांगितलं असतं! रामचंद्राना म्हणावं - तिला चार शहाणपणाच्या गोष्टी सांगा. ती सरळ आली, तर ठीक आहे! नाही तर मी तिला जिवंत ठेवणार नाही." त्यानं डरकाळ्या फोडत सांगितलं.

जयरामच्या लक्षात आलं - काल रामचंद्र यासाठीच चिंताक्रांत झाला होता. युद्धपर्वाला प्रारंभ झाला. या द्रौपदीनं सगळं प्रकरण कुरूक्षेत्रावर नेलंय! त्यानं आपल्या नेहमीच्या शांत स्वरात विचारलं,

"कुणी सांगितलं हे?"

"कोण सांगणार? सगळीकडे तशी कुजबूज आहे, म्हणून आमच्या सेक्रेटरीनं, रामाचरीनं सांगितलं मग त्या निर्लज्ज कार्टीलाही विचारलं, तर तीही बकली, त्याच्याशीच मी लग्न करणार, म्हणून! तुम्हीच सांगा - काय राहिलं आता माझं या गावात?-" तो म्हणाला.

त्याच्या बायकोनं या उलट पवित्रा घेतला होता.

"ती तशी वागली, त्याला कोण काय करणार? बापाला काही चाड असती, तर ती कशाला अशी वागली असती? जात-पात न बघता बाई दिसली, की हुंगत निघाले हे! मग यांची मुलगी आणखी काय करणार? एकुलत्या एक मुलीला मारायचंच असेल, तर एवढी थोरली इस्टेट-संपत्ती केली तरी कशासाठी?" म्हणत तिनं निम्मा नवऱ्यावर आणि निम्मा लेकीवर हल्ला केला होता.

जयराम विचारात पडला. या गावातले सगळे गोंधळ आगीत भस्म झाल्याशिवाय संपणार नाहीत, असं त्याला वाटलं. तो गंभीरपणे म्हणाला,

"हे पाहा, तिला घरात ठेवायची, की घराबाहेर काढायची, याचा निर्णय घेण्याआधी पुढील परिणामाचा पूर्ण विचार करा! कारण माझ्या समजुतीप्रमाणे प्रेमात

पडलेल्या मुलांना तुम्ही म्हणता, तसं सुधारणं शक्य नाही. आपण तसा काही प्रयत्न केला, तर ही मुलं आणखी हट्टीपणानं वागतात. शिवाय मोठ्या कष्टानं आपण ज्याला योग्य मार्ग समजतो, त्या मार्गावर आणलं, तरी याच्या परिणामानं त्यांचं संपूर्ण जीवन व्यापलं, तर ही त्याच वेळी मेली असती, तर बरं झालं असतं, असं आपल्याला वाटू लागतं. त्यामुळं तुम्ही आताच नीट विचार करून काही तरी निर्णय घेणं योग्य असं मला वाटतं-''

जयरामासारख्या मृदु स्वभावाच्या आदरयुक्त व्यक्तीनं समजुतीच्या स्वरात हे सांगितल्यावर कृष्णेगौडासारख्या माणसाच्याही अंतर्मनातल्या एका कोपऱ्यात संदिग्ध भाव निर्माण झाले. त्याला वाटलं होतं – 'असं काही करू नका - मुलं आहेत - वय विचित्र आहे - मी समजून सांगून काही तरी मार्ग काढेन –' अशा प्रकारच्या चार समजुतीच्या गोष्टी आपल्यालाही सांगितल्या जातील आणि काही तरी मार्ग शोधला जाईल. एकीकडे तो चांगलाच गोंधळूनही गेला.

"हे पाहा, तो एखादा म्हारडा असता, तरी चाललं असतं. पण हा मुसलमान! आई-बाप नाहीत! भिकारी -! थू:! मी जिवंत असेपर्यंत शक्य नाही. मी मेल्यावर त्यांना जे काही करायचंय, ते करू द्या!'' म्हणत तो सावकाश जयंतीच्या खुनाचा विचार सोडून आत्महत्येच्या विचाराकडे वळला.

"हे पाहा, कृष्णेगौडा, तुमची सुख-दु:खं मलाही समजतात. पण आपण त्याकडे दुर्लक्ष करायला पाहिजे. आपल्या मुलांनी आपल्यासाठी जगायला पाहिजे, हे आपण आता सोडायला पाहिजे. किती तरी जण आपल्याला वाटलं, म्हणून लग्न करतात आणि नंतर वाटलं, तर दूरही होतात. पण तेही स्वत:ला वाटलं, म्हणून, हे लक्षात घ्या. आता काहीही करायला गेलं, तरी परिस्थिती बिघडतेच. काही झालं, तरी तुम्हाला त्रासच! पण तो वाट्याला आल्यावर त्याला तुम्ही सरळ सामोरं जाणं हेच केव्हाही योग्य ठरेल!'' जयरामनं गंभीरपणे सांगितलं.

तो पुढं म्हणाला, 'हे मी तुमच्या समाधानासाठी सांगत नाही. तुम्ही ज्या परिस्थितीत सापडला आहात, तसा मी सापडलो, तर मी काय केलं असतं ते मी सांगितलं.

"पापी-बेवारशी कार्टी! मरेना का कुठं तरी! आई-बापापेक्षा तो मुसलमान कार्टा जवळचा वाटला हिला! मग आम्ही तरी काय करणार? तुम्ही सांगितलं, तसं दगडाचं मन करून गप्प बसतो मी! तिला मरायचंय तर मरू दे –'' म्हणत कृष्णेगौडा उठून बाजारपेठेतल्या आपल्या कोठाराकडे निघून गेला.

त्या वेळी त्याचे डोळे पाण्यानं भरल्याचं जयरामच्याही लक्षात आलं. का या गावचं जीवन एवढं क्रूर आणि असह्य होत चाललंय?

कृष्णेगौडा कोठाराचं दार उघडून आत गेल्यावर थोड्याच वेळात गरम डोक्याचा

आचारी दारात येऊन उभा राहिला. नुकताच तो कॉलेजचे प्रिन्सिपॉल वेंकटराय यांच्याकडे जाऊन आला होता. सकाळी प्रिन्सिपॉलनं निरोप पाठवून आचारीला बोलावून घेतलं होतं. कारण आचारीनं सावध राहण्याचा जो इशारा दिला होता, तो खरा ठरला होता. सेक्रेटरी रामाचारीनं प्रिन्सिपॉलना रफी-जयंती प्रकरणाविषयी सांगितलं होतं. प्रिन्सिपॉल अत्यंत घाबरा होऊन गेला होता. हा सगळाच खेळ सुलेमान बेरीच्या माणसांचा! प्रिन्सिपॉलच्या नावाला बट्टा लावण्यासाठी जयराम आणि रामचंद्र यांनी हा डाव टाकला, याविषयी प्रिन्सिपॉलची खात्री होती. आचारी येताच,

'तुमचं सगळं भविष्य खरं ठरतंय! त्यावेळी तुम्ही सांगितलं होतं - हे प्रकरण असंच जाऊ दिलं, तर कॉलेजमध्ये अत्याचार होतील, म्हणून! आज सुरू झाले पाहा ते! रफी नावाच्या एका मुसलमान गुंडानं कृष्णेगौडाच्या पोरीशी प्रेमाचं नाटक करून तिला पटवली आहे! प्रकरण कुठपर्यंत पोहोचलंय, ते ठाऊक नाही. पण बघितलंत, काय चाललंय, हे! सगळा मुसलमानांचा प्रताप!' म्हणून आरडाओरडा केला.

यावर आचारीनंही "ऐकलं मीही. रामाचारीनं मलाही बातमी दिली. मीही त्यावर थोडा-फार विचार केला -" म्हणून सांगितलं.

प्रिन्सिपॉल म्हणाले,

"त्यात काय विचार करायचा, म्हणा! त्या हलकट कार्ट्याला उद्याच, कॉलेजमधून डिस्मिस् करतो आणि त्या पोरीला 'त्या कार्ट्यानं फितवलं, म्हणून तक्रार लिहून देतेस, की डिस्मिस् करू?' म्हणून दम देता येईल. खरं तर, रफीला त्यांचे ते मास्तर आणि त्यांच्या मित्रांची फूस आहे! पोरींना असं भुलवून स्वत:ही थोडी मजा मारायची - दुसरं काय! पण तो सुलेमानच्या पार्टीत केव्हा शिरला, ते समजलंच नाही. त्या मास्तरालाही 'मुकाट्यानं शिकवतोस, की तुमकूरसारखं इथंही होऊ दे-' म्हणून दम देता येईल. पण पोरांनी त्यानंतर काही दंगा केला, तर तुम्ही सगळ्यांनी मला सपोर्ट द्यायला पाहिजे!-"

आचारीनं प्रिन्सिपॉलना भरपूर बोलू दिलं, त्यांचं मन मोकळं झाल्यावर त्यानं सांगितलं,

"हे पाहा, यातलं काहीही बोलू नका तुम्ही! रामाचारीला सगळी बाजू ठाऊक नाही. यावर मीही विचार केलाय. त्यांच्याबरोबर आमच्या भागातले जयराम म्हणून एकजण आहेत. ते त्यांच्याबरोबर असेपर्यंत आपण त्यांच्यावर 'मजा मारणारे' म्हणून आरोप केला, तर कुणीही विश्वास ठेवणार नाही. त्यांच्याविषयी सगळ्यांच्या मनांत आदर आहे. त्यांना जयरामांचा पाठिंबा आहे, तोपर्यंत आपण त्यांच्या विरोधात जाणं चांगलं नव्हे."

"हा कोण एवढा मोठा माणूस लागून गेलाय आणि मला त्याची माहिती नाही? कुणी मंत्री आहे, की खासदार? असल्या हलकट पोराना पाठिंबा देतो, म्हणालात ना? मला येऊन सहा वर्षं झाली, इथं. पण मी त्याचा चेहराही कसा पाहिला नाही?"

"ते मला ठाऊक नाही. मीही त्यांना किती तरी वर्षांत पाहिलं नव्हतं. पण ज्यांनी त्यांना पाहिलं नाही, तेही त्यांच्याविषयी आदरानं बोलतात. त्यांच्याविषयी वेडंवाकडं बोलायला कुणी तयार होत नाही. ते कुठल्या अधिकारावरही नाहीत आणि कुठल्याही पक्षाचेही नाहीत. आपल्या भागाचे ते साहित्यिक आहेत. म्हणूनच आपल्या भागाचे सगळे त्यांच्याशी अत्यंत आदरानं वागतात. त्यांनी काय लिहिलंय, हे आम्हालाही ठाऊक नाही. पण त्यांचा मान राखून 'आपण सगळे केलेल्या अन्यायाचं प्रायश्चित्त घेत असतो' असा सगळ्यांचा मनोमन विश्वास आहे! त्यांचं साहित्य वाचणाऱ्यांचा आणि न वाचणाऱ्यांचाही! हा एक विश्वास आहे. हवा, तर अंध - विश्वास समजा! नकळत तो आमच्यामध्येही आला आहे, एवढं खरं!"

"तर मग मी प्रिन्सिपॉल असताना हा सगळा अनाचार कसा मुकाट्यानं सहन करू?" वेंकटराय वैतागानं म्हणाला.

'आता तुम्ही त्यांच्या विरुद्ध काहीही करायला गेला, तर त्यांचा ग्रूप आपल्या व्यंकटेश भक्तसमूहाच्या विरोधी होईल! मग सुलमान बेरी सहजपणे त्यांना आपल्याकडे ओढून घेईल! मग मुसलमानांना तालुका - बोर्ड गिळायला कितीसा वेळ लागणार? आतापर्यंत त्यांनी हरिजनांना आपल्या बाजूला ओढून घेतलं आहेच!'

"छे:! मला काहीही सुचत नाही ! आता तुम्हीच काही तरी मार्ग दाखवायला पाहिजे!" म्हणत प्रिन्सिपॉल हतबुद्ध झाला.

"ह्या आचारीचं डोकं अजून रिकामं झालं नाही - व्यंकटराय! जे चाललंय, ते आपल्या हितासाठीच, हे लक्षात घ्या. फक्त अशा वेळी अत्यंत चातुर्यानं वागणं आवश्यक आहे! त्या मुसलमान मुलाला हिंदू करून घेतलं, तर आम्ही मान्यता देऊ, म्हणून कृष्णेगौडाला सांगायचं. तो मुसलमान कार्टा आता मोहानं घेरलेला आहे! मुलगी मिळायच्या आशेपोटी आता तो सगळ्यालाच होकार देईल. त्यानंतर सुलेमान बेरी हरिजनांचं धर्मांतर घडवून आणण्याआधी शंकराचार्यांना बोलावून गंगाजळ शिंपडून त्यांना हिंदू धर्मात घ्यायचं. पाठोपाठ 'मुसलमान लोकच हिंदू धर्माचा स्वीकार करताहेत, म्हणून हूल उठवून दिली पाहिजे!' आचारीनं आपल्या अभूतपूर्व प्रतिभेचा आविष्कार केला."

"पण हिंदू धर्माप्रमाणे असं कसं होईल?" प्रिन्सिपॉल मध्येच खुसपट काढत म्हणाले.

"कुठला हिंदू धर्म अन् कुठलं काय! आधी या मुसलमानांना धडा शिकवू या - मग हिंदू धर्माचा विचार करू या! असल्या गोष्टींसाठी आपले स्वामी डोकं

बिघडवून घेत नाहीत. कुणाची तरी मुलगी अणि कुणाचा तरी मुलगा! आपल्याला काय! आपण फक्त एवढाच विचार करायचा - मुसलमानांनी सोडलेला बाण त्यांच्यावरच कसा उलटवता येईल? मुसलमानच हिंदू धर्मात येत आहेत, म्हणून बातमी पसरली, की पुरे! धैर्य नसलेल्यांचं रक्षण धर्म तरी करतो काय?' आचारी म्हणाला.

आचारीचं बोलणं ऐकता ऐकता प्रिन्सिपॉलना ज्ञानोदय झाला! त्यांना आचारी आधुनिक शंकराचार्यच भासले!

"तुम्ही म्हणता, ते खरं आहे. आपण कशाला त्यात पडायचं? त्यांचं ते बघून घेतील -" व्यंकटराय आता निणर्याप्रत पोहोचले!

"हा खरा शहाणपणा! घोडं आहे – मैदान आहे! खरं, की नाही?" म्हणत आचारी तिथून निघाला. तो थेट कृष्णेगौडाच्या कोठाराकडे.

आचारीला बायकांमागे हुंगेगिरी करता करता स्वतःचं असं जीवन-दर्शन झालं होतं. तो काही प्रमाणात पक्का विचारवादी होऊन कुठलीही गोष्ट आपल्या फायद्यासाठी कशी वळवता येईल, याविषयी अत्यंत चलाख झाला होता. तो मनोमन मुसलमान आणि हिंदू धर्माविषयी पूर्णपणे अलिप्त होता. सुलेमान बेरीला नष्ट करणं एवढंच त्याचं ध्येय होतं. त्यासाठी तो व्यंकटेश भक्तांचाही वापर करत होता! त्यामागचं कारणही कृणेगौडाला ठाऊक होतं.

कृणेगौडाच्या कोठारात कुणीही गिऱ्हाईक नव्हतं.

कृष्णेगौडानं विचारलं, "काय ? समजलं, की नाही?"

"समजलं, तर! म्हणूनच आलो –"

"कार्टीनं माझ्या पोटावर निखारे ठेवले की!-"

"अरे... हीच विधी-लीला!-"

"काय करायचं? त्या दोघांनाही कापूनच टाकणार होतो. पण जयरामांनी चार समजुतीच्या गोष्टी सांगितल्या. मलाही त्या पटल्या. मीही चार दिवसांत मरणारच. मग काय करायचं ते घेऊन?"

"ते काही खोटं नाही. पण मरेपर्यंत आपण राहणारच ना?"

"कुठं का मरेना - मी दगडाचं मन करून राहीन, असं जयरामना सांगून निघून आलो."

"काय म्हणालास? मरू दे, म्हणून तू गप्प बसणार? मग मुसलमानांची मस्ती कुठं पोहोचेल, ठाऊक आहे? सुलेमान बेरी तुझ्या मुलीला बुरखा घालून तुझ्यासमोरच तिची मिरवणूक काढेल!"

पुन्हा कृष्णेगौडाच्या डोळ्यांसमोर भयानक दृश्यं फिरू लागली. पुन्हा त्याचे डोळे डबडबले. तो म्हणाला, "आचारी, तूही माझ्या पोटावर निखारे ठेवायला आलास? तुझा सुलेमान बेरीवर का राग आहे, ते मलाही ठाऊक आहे-"

“तुझ्यापुढं माझं कसलं गुपित असणार? त्या हलकटानं चार गुंड जमातदार म्हणून जमवले आणि या गावातल्या रसिया नावाच्या बाईला गावातून पळवून लावलं. काय बर्फीसारखी बाई होती, म्हणून सांगू! ‘काफराबरोबर झोपतेस?- मशिदीत पंचायत बसवतो –” म्हणून तिला भीती घातली आणि गावातून पळवून लावलं. मीही त्याचाच सूड घेतोय! बघू ना, त्याच्या पैशाची मस्ती वरचढ ठरते, की या ब्राह्मणाच्या बुद्धीची मस्ती! ते जाऊ दे- तू स्वतःचं सांगत होतास ना? तुलाही विचारतो मी - तुझा का मुसलमानांवर राग? तुझ्या मळ्यावर नाझरत नावाची एक बाई येत होती ना? कशी होती, रे?–”

“थूः! जाऊ दे त्या सगळ्या गोष्टी! आता कशाला पाहिजेत त्या?”

“का? बोल की स्पष्टपणे! तू का सुलेमान बेरीला नष्ट करायला तयार झालास? तुझ्या पुढ्यात मांडी उघडी करून शड्डू मारतो - तालुका बोर्डात समोर विरोधात उभा राहतो म्हणूनच ना ? माझंही तसंच आहे!”

“त्या सगळ्या गोष्टी जाऊ दे – आता माझी परिस्थिती काय सांगू मी?”

“थाबं - तेच सांगतोय मीही. काही का होईना तिकडं, म्हणून मुकाट्यानं राहायचे हे दिवस नाहीत. आपला मान आपणच राखला पाहिजे! तुझी मुलगी त्याच्यावर प्रेम करत असेल, तर त्याला आपल्या धर्मात आलं पाहिजे! त्यालाही आई-बाप नाही. आणखी कुणी नातेवाईकही नाही. तू उगाच गप्प बसलास, तर काय होणार आहे? तुझ्यासारखाच तोही. फक्त पुढचं थोडं तासलेलं असतं म्हणे, तेवढाच फरक! शंकराचार्यांना बोलावून गंगाजल शिंपडून त्याला शुद्ध करून घेऊ या. ते सगळे एकेकाळी हिंदूच होते ना? आपणही मोठ्या थाटात त्यांचं धर्मांतर करून मिरवणूक काढू या आणि त्यांचा बाण त्यांच्यावरच उलटवू या!”

“या काही व्हायच्या गोष्टी नव्हे - ठाऊक आहे मला. ब्राह्मणच या सगळ्या गोष्टी निषिद्ध मानतात ना!”

“थूः! ब्राह्मण म्हणे हे! भेकड लेकाचे! आता तुम्ही काही आक्षेप घेतले, तर तुमच्या बायका सुलेमान बेरीच्या माणसांकडून गर्भार राहतील, म्हणून सांगितलं, की गप्प बसतील!-”

कृष्णेगौडांच्या चिताग्रस्त चेहऱ्यावर विषादाचं मंद हास्य तरळून गेलं. आचारीनं परिस्थिती अत्यंत सरळ असल्याचं दाखवून त्यातून मार्गही काढून दाखवला होता! पण जातीयवादाची क्लिष्ट पाळं-मुळं समाजात खोलवर रुजल्याचं कृष्णेगौडाला जाणवत होतं. त्याला जयरामचं सागणं अधिक पटलं होतं. आचारीनं हिंदू धर्माला पूर्वीच तिलांजली दिली होती आणि आता त्याचा धर्मच वेगळा झाला होता!

पण प्राप्त परिस्थितीत आचारीनं दाखवलेल्या मार्गव्यतिरिक्त दुसरा कुठलाही मार्ग त्याला दिसत नव्हता.

४१

जयंतीच्या चेहऱ्यावर ॲसिड टाकून कुराणाशी द्रोह करणाऱ्या रफीला ठार मारायचा प्लॅन शिजत असल्याची बातमी ब्रीडर महंमदनं आणली आणि त्यानं रामचंद्राला सांगितलं,

'त्यामुळं त्या दोघांनाही चार दिवसांसाठी कुठं तरी लपवून ठेवणं अत्यावश्यक आहे!'

"ती मुलं एकमेकांवर प्रेम करताहेत म्हटल्यावर व्यंकटेश-भक्त त्याला हिंदू करून घेण्यासाठी धावपळ करताहेत. त्यामुळं मुसलमान वस्तीतले म्हणताहेत - त्याला धर्मांतर करू तर द्या - नंतर सगळ्यांच्या तोंडांत गोमांस कोंबून भ्रष्ट करतो, की नाही, ते पाहाच! एकंदर काय, आज-उद्या एवढ्यात मोठा दंगा उसळल्याशिवाय राहणार नाही, हे नक्की! भांडणाऱ्यांना हवं, ते करू दे- पण या दोघांनाही काही तरी करून वाचवायला पाहिजे!" महंमदनं भयभीत होऊन कळकळीनं सागितलं.

रामचंद्रनं विचारलं, "कुणी सांगितलं हे?"

"रामचंद्र, कुणालाही सांगू नका तुम्ही – आमच्या संशोधन-केंद्रामधलं सल्फ्युरिक ॲसिड चोरीला गेलं आहे. केंद्रातल्या गवसानं सांगितली ही बातमी. सुलेमान बेरीच्या माणसांचंच काम, म्हणे, हे! नेमकं कुणी केलं वगैरे चौकशी आताच करू नका. पोलिसांमध्येही तक्रार देऊ नका. कारण त्या सगळ्यांना खतम करायची तयारी झाली आहे. तुम्ही आधी त्या दोघांचा काही तरी बंदोबस्त करा! बाकी सगळं नंतर बघता येईल –" महंमदचा आवाज कापत होता.

रामचंद्रही कळवळला. त्या दोघांच्या प्रेमाचा दोन्ही समूहांनी स्वतःच्या राजकीय फायद्यासाठी वापर करून घेतलाय! लग्नामध्ये धर्मांतराचं लोढणं अडकवणाऱ्या हिंदूंची त्याला किळस आली. जयंतीच्या सुंदर चेहऱ्यावर ॲसिड टाकू पाहणाऱ्या मुसलमानांच्या आठवणीनं त्याला मळमळू लागलं. आता घाई करणं आवश्यक आहे, हे त्यालाही पटलं होतं.

त्यानं रमेशला बोलावून सगळ्या परिस्थितीची कल्पना देऊन सागितलं, 'त्या दोघांनाही कुठं तरी निघून जा, म्हणून सांगायला पाहिजे. कृष्णेगौडाला सांगितलं, तर तो ह्याकडे फारसं लक्ष देणार नाही. त्यामुळं ही जबाबदारी आपणच घेणं अत्यावश्यक आहे!-"

सुरुवातीला रमेशनं 'कोण त्यांना हात लावतं, बघतोच आम्ही!' म्हणून आरडा-ओरडा केला, तरी नंतर तो शांत झाला आणि त्यानंही वस्तुस्थिती मान्य केली. पण त्याला आणखीही एक अडचण दिसत होती,

"सर! पण रफी हे ऐकेल काय? मी त्या दोघांना इथं घेऊन येतो - तुम्हीच त्याला समजावून सांगायला पाहिजे, सर!"

रामचंद्रनं ही जबाबदारी स्वीकारली. सगळी हकीकत जयरामला सांगण्यासाठी तो निघाला. पण तो संशोधन-केंद्रात गेल्याचं त्याला समजलं.

रामचंद्र तिथं पोहोचला, तेव्हा पाटलांच्या खोलीत जयराम, अंगाडी, हेगडे यांच्या पाटलांबरोबर गप्पा चालल्या होत्या. पाटील हेगडेला सांगत होते,

"ॲसिडची चीत झाल्याची पोलीसांत तक्रार द्या आणि पुढील परिणामाच्या दृष्टीनंही सावधगिरी बाळगली पाहिजे."

दुसरे दिवशी सकाळी गोसावी बाबूनं सांगितल्याप्रमाणे मशिदीपाशी पाटील, सिद्दप्पा आणि अंगाडींनी त्याची वाट पाहत राहायचं ठरलं होतं.

त्याच वेळी रामचंद्र तिथं आला. त्यानं महंमदनं सांगितलेली सगळी हकीकत सगळ्यांना सांगितली.

सगळं ऐकल्यावर पाटील म्हणाले, "असं आहे तर! अंगाडी, काय सांगितलं मी तुम्हांला? तुम्ही या गावात आलात, त्या वेळी? केसरूरचं जंगल नष्ट होऊन गेलंय. इथली पिकं नाश पावताहेत - समाज नाश पावतोय! केसरूरच्या माणसांचे आत्मेच नाश पावताहेत! यांतल्या इतर गोष्टींकडे दुर्लक्ष करून फक्त एकाच गोष्टीचा अभ्यास करणं शक्य आहे काय? सगळं कोसळतंय इथं! एका मुलाच्या आणि मुलीच्या प्रेमाचा उपयोग करून घेऊन काय चाललंय हे! असल्या गावकऱ्यांचा उद्धार करण्यासाठी मी का केसरूर हायब्रीडचा शोध लावायला जाऊ?"

"काहीही असलं, तरी संशोधनाचं स्वत:चं असं एक महत्त्व असतंच ना? तुम्ही संशोधन केलं, तरी त्यापासून त्यांचा उद्धार होणं, हा एक वेगळाच योग आहे!" जयराम म्हणाला.

"त्यासाठी जोगीहाळांनीही आपले प्राण दिले आहेत, हे आपण विसरता कामा नये, सर!" अंगाडी म्हणाला.

"काय, अंगाडी, अजूनही जयरामच्या कथेवर विश्वास ठेवूनच बोलताय तुम्ही! जाऊ द्या. तुम्हाला त्यामुळं बरं वाटत असेल, तर तेच सत्य माना! चला - निघू या. उद्या पहाटे मशिदीपाशी भेटू या-' म्हणत पाटील उठले.

रामचंद्र, जयराम आणि अंगाडी गप्पा मारत केसरूरच्या दिशेनं चालू लागले. रस्त्यातच केसरूर ज्यूनियर कॉलेजची काही मुलं समोरून येत होती. त्यांनी रामचंद्रला नमस्कार केला.

"का? क्लास नाही?" रामचंद्रनं विचारलं.

"नाही, सर. कॉलेजला सुट्टी डिक्लेअर केलीय! पोलिसांनी मुलांवर लाठीहल्ला केला -" एका मुलानं सांगितलं. रामचंद्र घाबरला. त्यानं त्याला थांबवून विचारलं, "काय झालं नीट सांगा -"

कॉलेजमध्ये चार-सहा अपरिचित माणसं आली होती आणि जयंतीची चौकशी करत होती. हे समजताच रमेश-अंगार वगैरे मुलांनी त्यांना चोप दिला. तीही माणसं मारामारीत उतरली. इंग्लिशगौडानं प्रिन्सिपॉलना ही बातमी दिली. लगेच प्रिन्सिपॉलनी व्यंकटेश-भक्त मंडळींतल्या मुलांना 'नुसते बघत काय बसलात? मुस्लिमांना चांगला धडा शिकवा!-' म्हणून युद्धघोषणा केली. सगळी मुलं रमेश-अंगारचा जयजयकार करत मारामारीत उतरली. आलेली माणसं एवढ्या संख्येनं आलेल्या मुलांना घाबरून पळून गेली. नंतर मुलांचा घोळका बसस्टँडपाशी गेला. तिथली मुसलमानांच्या फळांच्या दुकानांची नासधूस करून तिथली फळं फस्त केली आणि शेवटी काडी ओढून लावली. पोलिस आले आणि त्यांनी लाठी-हल्ला करून मुलांना पळवून लावलं.

त्या मुलानं एका दमात सगळी हकिकत सांगितली. ती ऐकून जयराम-रामचंद्र त्याच पावली केसरूरकडे निघाले.

ते केसरूरमध्ये पोहोचले, तेव्हा कॉलेजची मुलं 'उद्या केसरूर बंद! पोलिसांच्या दंडुकेशाहीचा धिक्कार असो -' म्हणून घोषणा देत धावपळ करत होती.

रामचंद्र म्हणाला, "मला वाटतं, या सगळ्याला - दंग्यालाही तुझी कथाच कारणीभूत आहे!"

"तुला तसं वाटलं, तर पाठोपाठ तुझं मन त्यासाठी साक्षी-पुरावे शोधायला सुरुवात करेल! आजपर्यंत मी कितीतरी कथा लिहिल्या आहेत. त्यांपैकी कुठल्याही कथेमुळं काहीही घडलेलं नाही. अरे, इथल्या प्रत्येकाच्या डोक्यात एकेक कथा आहेच!" जयराम म्हणाला.

"थांबा - थांबा! उद्या तुमच्या कथेची अंतिम समीक्षा हाती घेणार आहे! एवढ्यात तिचा कोणताही शेवट ठरवू नका -" अंगाडी मध्येच म्हणाला.

४२

"पाहिलंत, सर? अरण्याचा किती प्रकारानं नाश केलाय तो ? सुलेमान बेरीच्या माणसांचं काम हे! मी त्यांच्यावर दात-ओठ खातो ना? यांनी अरण्य खाल्ल्याचा हा परिणाम बघा!-" सिद्दप्पानं पाटलांना मैलोन मैल पसरलेलं लंटानानं वेढलेलं अरण्य दाखवत म्हटलं.

नजर जाईल, तिकडं जमिनीवर दोन पुरुष जाडीचं जंजाळ समुद्राप्रमाणे जमीन-डोंगर-दऱ्या-चढ-खड्डे सगळं व्यापून पसरलं होतं. त्या जंजाळाच्या पायाशी सुकलेल्या पाला-पाचोळ्याचा जाड थर पसरला होता. वाढलेल्या लंटानाच्या आधारावर पुन्हा लंटानाचा राक्षस पसरला होता!

एके काळी हिरव्या पाना-वेलींनी डवरलेल्या अरण्याच्या स्मशानावरून पाटलांनी नजर फिरवली. लंटानाच्या पानांच्या जाड थरांमधून सुंठ-पेपरमिंटच्या मादक गंधासह थंडगार वाऱ्याची झुळूक आली.

काही वेळ त्या गंधाकडे लक्ष देऊन नंतर पाटील स्वत:शीच उद्गारले,

"ब्लडी फूल्स्! सिद्दप्पा, हे लंटान पूर्वी आपल्या देशात नव्हतंच. कुणी विदेशी माणसांनी इथल्या बागेत लावण्यासाठी परदेशातून ते आणलं होतं. आता त्यानं संपूर्ण देश व्यापून टाकला आहे!-" पाटील बोलत होते.

ते पुढं म्हणाले,

"-पण निसर्गाच्या वागण्यातही विशिष्ट असा क्रम आहे! आपल्याला होणाऱ्या जखमा भरून काढायचीही त्यांची एक पद्धत आहे! लंटान नसतं, तर इथं पडणाऱ्या पावसानं इथली सगळी माती धुऊन काढली असती आणि मग इथलं स्वरूपही देशावरच्या दगड-गोट्यांचंच राहिलं असतं!-"

"ते खरंय - पण कसं सुरेख जंगल नष्ट करून कसलं स्मशान निर्माण केलंय हे!-"

"नो नो! मी सांगतो, ते ऐकून घे. सगळे जीव स्मशानातूनच निर्माण होतात - धगधगणाऱ्या पृथ्वी-गोलातूनच! हे लंटान आहे ना? त्यामुळं या मातीची जैविक शक्ती, तिचा कस उन्हाच्या तापामुळं जळून जाणार नाही, याचीही काळजी घेतं! उद्या त्याच्या आड दडलेले धूप, जांभूळ, पिंपळ, वड, सागवान, नागकेशर वगैरे

बीजरूपातले वृक्ष सावकाश साकार होणार आहेत! बघा, अधून मधून त्याची बालरूपं दिसायलाही लागली आहेत! जेव्हा हीच बालरूपं बृहदाकार धारण करतील आणि निळ्या आकाशात छत्रीप्रमाणे उघडतील, तेव्हा या लंटानाचा नाश व्हायला सुरूवात होईल! अखेर अरण्याला जागा देऊन लंटान इथून कायमचा निरोप घेईल. त्यानंतर या अरण्यात वाढणारी रोपंच वेगळी असतील - वृक्षही वेगळे असतील! तेव्हा इथल्या मातीत मिसळून जाणाऱ्या लंटानाचाही कस घेऊन इथली जमीन अधिक समृद्ध होऊन जाईल! जसा तू या निसर्गासाठी तळमळत असतोस, तशा आणखी किती तरी अदृश्य शक्तीही तळमळत-धडपडत असतात, हे विसरू नकोस."

"पण माणसानं घर बांधून स्वस्थ राहायचंच ठरवलं, तर कोण काय करेल, सर? मग त्या गोसाव्यांना, रस्त्यानं जाणाऱ्या इतरांना जागा देऊन मतांचं एक अरण्य तयार करताहेत! हा एक रोगग्रस्त समाज आहे, सर!"

"असं असेल, तर ही हानी आपल्यापुरतीच आहे. निसर्गाची नव्हे! आतापर्यंत निसर्गानं कितीतरी प्रयोग करून पाहिलेत या पृथ्वीवर! असंख्य प्राणी - असंख्य वृक्षराजी - असंख्य कृमिकीटक या भूमीवर होऊन गेले. आज आपल्याला ज्ञात आहे, तेवढाच भाग घेतला, तरी जलचर, सरपटणारे प्राणी, सस्तन प्राणी - हे काय किरकोळ एक-दोन प्रयोग आहेत? उद्या आपण इथं जगायला नालायक ठरलो, तर आपल्याला जावं लागेल. नामशेष व्हावं लागेल! पण निसर्ग मात्र शांतपणे पुन्हा पुढच्या प्रयोगाला सुरुवात करेल! पुन्हा भू-मंडलातल्या स्मशानातून आणखी एका चैतन्याचं कारंजं उसळेल!"

"गोसाव्यांच्या मतांसाठी दोन्ही धर्मांध लोक त्यांची मनधरणी करताहेत, म्हणे! अत्यंत धोकादायक प्रकार आहे हा -"

"असू दे. अंगाडी बाबू गोसाव्याला घेऊन येतो, म्हणून गेलाय. त्याचा अजूनही पत्ता कसा नाही?" पाटलांनी विचारलं.

सिद्दप्पा, पाटील, अंगाडी हे सगळे सकाळीच या मशिदीपाशी येऊन वाट पाहत होते. बाबू न आलेला पाहून पाटलांनी कुणी तरी जाऊन त्याला बोलावून आणावं, म्हणून सुचवलं होतं. सिद्दप्पाचं गोसाव्यांशी भांडण असल्यामुळं त्यानं अंगाडीला जायला सांगितलं. गोसाव्यांची पालं असलेल्या जागेची त्यानं अंगाडीला सविस्तर माहितीही सांगितली.

बाबू गोसावी आणि अंगाडीची वाट पाहता-पाहता त्यांच्या गप्पा चालल्या होत्या. ऊन चढू लागलं, तरी अंगाडीचा पत्ता नव्हता. ते दोघं गप्पा मारत असतानाच दोन अनोळखी माणसं त्यांच्याकडे पाहत-पाहत मशिदीपाशी दिसेनाशी झाली. पाटलांचं त्यांच्याकडे लक्ष होतं. ते दोघं कुठं दिसेनासे झाले, म्हणायचे? तिथून कुठं

रस्ता आहे, की काय? पाटलांच्या मनात उत्सुकता निर्माण झाली. सिद्दप्पाला आपल्या मनातली उत्सुकता बोलून दाखवून ते म्हणाले,

'आपण इथं असे उगाच उभे राहिलो, तर लोकांना संशय येईल. आधीच या गावचं वातावरण बिघडलंय - चला.'

दोघंही मशिदीमागच्या रानातल्या लंटानाच्या जंजाळाकडे गेले.

इकडं अंगाडी सिद्दप्पाच्या सूचनेनुसार बाबू गोसाव्याला शोधत बाजारपेठ ओलांडून गावाबाहेर गेला. तिथं कुणीच नव्हतं. फक्त रिकामी जागा होती. एवढंच नव्हे, तिथं पालं टाकल्याची कुठलीही खूण शिल्लक नव्हती. सिदप्पानं सांगितलेली जागा आणखी पुढं असेल, असं वाटून तो तसाच आणखी पुढं गेला. कुठंही गोसाव्यांच्या राहुट्यांचा पत्ता नव्हता. आणखी पुढं गेल्यावर रस्त्यानं जाणाऱ्या एका माणसाकडे त्यानं चौकशी केली. तो माणूस चकित होऊन म्हणाला, "का? रस्त्यात दिसली नाही, त्यांची वस्ती?"

तो माणूस अंगाडीबरोबर पुन्हा मागं आला. सिद्दप्पानं सांगितलेल्या जागीच त्यांनही दाखवलं.

ती जागा पूर्णपणे रिकामी होती.

त्या माणसांची चांगलीच निराशा झाली. तो म्हणाला,

"सगळे गाव सोडून गेलेले दिसतात!"

अंगाडी बधिर होऊन त्या रिकाम्या जागेकडे पाहत राहिला. एकाएकी त्याच्या मनात आपण मूर्ख बनवले गेलो, अशी भावना तयार झाली. केसरूर हायब्रीड पाहायची संधी हुकल्यापेक्षाही जादूगार मुत्तु निघून गेल्यामुळं आणि जयरामच्या कथेचा प्रमुख आधारच चुकल्यामुळं त्याला, आपण गाढव झालो, असं वाटलं.

सोबत आलेला माणूस काही वेळ अंगाडीबरोबर उभा राहिला. पण अवाक होऊन उभ्या राहिलेल्या अंगाडीबरोबर तो तरी किती वेळ थांबणार? तो काही वेळानं निघून गेला.

अंगाडीला आता कुठं जावं आणि काय करावं, हेच उमजेना. केसरूर हायब्रीडही हाती लागला नाही आणि पाटलांचा खूनही झाला नाही. केसरूरभोवतालच्या लंटानाच्या जंजाळात धूपाचा विशिष्ट वृक्ष शोधणं म्हणजे समुद्रात सुई शोधणंच! त्यासाठी पाटलांची वाट पाहायची आणि सोबत शोधयचीही गरज नाही! माघारी जाऊन पाटलांना ते निघून गेलेत, म्हणून सांगायची आवश्यकताही त्याला वाटली नाही. एखादं ओझं उतरावं, तशी हलकी पावलं टाकत अंगाडी केसरूरच्या दिशेनं परतला. केसरूर हायब्रीडविषयी एक रिपोर्ट खरडून पोस्टात टाकून अलेप्पीची बस पकडायचं त्यानं ठरवलं. जोगीहाळांच्या मृत्यूचा विषय त्याच्या डोक्यातून एकाएकी संपूर्णपणे पुसला गेला.

केसरूर सर्कलमध्ये जयराम, रामचंद्र, हेगडे परस्परांशी गप्पा मारत येत समोरून होते.

"हे काय? इथं रस्त्यातच काही तरी ठरवताहात वाटतं!" जयरामनं विचारलं.

"जयराम, तुमची कथा आता थोडी बदलायला पाहिजे." अंगाडी म्हणाला.

"बदलायचा प्रश्नच कुठं येतोय?"

"नाही! खरंच सांगतोय मी. कुठं तरी त्याची दिशाच चुकली आहे. कथेतलं एक पात्रच बेपत्ता झालंय ना!"

"याचा अर्थच ते पूर्णपणे खोटं आहे. माणसाची प्रज्ञा स्वतंत्र, की परतंत्र, हे कलाकृतीद्वारे शोधणं शक्य नाही!"

"तर मग ती उत्तम कलाकृती म्हणता येणार नाही."

"का म्हणता येणार नाही? ती कथा चांगली नसती, तर इतके दिवस आपण सगळे त्याच्या मागे लागून मूर्ख झालो असतो काय? ते राहू दे, कथेचा मार्ग चुकायला झालं तरी काय?"

"गोसावी गाव सोडून निघून गेलेत!"

"गेले, तर जाऊ दे ना! त्यांना पळवून लावण्यासाठी सिद्दप्पानं सरकारकडे कितीतरी अर्ज दिले होते."

"-ते सगळं ठीक आहे, हो! पण आपल्या कथेतली पात्रंच हरवली, तर कथा कशी पुढं जाणार? म्हणूनच कथा थोडी बदला, म्हटलं मी-"

"अंगाडी, डोळ्यांसमोर चाललेलं जसंच्या तसं जो समजावून घ्यायला शिकत नाही, त्याला मागं काय घडलं, तेही कधीच समजणार नाही. या गावातले सगळेच स्वत:ची एकेक कथा रचून त्यासाठी वर्तमानातून साक्षी-पुरावे गोळा करण्यासाठी धडपडताहेत!-" जयराम म्हणाला, "जाऊ द्या, अंगाडी. केसरूर हायब्रीडची कथाच संपून गेली, म्हणायची -" हेगडे म्हणाला.

"त्या लंटानाच्या समुद्रात एकदा शिरलेला पुन्हा माघारी येणं शक्य तरी आहे काय? तो एक चक्रव्यूहच!-" अंगाडी म्हणाला.

"तर मग पाटील?"

"ते तिथंच मशिदीपाशी वाट पाहत आहेत. त्यांना हे सांगून यायला पाहिजे –" अंगाडी म्हणाला.

"चला. आज केसरूर बंद आहे. आम्हालाही काही काम नाही. आम्हीही येतो." बाकीचे तिघंही म्हणाले.

ते सगळे बाजारपेठेतूच चार पावलं गेले असतील, त्याच वेळा मशिदीकडून 'ढमार्-' असा आवाज ऐकू आला. चौघंही घाबरे होऊन जवळ जवळ धावतच मशिदीच्या दिशेनं निघाले. कुणी काही बोललं नाही, तरी प्रत्येकाच्या डोळ्यांसमोर

नुकतंच पाहिलेलं डांबराच्या स्फोटानं पोळलेल्या आणि कातडं सोलून गेलेल्या माणसांचं दृश्य तरळून गेलं.

भोवताली असलेल्या हिरवळीच्या मध्ये मशीद उन्हानं तळपत उभी होती. दुरून पाहता तिथं कुणीच दिसलं नाही.

हेगडेनं घाबऱ्या-घाबऱ्या जोरात हाक मारली,

"अरे ए, सिद्दप्पा -"

मशिदीच्या मागच्या बाजूनं आवाज आला,

"या - इकडं या - पाटील सर जखमी झालेत."

आवाज सिद्दप्पाचाच होता. सगळे घाबरे होऊन आवाज आला, त्या दिशेला धावले. त्यांनी पाहिलं, तिथल्या लंटानाच्या जंजाळामध्ये बिळाप्रमाणे असलेल्या एका रस्त्यावरून सिद्दप्पा पाटलांना खांद्याचा आधार देऊन येत होता. पाटील लंगडत-लंगडत येत होते.

पाटलांचा डावा पाय रक्तबंबाळ झाला होता. कमरेकडूनही रक्त वाहत होतं.

"अय्यो! काय झालं, सिद्दप्पा! काय झालं, सर?" म्हणत सगळे तिकडं गेले.

"थांबा! उगाच घाबरू नका. पाय दुखावलाय. बाकी सगळ्या वरवरच्या जखमा आहेत." पाटलांनी त्यांना समजुतीनं सांगितलं. अंगाडी खिशातला रुमाल काढून रक्त वाहत असलेल्या जागी बांधू लागला.

सिद्दप्पा जे काही घडलं, त्याविषयी सांगू लागला.

अंगाडीची वाट बघून कंटाळा आल्यावर 'इथं एक मार्ग दिसतो-' म्हणत या मार्गानं अरण्यात जायला निघाले होते. पाटील चार पावलं पुढं होते. काही अंतर गेल्यावर त्यांच्या पायाखाली एक मोठा स्फोट झाला. सिद्दप्पानं तिथं जाऊन पाहिलं, तेव्हा पाटील रक्तबंबाळ होऊन पडले होते.

रुमाल बांधल्यावर अंगाडी उठला आणि जयरामशी हस्तांदोलन करत हसत म्हणाला, "फार महान कलाकार! तुमची कथा ग्रेट आहे!"

जयराम चकित झाला;

"हे काय, अंगाडी? असं काय बोलता?"

"यू आर ग्रेट! अखेर तुमची कथा जिंकली! गोसावी बेपत्ता! पाटलांना ठार मारण्यासाठी इथं ठेवलेला बॉंब! काय याचा अर्थ ? जादुगार मुत्तु विदेशी एजंट! जोगीहाळांचा तोच खुनी!-" अंगाडी अत्यानंदानं म्हणाला.

"नॉन्सेन्स! स्टुपिड! तो बॉंब नव्हता - ध्यानात घ्या. एक कसलासा गोळा होता. पायामध्ये गारगोटीचे दगड रुतलेत. असले बॉंब घेऊन ग्वाटेमालाचं हेरखातं चाललं असेल, तर ती मंडळी शिलायुगात वावरताहेत, असं म्हणावं लागेल! काय घडलं, ते बघायच्याऐवजी साक्षी-पुरावे शोधताहात!-" वेदनेनं तळमळत असतानाच

पाटलांनी संतापानं विचारलं.

"सर, हे इथं हाड इकडं आल्यासारखं दिसतयं!" जखमेचं निरीक्षण करत अंगाडी म्हणाला.

"ते हाड नाही - गारगोटीचा दगड रुतलाय तो! थांबा - थांबा! तो ओढून काढू नका. इथंच रक्तस्राव होऊन मरून जाईन मी!-" पाटलांनी अंगाडीच्या उत्साहाला आवर घातला.

"वेदना होताहेत?"

"होय."

"-आणि ते चांगलंच –"

"ते का?"

"याचा अर्थ कुठल्याही शिरेला मार बसला नाही, हेच दिसून येतं, सर! हे हाडासारखं दिसतंय, सर - खूप कठीण आहे ते!-" अंगाडी म्हणाला.

"हाड असेल, तर का उपटताय? मूर्ख! चला आधी हॉस्पिटलमध्ये जाऊ या-"

लंगडणाऱ्या पाटलांमागोमाग सगळे निघाले.

ही मिरवणूक बाजारपेठेपर्यंत आली. तिथं हुसेनसाबची एक्का गाडी दिसली.

हेगडे-सिद्दप्पानं पाटलांना त्या गाडीत बसवलं. एक्का गाडी हॉस्पिटलच्या दिशेनं निघाली.

पाटलांना गाडीत चढवताना भोवताली चार-सहा माणसं जमली होती. हेगडे-सिद्दप्पा पाटलांसह गेल्यावर जयराम आणि अंगाडी खिन्न होऊन उभे होते. भोवतालच्या लोकांपैकी एकानं विचारलं, "काय झालं हो?"

"काय सांगू, बाबा? ती एक कथाच आहे." जयराम म्हणाला.

"ओ हो! हो! ठाऊक आहे मला -" तो अपरिचित उद्गारला.

"काय ती?"

"हिंदू लोक मशीद उडवायला येऊ नयेत, म्हणून मुसलमान माणसं बाँब ठेवतात. खरं, की नाही?" त्यानं विचारलं.

"अगदी बरोबर! - तुझ्या कथेप्रमाणे!–"

दुसरा म्हणाला, "मला माहीत आहे सगळं!"

"काय?"

"मुसलमान लोक मशिदीपाशी बाँब कशाला ठेवतील? हिंदूनी ठेवला होता बाँब - नमाज पढायला येणारे उडून जावेत, म्हणून!"

"करेक्ट!- तुझ्या कथेप्रमाणे!-" जयराम म्हणाला.

घोळक्यातली माणसं परस्परांशी वाद घालू लागली. त्यांच्याकडे असह्य होऊन

पाहत जयराम अखेर म्हणाला,

"चला, आपण हॉस्पिटलमध्ये जाऊ या, या गावातले सगळेच अंगाडीप्रमाणे आपापल्या कथेसाठी साक्ष शोधताहेत!"

तिघंही मुकाट्यानं हॉस्पिटलच्या दिशेला चालू लागले. ते काही अंतर गेले असतील - नसतील, तेवढ्यात पाठीमागून 'काप रे! - हाणा – मारा-' वगैरे दंगा ऐकू आला. त्यांनी मागे वळून पाहिलं आणि निर्विकार चित्तानं तिथं चाललेली मारामारी पाहू लागले. लोक किंचाळत होते. चाकू-सुऱ्यांनं एकमेकांचे चेहरे फाडत होते. त्यांच्यासमोरच एकानं दुसऱ्याच्या पोटात सुरा खुपसला. पोटाबाहेर पडलेली आतडी दोन्ही हातांनी घट्ट धरत तो जमिनीवर कोसळला. ज्यानं सुरा खुपसला होता, त्याचा गाल जिवणीपासून डोळ्यापर्यंत कापला गेल्यामुळं तिथलं कातडं लोंबत होतं. त्यामुळं दिसणाऱ्या दातांमुळे तो हसत असल्यासारखं दिसत होतं. गालाचं कातडं हातानं दाबून धरत तोही ओरडत जमिनीवर पडला. आणखी काही माणसं धावत येऊन त्या हिंसाचारात सामील झाली.

जयरामचा चेहरा कठोर दिसत होता. काहीही घडत नसल्यप्रमाणे त्या दंग्याकडे पाठ वळवून तो म्हणाला, 'चला, हॉस्पिटलमध्ये जाऊ या-'

ते निम्म्या रस्त्यावर पोहोचले, तेव्हा समोरून काही माणसं धडा-धडा धावत येत होती. त्यांच्या हातांत लाठ्या-कोयते-सुरे होते. त्यांच्यापैकी काही जणांचं अंग आणि कपडे रक्तानं माखले होते. त्यांतला एक जण त्यांनाही ओरडून म्हणाला,

"पळा - पळा! पोलिस गोळीबार करताहेत-"

त्यांतला एक तेवढ्यात जयरामला 'नमस्कार, सर -' म्हणाला. जयरामनंही गंभीरपणे त्याला प्रतिनमस्कार केला. तिघंही तसेच पुढं निघाले. केसरूरच्या वेगवेगळ्या कोपऱ्यात आरडा-ओरडा, किंकाळ्या सुरू होत्या. भयंकर हिंसाचाराला प्रारंभ झाला होता.

त्याच वेळी तळपत्या सूर्याचा चटका थोडा कमी होऊ लागला. सूर्याचा ताप हळूहळू इतका कमी झाला, की फार तर चांदण्याचा उजेड वाटावा, इतकाच त्याचा प्रकाश जाणवू लागला. विमनस्क मन:स्थितीमध्ये चालत असलेल्या त्या तिघांचं तिकडं लक्षच नव्हतं. केसरूरमधल्या कुणाचंही तिकडं लक्ष नव्हतं. हाणा-मारा-भोसका-खुपसा-हरहर महादेव- अल्ला हो अकबर या आरडाओरड्यानं केसरूरचं वातावरण भरून गेलं होतं.

४३

सूर्याचा प्रकाश मंद होऊन वातावरण धूसर झालं होतं. त्या वेळी रफी आणि जयंती लंटानाच्या कबंध-बाहूंमध्ये गुरफटून गेले होते. लंटानाच्या सावलीखालून जाताना त्यांना उन्हाच्या झळा कमी झाल्यासारखं जाणवलं, एवढंच.

कॉलेजला सुट्टी - केसरूर बंद वगैरे समजल्यावर घरी जायला निघालेल्या जयंतीला रस्त्यात रफी आणि रमेश भेटले होते. केसरूरमधल्या परिस्थितीमुळं त्यांच्या मनांतली लाज-शरम वगैरे पळून गेली होती. रमेशनं तिला स्पष्टच सगळ्या परिस्थितीची कल्पना दिली आणि परिस्थिती निवळेपर्यंत तिनं आणि रफीनं कुणालाही दिसणं धोक्याचं असल्याचं समजावून सांगितलं. एकाएकी निर्माण झालेल्या या परिस्थितीनं सुखावलेल्या जयंतीनं 'पण हे माझ्या अम्मा-अप्पांना सांगा हं! ते कितीही रागावू देत!' अशी रमेशला अट घातली. रमेशनं ते मान्य केलं. मग तिघंही शेजारच्या झुडपाआड दडून, कसं कुठं लपायचं वगैरे ठरवू लागले. त्याच वेळी रस्त्यानं माणसांचे घोळके धावपळ करत आले, 'चला - पळा - पळा! झालं ते उत्तम झालं! मुसलमानांना चांगला धडा मिळाला –' म्हणत दुसरीकडे पळून गेले.

हे पाहताच रमेश घाईनं म्हणाला,

"लवकर काय ते ठरवा! मला वेळ नाही –"

त्याच वेळी रस्त्यावरून जाणारे काही जण आपसांत बोलत होते,

"-पण पाटलांना का मारलं त्यांनी? ते कुठल्याही बाजूचे नव्हते ना ?–"

"अरे, एकदा दंगा सुरू झाल्यावर एवढं सगळं कोण बघायला बसलंय? ते बिचारे कुठ तरी भांडण सोडवायला गेले असतील."

"सोडता कामा नये या हलकटांना! नाही तर यांची मस्ती आणखी वाढत जाईल." यावर मात्र त्या दोघांचंही एकमत झालं आणि ते तसेच निघून गेले.

हे संभाषण ऐकत असलेला रमेश त्वेषानं म्हणाला,

"पाटलांना मारण्याइतकी यांना मस्ती आली?"

रफीनं सागितलं, "आम्ही म्युनिसिपालटीच्या पंप हाऊसपाशी जातो. तिथंही दंगा असेल, तर तिथंच अरण्यात लपून राहू. संध्याकाळी प्रवासी-बंगल्यापाशी येऊ. चालेल?"

'बरं - तसंच करा.' म्हणत रमेश तिथून बाहेर पडला आणि गावाकडे पळाला. जयंतीनं पुन्हा एकदा ओरडून सांगितलं, 'आमच्या घरी निरोप द्यायला पाहिजे!'

खुणेनंच होकार देत रमेश दिसेनासा झाला.

रफी जयंतीकडे वळला. त्याच्या ओठांवर मंद स्मित होतं.

रफी-जयंती पंपहाऊसपाशी लपून बसले असता, काही माणसं पाण्याच्या टँककडे 'बघा - बघा - पॉयझन घातलंय म्हणे!' म्हणून ओरडत धावत आले. त्यांना पाहताच लंटानचे काटे बाजूला लोटत रफी जयंतीसह अरण्यात शिरला. थोडं अंतर कसं-बसं गेल्यावर त्यांनी जेमतेम बसता येईल, एवढी जागा मोकळी करून घेतली.

जयंती आणखी कुठंही लक्ष न देता रफीच्या चेहऱ्याकडे बघत होती. त्यामुळं लाजून चूर झालेला रफी अस्वस्थ होऊन काटक्या बाजूला करायचा बहाणा करत राहिला. त्या दोघांनाही केसरूरमधलं वातावरण पाहता आपण त्यातून जिवानिशी पार होऊ, असं मुळीच वाटलं नव्हतं.

जंयती बसल्या-बसल्या रफीकडे सरकून त्याला खेटून बसली. तिच्या आलिंगनामुळं सुखावलेल्या रफीनं पुढं वाकून तिचा परकर वर उचलला.

जयंतीच्या छातीत धडधडलं.

रफीनं तिच्या हस्तीदंती पायांवर अधीरपणे नजर फिरवली आणि परकर पूर्ववत केला.

जयंतीला हसू आलं. रफीही हसला.

जयंतीनं विचारलं,

"काय झालं?"

"छे:! कुठं काय?" रफी उत्तरला.

"मी रागावेन, असं वाटलं?"

"जयंती, तू माझी झालीस - पण माझा यावर काही केलं, तरी विश्वासच बसेना! माझ्या मित्रांनाही परवा मला मोहिनी-भुतानं मिठी मारली, असचं वाटलं. त्या दिवशी पाय सरळ होते, ते पाहिलंस, की नाही, म्हणून सगळ्यांनी भंडावून सोडलं होतं. म्हणून आता बघितलं."

"भूत? पण भूत असं कसं वागेल?-" म्हणत तिनं त्याला चुंबन दिलं.

या सर्व मादक वातावरणाचा परिणाम म्हणून रफीचा ती आपल्याला मिळाली आहे, यावरचा विश्वास आणखी कमी झाला. हे सत्य आहे, याची कशी खात्री करून घ्यायची या संभ्रमात तो पडला.

किती वेळ गेला, कोण जाणे! गावाकडून आता कुठलाच आवाज ऐकू येत नव्हता. इथं बसून राहण्यापेक्षा पुन्हा पपंहाऊसकडे जावंसं वाटलं. जयंतीला आपल्या मागून यायला सांगून रफी पुढं निघाला. डोकं वर करणं अशक्य असल्यामुळं ते

दोघंही चतुष्पाद प्राण्यांप्रमाणे लंटानाच्या जंजाळातून पुढं जाऊ लागले.

काही अंतर अशा प्रकारे गेल्यावर रफी थबकला. तो घाबरून गेला. आपण लंटानात एवढा वेळ चाललो नव्हतो, हे त्याला स्पष्टपणे आठवत होतं. ते पुढं चालत होते आणि पुढचं लंटानाचं जंजाळ जसंच्या तसंच दिसत होतं!

याचा अर्थ आपला रस्ता चुकलाय!

दोघंही घाबरले. दिशा बदलून ते आणखी थोडा वेळ चालत राहिले. पण परिस्थितीत काहीही फरक पडला नाही. अनंत आकाशाप्रमाणे भोवतालचा लंटानाचा समुद्रही अनंत होता. दोघंही कान देऊन कुणा मनुष्य-प्राण्याचा आवाज ऐकू येतोय काय, याचा शोध घेऊ लागले. कुठं तरी आवाज ऐकू आल्याचा भास होऊन ते त्या दिशेला पुढं गेले. पण कुणीही दिसलं नाही आणि आवाजही ऐकू आला नाही. आता ते दोघंही हताश होऊन समोरची एक दिशा धरून पुढं चालू लागले. दोघांचीही शरीरं काट्यांमुळं ओरबाडून निघाली होती. अंगावरचे कपडेही ठिकठिकाणी फाटून त्याची लक्तरं झाली. ते अशा प्रकारे निराश होऊन चालत असतानाच एकाएकी लंटानाच्या जंजाळात तयार केलेल्या एका अरुंद चोरवाटेवर आले. कुठल्या तरी प्राण्याच्या वहिवाटीमुळं तो रस्ता तयार झाला असावा, असं त्यांना वाटलं. मोकळी जागा सापडल्यावर तिथंच बसकण मारून दोघंही काही वेळ दम खाऊ लागले.

त्याच वेळी लंटानाच्या जंजाळातून त्यांच्यापर्यंत येणारी सूर्याची तीक्ष्ण किरणं फिकट होऊ लागली. ग्रहण लागावं, तसं वातावरण गढूळ झाल्याचा अनुभव येऊ लागला. त्यातच रफीच्या नाकात जळत असलेल्या ओल्या पाचोळ्याचा वास घुसला. तो घाबरा होऊन म्हणाला, 'कुठं तरी आग लागली आहे. या टनांवारी लंटानाला आग लागली, तर काय करायचं? काय होईल, ठाऊक आहे?-'

दोघंही त्या पायवाटेनं वेगानं पुढं निघाले. भोवतालचं लंटान मात्र घनदाट होतच चाललं होतं.

काही अंतर गेल्याबर त्यांना तिथं थोडी मोकळी जागा दिसली. त्या जागेवर लंटानचं आक्रमण मागं सरलं होतं. त्यांना घेरून टाकणाऱ्या धुरामधून डावीकडे एका पर्वताच्या टोकाचा उघडा कातळ दिसला. उजवीकडे एका प्रचंड धूपाच्या वृक्षाखाली दाटीवाटीनं वाढलेली वेलदोड्याची रोपंही दिसली. तिथं पाऊल ठेवणंही अशक्य वाटावं अशा प्रकारे वाढलेली वेलदोड्याची झाडं आणि त्यांना लगडलेले सागरगोट्याच्या आकाराचे असंख्य वेलदोडे! रफी आणि जयंती ते वेलदोडे पाहताना आश्चर्यचकित होऊन गेले.

धुराच्या वातावरणातला दाटपणा आणखी वाढू लागला. त्याचबरोबर ओली पानं जळत असल्याचा चट्-पट् आवाज ऐकू आला.

दमून गेलेल्या जयंतीचा हात धरून ओढत रफीनं कातळाच्या दिशेनं लंटानाच्या

जंजाळात मुसंडी मारली. 'अय्यो-' म्हणून विव्हळणाऱ्या जयंतीला सावरत - तिला धैर्य देत रफी म्हणाला, 'घाबरू नको, जयंती! धैर्य सोडू नको. त्या डोंगराच्या टोकापर्यंत जाऊन पोहोचलो, की आपण वाचू! तिथं दगड आहे - त्यामुळं तिथं आग पोहोचणार नाही!-'

पायांखालच्या लंटानाचे कट्-कट् तुकडे करत रफी चालत राहिला. जयंती मोठ्या कष्टानं त्याच्यापाठोपाठ निघाली. ते दोघंही रांगत-सरपटत वर चढत राहिले.

एका क्षणी त्यांना जाणवलं, ते दोघे एका प्रचंड दरीच्या तोंडाशी एका प्रचंड कड्याच्या टोकाजवळ जाऊन पोहोचले होते. लंटानाचं जंजाळ आता विरळ होऊ लागलं.

पण आता मात्र उभं राहायचं त्राणही जयंतीच्या अंगी राहिलं नव्हतं. लंटानाचं जंजाळ पूर्णपणे संपलं, तेव्हा तर संपूर्ण शक्तिपात होऊन ती जमिनीवर कोसळलीच.

रफीनं तिला कळवळून विनंती केली,

"जयंती - आता अगदी थोडंसं अंतर राहिलंय!-"

"-नाही - शक्य नाही. जाऊ दे - तू तरी काही तरी करून या आगीपासून सुटका करून घे -"

रफीनं समोर पाहिलं. समोरचा चढ जयंतीला उचलून चढणं अशक्य असल्याचं त्यालाही समजत होतं.

"-जयंती -!" त्यानं हताश होऊन हाक मारली.

"तू जा, रफी - धूर दाट होतोय-" ती कसंबसं धापत म्हणाली. धुरानं भरून गेलेल्या तिच्या डोळ्यांतली जीवनाची आशा नष्ट झाली होती.

"अगदी शक्य नाही ?-" रफीनं विचारलं. तिच्या तोंडून शब्दही फुटणं अशक्य होतं.

रफीनं सभोवताली नजर फिरवली आणि काही तरी निश्चय करून, तिच्यापाशी येऊन, तिचं डोकं मांडीवर घेऊन, बसून राहिला. त्याचे डोळे पाण्यानं तुडुंब भरले होते.

"मी हार मानणाऱ्यांपैकी असतो, तर त्या रात्रीच तुला बघून घाबरून पळून गेलो असतो, जयंती! मला रमेशनं तुझ्याबरोबर का पाठवलं, ठाऊक आहे? रानात प्रेम करायला नव्हे - तुझी काळजी घ्यायला! तुला मरू देऊन मी जीव वाचवला, तर उद्या मी त्यांना कसा तोंड दाखवू? तू मन घट्ट करून पुढं चल - नाही तर दोघंही इथं भस्म होऊन जाऊ!-"

"तिच्या केसांवरून हात फिरवत रफीनं सांगितलं. प्रेमाचं हे त्यागमय रूप जयंतीनं आपल्या आयुष्यात पाहिलं नव्हतं. सगळी शक्ती एकवटून प्रयासानं उठत ती म्हणाली, 'रफी - चल. प्रयत्न करून बघते -"

रफीचा आधार घेत रांगत - सरपटत घसरत जयंती कातळाच्या दिशेनं निघाली. ते उंच-उंच चढू लागले, तेव्हा शुद्ध हवा त्यांना घेरू लागली. डोंगरमाथ्यावरील कातळावर ते दोघंही पोहोचले, तेव्हा त्यांचा पुनर्जन्मच झाला होता! पण शरीरात शक्तीचा कणही न राहिल्यामुळं त्यांची अवस्था सजीव प्रेतांप्रमाणे झाली होती. शरीरावरचे चिंध्यांच्या तोरणासारखे झालेले कपडे त्यांनी काढून फेकून दिले. आता परकर उचलून तिचा पाय बघायची रफीला गरजच राहिली नव्हती. रफीच्या आधारानं जयंतीनं असाध्य गोष्ट साध्य केली होती.

कातळावरून त्यांनी खाली नजर टाकली आणि दोघंही अवाक होऊन गेले! भोवतालच्या अरण्यातून उठणारा धुराचा मंद प्रवाह आकाशात विरून न जाता जमिनीच्या पातळीवरच काहीही दिसू नये, अशा प्रकारचं आवरण पसरत पुढं-पुढं चालला होता. दूरवरचा जेनुकल डोंगर आणि त्याच्या शेजारी असलेलं केसरूर अंधुक होत होतं.

४४

"ए - कुणी चुलाणात ओली लाकडं घातलीत, रे? घरभर धूर करताय की!-" घरात शिरलेला दाट धुराचा लोट पाहून रामाचारी म्हणाला. त्यानं आत जाऊन पाहिलं. पण तो धूर चुलाणातून येत नव्हता. म्हणजे गावातला दंगा वाढलेला दिसतो. घरं-बिरं जाळताहेत, की काय कोण जाणे! त्याच्या मनात पुन्हा एकदा येऊन गेलं - आचारीचं ऐकून आपण गावात त्या मुसलमानाचं धर्मांतर घडवून आणायची बातमी पसरवली, ते चुकलंच! गावात हिंदू-मुसलमानांचा दंगा उसळल्याचं कानांवर येताच रामाचारी दरवाजा बंद करून स्वस्थ झोपला होता. तो विचार करत असतानाच धूर अधिक दाट होत चालला होता. आपलंच घर जळत नसेल ना? मनात शंका येऊन त्यानं खिडकी उघडून पाहिलं. त्याला रस्त्यावरून धावत येणारा तम्मण्णागौडा दिसला. दार उघडून त्यानं तम्मण्णागौडाला विचारलं, "काय! झाली की नाही मुसलमानांची महापूजा?"

"तर! यानंतर मान वर करणार नाहीत ते! पण आपल्या माणसांनाही खूप त्रास झालाय! मागचा-पुढचा विचार न करता मूल-म्हातारा न बघता दोघांनीही एकमेकांना फोडून काढलंय! काय होतय, बघायला पाहिजे. त्याहीपेक्षा सांगायचं म्हणजे, हरले-जिंकले म्हणून हिंदू-मुसलमान कुणीही दिसायची लक्षणं नाहीत! लंटानाला कुठं तरी आग लागलीय. त्याचा धूर - धूर - आणखी काहीही दिसेनासं झालंय!"

"अय्यय्यो! कुणाचं काम म्हणायचं हे? सगळेच्या सगळे भस्मसात होऊन जाऊ! पळा – पळा - आपल्याकडून आग लावून द्या गावाकडच्या लंटानाला!"

'होय -पण मध्यभागी हरिजन-वस्ती येते ना ?'

'आता ते सगळं बघायला वेळ नाही -'

'थू:! आता बायका-मुलं कुणीही वाचणार नाही. मरता-मरता ते पाप का कराचयं?'

'ए गौडा! त्या दिवशी तुझ्या तोंडावर थुंकून त्यांनी मुसलमान होणार, म्हणून सांगितलं होतं, ते विसरलास? जाऊ दे. त्यांनाही मुसलमानांबरोबर!-' म्हणून रामाचारी भय आणि संतापान किंचाळला.

ते ऐकताच तम्मण्णगौडाच्या मनातली करुणाही नष्ट होऊन गेली.

"तेही खरंच, म्हणा! आपण कितीही जीव तोडून केलं, तरी हे हलकट जेवलेल्या घराचे वासे मोजल्याशिवाय राहत नाहीत! त्यांना मरू द्या. आपण आपला जीव वाचवू या." म्हणत तो गावाबाहेरच्या लंटानाच्या जंगलाकडे धावला.

त्या वेळेपर्यंत केसरूरवर धुराचा जड थर जमला होता. अनेकांना ठसका लागला होता. किती तरी जण धापा टाकत होते. काही जणांची अवस्था जुन्या दमेकऱ्यांसारखी झाली होती. काही खोकून-खोकून बेजार झाले होते. अनेक जण आपल्या इच्छा पूर्ण करून घेण्याची एक संधी म्हणून हातात सुरे-काठ्या घेऊन गावात धुमाकूळ घालतच होते. श्रीनिवास राव बँकेबाहेर रक्ताच्या थारोळ्यात अर्धमेला होऊन पडला होता. बँकेमध्ये लुटालूट झाली होती.

तम्मण्णागौडानं गावाकडून लंटानला किती आग लावायचा प्रयत्न केला, तरी ज्वाळा उठली नाही. वर पसरलेल्या धुरामुळं, की काय, कोण जाणे! पण रामाचारीच्या सांगण्याप्रमाणे तम्मण्णागौडा प्रयत्न करतच होता.

तम्मण्णागौडा हरिजन वस्तीजवळ आग लावत असलेला पाहून हरिजनांपैकी मारप्पा धावत हरिजन वस्तीवर धावला आणि त्यानं ओरडून सागितलं, 'गौडा आपल्या वस्तीला आग लावताहेत!'

त्या वेळी सगळे हरिजन एकत्र येऊन एवढा धूर कुठून येतोय, याचा विचार करत होते. मारप्पाचं ऐकताच घाबरलेली बायका-मुलं खोपट्यांतून बाहेर आली. एवढा वेळ सगळे खोकून-खोकून दमून गेले होते. धुरामुळे काही जणांचे हात-पाय लटालट कापू लागले होते. त्यांपैकी एकजण त्यातही संतापानं ओरडला, 'मरता-मरता चार शत्रू मारून तरी मरू या - चला -'

ते ऐकताच काही माणसं सुरे-चाकू घेऊन मारप्पाच्या बरोबर निघाले.

हरिजनांचा घोळका चाल करून येत असलेला बघून तम्मण्णागौडा हातातली काठी फेकून धावत सुटला. घोळका त्याच्या पाठोपाठ संतापानं धावून गेला. थोडं अंतर धावून गेल्यावर तम्मण्णागौडा दोन्ही हातांनी पोट आवळून कोसळला. हरिजन त्याच्यापाशी येऊन पोहोचले, तेव्हा प्रत्येक ठसक्यासरशी त्याच्या तोंडून रक्त पडत होतं. खोकत-खोकत हरिजनांनी तम्मण्णागौडाचा मृत्यू आपल्या डोळ्यांसमोर पाहिला. त्यांना आपल्या सूडाचा अर्थच कळेनासा झाला होता. त्याच वेळी त्यांच्यापैकीही दोघं पोट आवळत खोकत-खोकत जमिनीवर कोसळले. प्रत्येकाला शक्तिहीनता तीव्रपणे जाणवत होती. डोळ्यांवर झापड येत होती.

बाहेर सगळे एकमेकांचा जीव घ्यायला धडपडत असताना हॉस्पिटलमध्ये डॉक्टर पाटलांचा जीव वाचवण्यासाठी धडपडत होते. कमरेपाशी शिरलेला गारगोटीचा दगड काढण्यासाठी त्यांनी ऑपरेशन केलं होतं. अशा वेळी पाटलांना खोकला येणं म्हणजे आतल्या आत रक्तस्राव होऊन मरण येणं, हे निश्चित! त्यामुळं डॉक्टर स्वत:

खोकत पाटलांना ऑक्सिजनचा सिलींडर लावत होते.

केसरूरवर पसरलेला धूर आणखी दाट होऊ लागला. बाहेरच्या बाजूला रामचंद्र, अंगाडी, हेगडे, सिद्दप्पा, इतर क्रांतिकारक काय करावं, ते न सुचून बसले होते. त्याच वेळी गुंगीमध्येच पाटील खोकत असल्याचा आवाज ऐकू आला. डॉक्टरांनी खोकतच इमर्जन्मी-वॉर्डचा दरवाजा उघडला आणि बाहेर येऊन म्हणाले,

'आय् ॲम सॉरी!'

उघडलेल्या दारातून धुराचा लोट आत शिरला.

गेल्या सहा वर्षांमध्ये सतत निसर्ग आणि आत्मा कलुषित करत आलेल्या संस्कृतीला त्याचे परिणाम दंड म्हणून सामोरे आले होते. अत्यंत उकाड्याच्या दिवसांतही अत्यंत सुखद हवेनं घेरून राहणारं केसरूर ओला पाचोळा आणि लंटानाच्या काळ्या कुट्ट दाट धुरानं घेरलं गेल होतं. तिथल्या लोकांना आपल्या चुकांची जाणीव होण्याआधीच खोकत-ठसकत जमिनीवर लोळण घ्यावी लागत होती. पूर्णपणे भस्मसात होण्याआधीच कितीतरी जणांची शुद्ध हरपत होती.

रफी आणि जयंतीला यांतलं काहीच दिसत नव्हतं. सहज वर चढून आकाशात विरून जाईल, असं वाटणारा दाट स्निग्ध धुराचा सागर आता जेनुकल्ल पर्वताचं शिखर वगळून सर्वत्र भरून राहिला होता. खाली वणव्याच्या ज्वाळांचं रुद्रभीषण नृत्य चाललं होतं. त्या अग्नीच्या लपलपत्या ज्वाळा- धुरामधून मध्येच दिसून अदृश्य होत होत्या. जळणाऱ्या ज्वाळांमुळं तप्त झालेला वारा, जळणारी पानं – काटक्या गरागरा फिरवून त्यांच्या चटऽ चटऽ आवाजाकाडे लक्ष न देता लंटानामध्ये भिरकाटून देत होता. मग पुन्हा तिथंही धुराचं विकट हास्य उमलत होतं! तो धूर अत्यंत दाट होऊन दुधाच्या प्रवाहप्रमाणे उठत असताना त्याच्या मूळस्थानी एक स्फोटक वायू तयार होत होता. त्यावर ज्वाळेनं वेढलेला निखारा येऊन आदळताच तिथं स्फोट होऊन त्या सर्व धुरालाच ज्वाळा घेरत होत्या. तिथून उडून जाणारी जळती पानं आणखी किती तरी ठिकाणी धुरावर पडून स्फोट घडवत होती. संपूर्ण अरण्यात वेगवेगळ्या ठिकाणी सुरू झालेलं हे धूर आणि ज्वाळांचं नृत्य हळूहळू संपूर्ण अरण्याला व्यापत चाललं होतं. अग्निज्वाळेची पावलं तिथल्या संपूर्ण लंटानावर पडून प्रत्येक ठिकाणी असंख्य अग्निज्वाळा धगधगत नृत्य करू लागल्या.

पाच-सहा रानरेडे आगीनं होरपळून गेले असले, तरी जिवाच्या भयानं डोंगराच्या टोकावरच्या कातळावर चढण्यासाठी धडपडू लागले. त्यांतला एक कोसळला आणि बघता-बघता धुराच्या समुद्रात दिसेनासा झाला. बाकीचे कसेबसे वर येऊन पोहोचले आणि कशीबशी जागा करून घेऊन धापा टाकत उभे राहिले.

ओलं लंटान जळत असताना येणाऱ्या मादक धुराचा परिणाम, म्हणून की

काय, कोण जाणे - सुलेमान बेरीनं साक्षी-पुरावे नष्ट करण्यासाठी ज्या दोघांना पाठवलं होतं, त्यांपैकी एक भोवताली धूर घेरू लागला, तेव्हा दिङ्मूढ होऊन गेला होता. धुराशिवाय असलेली समोर दिसणारी जागा म्हणजेच बाहेर जायचा मार्ग समजून त्यानं सरळ-सरळ अग्निप्रवेश केला. दुसऱ्यानं चार-सहा ठिकाणी आग लावली आणि भोवताली बघेपर्यंत धुरानं वेढला जाऊन रानात वेड्यासारखा चालू लागला. लंटानामुळं पुढं जाणं अशक्य होऊन लगेच तो आगीनं घेरला गेला.

"ते बघ - जेनुकल्ल डोंगराचं शिखर छान दिसतंय. केसरूरमधली सगळी माणसं तिकडं धावली, तर ती अजूनही धूर आणि आगीपासून वाचू शकतील!" जयंती म्हणाली.

"आपल्याला दिसतंय ते! पण त्यांना दिसायला हवं ना? त्यात हा एवढा धूर!-" रफी म्हणाला.

❖